वामन मल्हार जोशी:
व्यक्ती आणि विचार

संपादन आणि प्रस्तावना
वि. स. खांडेकर

मेहता पब्लिशिंग हाऊस

Please contact us at **Mehta Publishing House,** 1941, Madiwale Colony, Sadashiv Peth, Pune 411030.
✆ +91 020-24476924 / 24460313
Email : info@mehtapublishinghouse.com
production@mehtapublishinghouse.com
sales@mehtapublishinghouse.com
Website : www.mehtapublishinghouse.com

- *या पुस्तकातील लेखकाची मते, घटना, वर्णने ही त्या लेखकाची असून त्याच्याशी प्रकाशक सहमत असतीलच असे नाही.*

VAMAN MALHAAR JOSHI : VYAKTI ANI VICHAR by V. S. KHANDEKAR

वामन मल्हार जोशी : व्यक्ती आणि विचार : वि. स. खांडेकर / व्यक्ती आणि वाङ्मय

© सुरक्षित

मराठी पुस्तक प्रकाशनाचे हक्क मेहता पब्लिशिंग हाऊस, पुणे.

प्रकाशक : सुनील अनिल मेहता, मेहता पब्लिशिंग हाऊस, १९४१, सदाशिव पेठ, माडीवाले कॉलनी, पुणे - ४११०३०.

मुखपृष्ठ : चंद्रमोहन कुलकर्णी

प्रकाशनकाल : १९४८ / फेब्रुवारी, १९९७ / पुनर्मुद्रण : ऑगस्ट, २०१६

P Book ISBN 9788171616640

E Book ISBN 9789386175557

E Books available on : play.google.com/store/books
m.dailyhunt.in/Ebooks/marathi
www.amazon.in

वामन मल्हार जोशी

१

बाळपण रम्य असते, ही कवींची आवडती उक्ती मी अगदी बाळपणापासून ऐकत आलो आहे. मी लहान होतो, तेव्हा हे सुभाषित ऐकून मला वाटे, खोटे बोलणे हा काव्यशास्त्रात गुन्हा नसावा! नाटकाचा खरा रसास्वाद नटापेक्षा प्रेक्षकच घेऊ शकतो, अशी मनाची समजूत घालीत पुढे पुढे मी ही उक्ती खरी मानू लागलो. पण तिच्यात सत्यापेक्षा सौंदर्यच अधिक आहे, अशी आता माझी खात्री झाली आहे. प्रौढ मनुष्य आपल्या पूर्वजीवनाचे सिंहावलोकन करू लागला, म्हणजे त्याच्या मनात ज्या गोड आठवणी जागृत होतात, त्या बहुधा बाळपणातल्या नसतात. लहानपणीचे अतिशय उत्कट अथवा तीव्र प्रसंग माणसाच्या मनात घर करून राहतात; नाही, असे नाही. पण त्यांची प्रतिबिंबे अंधूक असतात. स्मृतीतल्या त्यांच्या अस्पष्ट सावल्या संमिश्र भासतात. बाल्य व यौवन यांच्या दरम्यान जो मुग्धपणाचा काल असतो, त्यातल्या मधुर आठवणी मात्र जन्मभर मनुष्याची सोबत करीत राहतात.

निदान माझा तरी असा अनुभव आहे. कॉलेजचा विद्यार्थी म्हणून पुण्यात १९१४ पासून पुढे मी जी दोन-तीन वर्षे काढली, त्या वेळच्या अनेक आठवणी स्पष्टपणे अजून माझ्यासमोर उभ्या आहेत. ब्रिटिश सरकारने लोकमान्य टिळकांना मंडालेहून अचानक मध्यरात्री गायकवाडवाड्यात आणून सोडले, ही बातमी एके दिवशी सकाळी पुण्यात घरोघर पसरली. राम वनवासाहून परत आल्यावर आयोध्येला जो आनंद झाला असेल, तो पुण्यनगरीच्या प्रफुल्लित मुखावर झळकू लागला. मग त्या दिवशी कुठलं आलंय कॉलेज आणि कोण लेकाचा करतोय अभ्यास! आम्हा विद्यार्थ्यांचे थवेच्या थवे गायकवाडवाड्याकडे जाऊ लागले. तिथल्या अंगणात मध्यभागी उघडे बसलेले टिळक अजून मला आठवतात. तो माझ्या आयुष्यातला एक अत्यंत पवित्र क्षण होता, असे मला वाटते. आपल्याच तंद्रीत रस्त्याने जात

असताना एकदम मागे परतून 'तुम्हाला ओळखलं नाही हं मी. क्षमा करा' असे म्हणून नमस्कार करून जाणारी त्या काळातली बालकवींची ती साधीभोळी, निष्कपट मुद्रा अद्यापीही माझ्या डोळ्यांपुढे उभी राहते. माडीवरल्या खिडकीपाशी बसून समोरच्या पिंपळाच्या सळसळीलाही मागे टाकणारे गडकऱ्यांच्या बुद्धीचे ते तरल नृत्य अजूनही आपण पाहत आहोत, असा मला भास होतो. त्या वेळच्या अशा अनेक व्यक्तींच्या, स्थळांच्या आणि अनुभवांच्या मधुर स्मृतींतच वामनराव जोश्यांच्या 'रागिणी'ची मी गणना करतो.

मासिक 'मनोरंजना'तून ही कादंबरी प्रसिद्ध होऊ लागली, तेव्हा अच्युतराव कोल्हटकरांच्या 'संदेशा'प्रमाणे तिच्यावरही आम्हा विद्यार्थ्यांच्या उड्या पडू लागल्या. चालू अंकातली 'रागिणी'ची प्रकरणे वाचली, की पुढली प्रकरणे केव्हा वाचायला मिळतील, असे त्या वेळी मला होऊन जाई. महिन्याची पहिली तारीख झाली, की अनेक विद्यार्थी घरून येणाऱ्या मनीऑर्डरची वाट पाहत उभे राहत. मीही तसाच अधीरपणाने पोस्टमनाच्या पावलाची चाहूल घेत असे. पण ती मनीऑर्डरीसाठी नव्हे, तर मासिक मनोरंजनाच्या अंकासाठी! 'मनोरंजन' मासिक अनियमितपणाच्या बाबतीत नियमित असल्यामुळे माझ्यावर निराश होण्याचे प्रसंग फार येत. पण शेवटी एकदा नवसाने नवा अंक हाती पडला आणि त्यातली 'रागिणी'ची प्रकरणे वाचली, की साऱ्या निराशेची भरपाई होई. हरिभाऊंच्या कादंबऱ्यांपेक्षा काही तरी नवीन आपल्याला वाचायला मिळत आहे, याबद्दल त्या वेळी सुद्धा मला शंका नव्हती. 'रागिणी'त तरुण पिढीच्या बुद्धीला रिझविणारी भाषाशैली होती. तिच्यात आमच्या सभोवती चालणाऱ्या चर्चांची आणि दिसणाऱ्या माणसांची प्रतिबिंबे होती. त्या वेळी पदवीधर स्त्रिया फार थोड्या होत्या. त्यामुळे लोकांना एम. ए. पर्यंत पोहोचलेली बाई हा बायकांचे राज्य स्थापन करणाऱ्या प्रमिलेचा विसाव्या शतकातला अवतारच वाटे. अशी एखादी विदुषी सभेत जोरजोराने भाषण करताना 'पुरुषांना चाबकाने फोडून काढले पाहिजे', असे म्हणू लागली, की मला वामनरावांच्या बंडखोर उत्तरेची नकळत आठवण होई. नात्यापात्यांतल्या एखाद्या बालविधवेच्या मनाची कुंचबणा लक्षात आली, की रागिणी नकळत डोळ्यांपुढे उभी राही. आनंदरावप्रमाणे विज्ञानाच्या साहाय्याने देशोद्धार करण्याचे बेत तर त्या वेळी खुद्द मी स्वत:च करीत होतो!

'रागिणी'मुळे मी वामनरावांचा चाहता झालो. पण पुढे लवकरच मी पुणे सोडून गेल्यामुळे त्यांना प्रत्यक्ष पाहण्याचा योग दहा वर्षांनी मला लाभला. १९२६ साली श्रीपाद कृष्ण कोल्हटकरांच्याबरोबर मे महिन्याची सुट्टी घालविण्याकरिता मी पुण्याला गेलो. ज्या गावी जायचे, तिथल्या सर्व मित्रमंडळींना अगदी अगत्यपूर्वक भेटायचे, असा श्रीपाद कृष्णांचा नियम असे. एखाद्या सभारंभाच्या कार्यक्रम - पत्रिकेप्रमाणे त्यांचे हे भेटीगाठीचे काम नियमितपणे चाले. भाविक मनुष्याने गुरुवारी दत्त,

शुक्रवारी अंबाबाई, शनिवारी मारुती वगैरे देवतांची जशी न चुकता दर्शने घ्यावी तसे ते आपल्या मुक्कामात प्रत्येक मित्राला भेटत. त्यांच्या ह्या परिभ्रमणात एके दिवशी वामनरावाच्यांकडे जायचे ठरले. हिंगण्याला गेल्यावर वामनराव कुठे आहेत, म्हणून मी चौकशी केली. कुणी तरी मला एक खोली दाखविली. कोल्हटकरांची दृष्टी फार अधू झाली असल्यामुळे त्यांना बाहेर उभे करून मी वामनराव आत आहेत, की काय, हे पाहण्याकरिता पुढे झालो. खोलीचे दार मी हळूच उघडले. आत कोणीच नव्हते. मात्र इकडे तिकडे बरेच कागद अस्ताव्यस्त पसरले होते. त्यांत वर्तमानपत्रे होती, विद्यार्थ्यांच्या प्रश्नपत्रिका होत्या; सर्व काही होते. खोलीत फारसे सामान नसूनही ती अव्यवस्थित दिसत होती. जणू काही आगगाडीचा तिसऱ्या वर्गाचा डबाच! ही उपमा ज्यांना थोडीशी विचित्र वाटेल, त्यांच्याकरिता माझ्या डोळ्यांपुढे त्या वेळी उभ्या राहिलेल्या दुसऱ्या एका दृश्याचा उल्लेख करतो. मला वाटले-ईशचिंतनात दंग असलेल्या एखाद्या विरक्त साधूची मठी आहे ही! मी त्या मठीचे दर्शन घेऊन परत फिरणार, इतक्यात वामनरावच तिथे आले. मी कोल्हटकरांना खोलीत घेऊन आलो. गप्पागोष्टी सुरू झाल्या. केळकरांप्रमाणे वामनरावही सावंतवाडीला आम्ही काढलेले 'वैनतेय' वर्तमानपत्र नियमाने वाचीत असत. त्यात 'गाढवाची गीता' ही माझी विनोदी लेखमाला नुकतीच येऊन गेली होती. तिच्यासंबंधी केळकरांनी 'गाढवाची गीता लिहिणारे खांडेकर तुम्हीच ना?' असा प्रश्न मला प्रथमदर्शनीच केला होता. वामनरावांची भेट होताच त्यांनीही मला तेच विचारले. पण त्यांची प्रश्न विचारण्याची पद्धत निराळी होती. ते म्हणाले,

'वैनतेयामध्ये 'गीता' येत होती, ती तुमचीच ना?'

विनोद करणारा मनुष्य नकळत मर्यादेचे उल्लंघन करतो, असा सर्वसामान्य अनुभव आहे. पण वामनरावांचे सौजन्य त्यांच्या विनोदबुद्धीहूनही मोठे आहे, हे मला त्या एका वाक्यावरून कळून चुकले. किंबहुना आंतरिक अभिजात सौजन्य हाच त्यांच्या जीवनाचा आणि म्हणूनच वाङ्मयाचा स्थायिभाव होता. १९३० साली वामनराव मडगावच्या साहित्यसम्मेलनाचे अध्यक्ष झाले. त्या वेळी श्रीपाद कृष्ण कोल्हटकर समोर येताच एखाद्या शिष्याने गुरूसमोर किंवा धाकट्या भावाने वडील भावापुढे विनयाने उभे राहावे, तसे ते चटकन उठून उभे राहिले. ज्या सन्मानावर त्यांचा नि:संशय अधिकार होता, त्यानेसुद्धा ते संकोचल्यासारखे झाले होते.

१९३५ पासून त्यांचा माझा अधिक निकट संबंध आला. आम्ही वारंवार भेटू लागलो. काही वेळा एके ठिकाणी राहिलो. चार चार तास संभाषणात आणि काव्यशास्त्र - विनोदात घालविले. खासगी, वाङ्मयीन व सार्वजनिक अशा अनेक विषयांवर ते नेहमी अगदी मनमोकळेपणाने बोलत. त्यांची विद्वत्ता, त्यांची रसिकता, त्यांचा त्याग, त्यांचा संयम, शास्त्रीय आणि ललित असे दोन्ही प्रकारचे वैशिष्ट्यपूर्ण

वाङ्मय निर्माण करण्याचे त्यांचे सामर्थ्य, इत्यादी अनेक गोष्टींमुळे त्यांच्याविषयी मला वाटणारा आदर पुढल्या आठ वर्षांत अधिकच वृद्धिंगत होत गेला. अनेक मोठ्या मानल्या जाणाऱ्या नेत्यांच्या, वक्त्यांच्या, कलावंतांच्या आणि कार्यकर्त्यांच्या बाबतीत प्रेक्षकाला दोन चश्मे वापरावे लागतात. एक जवळून पाहायचा आणि दुसरा दुरून बघायचा. पण वामनरावांच्या बाबतीत आत आणि बाहेर, दूर आणि जवळ हे शब्द एकरूप होते. तिथे अष्टौप्रहर एकच चश्मा चाले.

त्यांच्या या निरुपम व्यक्तित्वाचा आत्मा सर्वस्पर्शी सौजन्य हाच होता. विविध मोहक रंग असणाऱ्या एखाद्या पुष्पाच्या मंद सुगंधाने मन पुलकित व्हावे, तसे त्यांच्या संगतीत वाटे. ते सत्याचे पूजक होते. पण सत्यशोधनाकरिता पदोपदी मूर्तिभंजनाचा मार्ग त्यांनी कधीच स्वीकारला नाही. एखाद्या निद्रित बालकाच्या तोंडावरले पांघरूण त्याची आई जशी हलक्या हाताने दूर करते, त्याप्रमाणे सत्यावर स्वार्थाने आणि सत्तेने घातलेली आवरणे ते हलक्या हाताने बाजूला करीत असत. सत्याइतकेच ते सौंदर्याचेही उपासक होते, पण त्यांच्या सौंदर्यपूजेत भोगलोलुपतेचे प्राबल्य नाही; तिच्यात रम्य आणि उदात्त अशी सात्त्विकता आहे. पौर्णिमेच्या चांदण्यात समुद्राची भरती पाहण्यात जो आनंद आहे, तो त्याच्या समतोल विवेचक बुद्धीच्या प्रकाशात प्रत्येक प्रश्नाचे जे विविध पैलू दिसत, ते पाहताना होई. त्यांचे वाङ्मय वाचताना व त्यापेक्षाही त्यांच्या सहवासात वावरताना मनाला न कळत शांती लाभे. देवघरातल्या नंदादीपाच्या प्रकाशात किंवा एखाद्या टेकडीवर बसून प्रात:काळी पाहिलेल्या सूर्योदयात जी प्रशांत प्रसन्नता जाणवते, तीच वामनरावांच्या संभाषणात अनुभवाला येई. समाजात मोठेपणा मिळविणाऱ्या काही माणसांत बुद्धीची उंची दृष्टीला पडते, काही व्यक्तींत प्रतिभेची भरारी आढळते, काही आत्मकर्तृत्वाची उत्तुंग शिखरे म्हणून आपल्याकडून मानाचे मुजरे घेतात. असे वैशिष्ट्य सांगायचे झाले, तर 'नैतिक उंचीचा आदर्श' असाच मी वामनरावांचा उल्लेख करीन. मराठी साहित्याच्या अभ्यासकांपलीकडे त्यांच्या व्यक्तित्वाचा परिमल यापुढे पोहोचणार नाही, हे खरे. पण त्यांचा अनुक्रमांक कुठेही लागला, तरी ख्रिस्त आणि बुद्ध, एकनाथ आणि तुकाराम, आगरकर आणि गांधी यांच्याच वर्गात महाराष्ट्राचे भावी इतिहासकार त्यांचे नाव घातल्याशिवाय राहणार नाहीत.

२

वामनरावांच्या वाङ्मयात जी सजीवता, जे ध्येयवादित्व आणि जी विचारप्रेरकता आढळते, त्यांचा उगम अशा प्रकारच्या विकसित व्यक्तित्वात आहे. ते व्यक्तित्व इतके प्रामाणिक होते, की 'तुमच्या वाङ्मयाने नवी स्त्री निर्माण केली', असे जर कोणी त्यांच्या तोंडावर म्हटले असते, तर लगेच हातातल्या सिगारेटचे दोन झुरके घेऊन मगाच्या तक्क्यावर थोडेसे अधिक रेलत आणि स्मित करीत ते म्हणाले

असते, 'सत्यं ब्रूयात, प्रियं ब्रूयात हे वचन तुम्ही विसरला आहात, असं दिसतं. अहो, वाङ्मय कितीही चांगलं झालं, म्हणून ते काही नवीन जग निर्माण करू शकत नाही. ते काम निराळ्याच लोकांचं आहे. गांधींचा सत्याग्रहाश्रम या नावाचा एक लेख मी फार पूर्वी लिहिला होता. तुम्ही बहुतेक तो वाचलाही नसेल, म्हणा. मिल्टन न वाचताच त्याची लोक फार स्तुती करीत, म्हणे! आमचं मोठेपणही तसंच आहे. त्या लेखाच्या आरंभी मी जे लिहिलं होतं, तेच तुम्हाला सांगतो, म्हणजे झालं – काही लोक नुसते बोलत नाहीत, तर आपल्या मताप्रमाणे सुधारणा घडवून आणण्याचा प्रयत्न करतात; आणि या अशा कर्तृत्ववान लोकांच्याच म्हणण्याला किंमत आहे. इतरांच्या बोलण्याने हवेमध्ये ज्या लाटा उत्पन्न होतील व लिहिण्याने कागदावर जी शाई फासली जाईल, त्यापेक्षा अधिक परिणाम जगाला दिसून येणार नसल्यामुळे त्यांच्या मताची किंमत बेताचीच समजली पाहिजे. कर्तृत्ववान पुरुषाचे मत हवेमध्ये उत्पन्न होऊन हवेतच लय पावत नाही, तर ते निराळ्या प्रकारचे लोक निर्माण करते किंवा करू पाहते. जुन्या समजुतींना, प्रवृत्तींना व रूढींना ते मुळासकट हलवू लागते व एकंदरीत नवेच जग निर्माण करीत असते. अर्थात जितके कर्तृत्व अधिक, तितका नव्या व जुन्या जगामध्ये फरक अधिक. मोहनदास करमचंद गांधींना दक्षिण आफ्रिकेत दहा वर्षांपूर्वी जे जग आढळले, त्यामध्ये त्यांनी किती तरी फरक घडवून आणला. प्रो. कर्वे यांनी हिंगणे येथे लहानसे नवीनच जग निर्माण केले आहे.' एवढे सांगून ते म्हणाले असते, 'अहो, खरी नवी स्त्री आमच्या अण्णांनी निर्माण केली. ते सूत्रधार. आम्ही आपले पारिपार्श्वक. मधून आ करायचे... मधून फुले उधळायची...'

ज्याला त्याला आपल्या धंद्याचा अभिमान वाटावा, हे स्वाभाविकच आहे. पण या अभिमानाचे रूपांतर लवकरच अंध अहंकारात होते, असा नेहमी अनुभव येतो. चांगली टोपी किंवा चांगले पायताण तयार करणे ही सुद्धा एक कला आहे, यात शंका नाही. पण असा कलावंत टोपीवाला, माझ्या टोप्या नसत्या, तर सारे लोक उन्हाच्या तीव्र झळा लागून बेशुद्ध पडले असते, असे म्हणू लागला किंवा चांगली पायताणे शिवणारा चांभार आपल्यामुळेच लोक चालू शकतात, असे प्रतिपादन करू लागला, म्हणजे त्यांचे जगात हसू होते. अनेक साहित्यिकही आपल्या कलेच्या, वाणीच्या, आणि लेखणीच्या सामर्थ्याविषयी अशाच प्रकारच्या बेफाट कल्पनांनी पछाडलेले असतात. केशवसुतांनी 'आम्ही कोण?' ही कविता आपल्याला उद्देशूनच लिहिली आहे, असा त्यांना भास होत असतो. पण विचारशील वामनराव एकंदर साहित्याचे सामर्थ्य आणि त्यातही आपल्या शक्तीच्या मर्यादा पूर्णपणे जाणून होते. म्हणूनच लेखनक्षेत्रात पाऊल टाकतानाच शब्द आणि कृती यांचे मूल्यमापन ते तटस्थपणाने करू शकले. स्वत:कडे परक्याच्या दृष्टीने पाहण्याचा दुर्मीळ गुण हा त्यांच्या व्यक्तित्वाचा सर्वांत मोठा विशेष मानता येईल. त्यामुळे ते लेखनापुरतेच

तत्त्वचिंतक राहिले नाहीत. अंतर्बाह्य, अष्टौप्रहर, आमरण ते अंतर्मुख आणि विचारशील होते. या अपूर्व वृत्तीमुळे सर्वसामान्य साहित्यिकाच्या ठिकाणी स्वत:च्या कलाकृतीविषयी आढळणाऱ्या अभिमानाचा उग्र दर्प वामनरावांच्यात कधीही जाणवत नसे. एखाद्या व्यवहारचतुर कादंबरीकाराला 'तुमची सर्वांत आवडती कादंबरी कोणती?' असे कुणी विचारले, तर आपल्या प्रतिभेचे माहात्म्य सिद्ध करण्याकरिता 'माझ्या सर्व कादंबऱ्या मला सारख्याच आवडतात, त्यांत सरस नीरस असे काहीच असू शकत नाही.' असे तो ताडकन उत्तर देईल! पण याच विषयासंबंधी एकदा गोष्टी निघाल्या असताना वामनराव मला म्हणाले होते, 'प्रत्येक लेखकाला आपली प्रत्येक कृती मोठी कलापूर्ण वाटत असते. आपला शब्द नि शब्द अमर वाङ्‌मयात जमा होणारा आहे, अशा धुंदीत तो लिहीत असतो. पण त्याची ही धुंदी पाहून बाजूला उभा असणारा काळपुरुष स्वत:शी स्मित केल्याशिवाय राहत नाही. कार्तिकी पौर्णिमेला नदीत सोडून दिलेल्या दिव्यांपैकी बहुतेक प्रथम चमकत आणि मग लुकलुकत थोड्या-फार अंतरावर बुडून जातात ना? कलाकृतींची तशीच स्थिती होते. पहिली पाच-दहा वर्षे त्यांचा खूप गाजावाजा होतो – प्रसंगी केलाही जातो! पुढे हळूहळू विद्वान लोकांच्या व्याख्यानांतून तेवढा त्यांचा उल्लेख कानांवर पडू लागतो. आणखी काही वर्षे लोटली, की काळपुरुषाच्या अडगळीच्या खोलीत त्या कृती टाकल्या जातात. माझे काय किंवा तुमचे काय, एखादेच पुस्तक पुढल्या पिढ्यांपर्यंत पोहोचू शकेल! माझी 'रागिणी' किंवा 'इंदु काळे', तुमची 'उल्का' -'

काळपुरुष इतक्या कठोर दृष्टीने त्यांच्या कृतीकडे पाहील, असे मला वाटत नाही. 'नीतिशास्त्र-प्रवेश', 'इंदु काळे व सरला भोळे', 'सुशीलेचा देव', 'विचारसौंदर्य' आणि 'स्मृतिलहरी' ही त्यांची पाच पुस्तके भावी महाराष्ट्र मोठ्या आनंदाने वाचत राहील, अशी माझी खात्री आहे. मात्र वामनरावांची ही न्यायनिष्ठुरता पाहिली, म्हणजे जो आनंदाने स्वत:चा शत्रू होतो, तोच आपल्या आत्म्याचा चिरंतन मित्र होऊ शकतो, असा विचार मनात आल्यावाचून राहत नाही!

हे मनाचे माधुर्य, हे विकसित आत्म्याचे सौजन्य वामनरावांच्यात कसे निर्माण झाले, हे पाहणे मोठे मनोरंजक आहे. ते श्रेष्ठ दर्जाचे शिक्षक होते, पहिल्या प्रतीचे साहित्यिक होते, त्यागी समाजसेवक होते. हे किंवा अशा प्रकारचे गुण अंगी असणाऱ्या इतर अनेक व्यक्तींत कुठे अहंकार, कुठे अभिनिवेश, कुठे क्षुद्रपणा, कुठे चिडखोरपणा अशी अनेक वैगुण्ये आढळतात. पण वामनरावांच्या डोळ्यांवर बुद्धीचा, त्यागाचा, कीर्तीचा-कशाचाही धूर कधी क्षणमात्र चढला नाही. धोंडोपंत बर्वे व विनायकराव भोळे या त्यांच्या मानसपुत्रांत त्यांच्या या अविस्मरणीय व्यक्तित्वाच्या अनेक छटा प्रतिबिंबित झाल्या आहेत, हे खरे! पण काही झाले, तरी ते पाण्यात पडलेले इंद्रधनुष्याचे प्रतिबिंब आहे. ते आकाशातले विशाल आणि मोहक इंद्रधनू

नव्हे. त्यांच्या या व्यक्तित्वाचा विकास कसा होत गेला, हे कळायला त्यांनी आत्मचरित्रच लिहायला हवे होते. महात्मा गांधी किंवा लक्ष्मीबाई टिळक यांच्या आत्मवृत्तांइतके ते नि:संशय सरस आणि जीवनदर्शी झाले असते.

मात्र त्यांचे आत्मचरित्र उपलब्ध नसले, तरी त्यांच्या उदात्त व्यक्तिमत्त्वाची घडण कशी झाली, याविषयी त्यांच्या अनेक उद्गारांवरून अनुमाने काढणे फारसे कठीण नाही. एके ठिकाणी ते म्हणतात, 'संसाराकडे पाहण्याची जी माझी एक बरी-वाईट, सदोष-निर्दोष दृष्टी व वृत्ती आहे व जी अर्थात माझ्या लेखनामध्ये प्रतिबिंबित झाली असलीच पाहिजे, त्या वृत्तीचे मूळ माझ्या कौटुंबिक अनुभवांत आहे. माझी आई, माझ्या बहिणी व भाऊ ही मंडळी फार प्रेमळ असल्यामुळे व माझे लहानपणीचे तरी कौटुंबिक आयुष्य फार सुखात गेल्यामुळे मुलाबाळांनी व इतर माणसांनी गजबजलेल्या कौटुंबिक जीवनाची मला मनापासून आवड आहे.' या स्नेहशील कौटुंबिक जीवनक्रमातच वामनरावांचे रसिक व विद्वान वडील बंधू महादेव मल्हार जोशी यांचे संस्कार त्यांच्या मुग्ध मनावर झाले असावेत. महादेव मल्हार जसे मोठे पंडित, तसेच तत्त्वचिंतक व साहित्यप्रेमी होते. ह्या सर्व गुणांचा वारसा वामनरावांनी त्यांच्याकडून घेतला. बंगालची फाळणी आणि तिच्या आगेमागे झालेल्या अनेक प्रक्षोभकारक घटना यांमुळे ज्या अनेक तरुणांच्या मनांत राष्ट्रीय विचारांच्या उत्तुंग लाटा उचंबळू लागल्या होत्या, त्यांत वामनरावही होते. त्यांच्यासारख्या विद्वान मनुष्याला त्या वेळी सुखासीन सरकारी नोकरी मिळणे मोठे सुलभ होते. तशी नोकरी त्यांच्यापुढे चालूनही आली होती. तिच्याकडे पाठ फिरवून विजापूरकरांच्या 'विश्ववृत्ता'ला आणि राष्ट्रीय शिक्षण देणाऱ्या त्यांच्या समर्थ विद्यालयाला वामनराव मिळाले. ही टिळक-आगरकरांची पवित्र परंपरा होती. देशातली तरुण पिढी नवीन विचारांनी भारली गेल्याशिवाय, तिचे जीवनविषयक तत्त्वज्ञान आमूलाग्र बदलल्याशिवाय, राष्ट्राच्या पायांतल्या पारतंत्र्याच्या शृंखला तोडण्याचे सामर्थ्य तिच्यात येणार नाही, या श्रद्धेतूनच समर्थ विद्यालय जन्माला आले. वामनराव तत्त्वनिष्ठेने प्रेरित होऊन तिथे शिक्षक झाले. त्यांच्या मनातला हा देशभक्तीचा अंगार शेवटपर्यंत कायम होता. 'विश्ववृत्ता'वर खटला झाला, तेव्हा आक्षेपार्ह ठरलेला लेख वामनरावांचा नसूनही, त्यांनी धैर्याने तुरुंगाचा रस्ता सुधारला. कारागृहातल्या हालअपेष्टांमुळे वामनरावांच्या मनातल्या निखाऱ्याचे कोळसे झाले, अशी काही लोकांची कल्पना आहे. पण तिच्यात सत्यापेक्षा कल्पनेचाच भाग अधिक आहे. तुरुंगातून बाहेर आल्यावर पुढे सात-आठ वर्षे पुण्या-मुंबईतल्या वृत्तपत्रांत स्थिर होण्याचा वामनरावांनी प्रयत्न केला; पण तो त्यांना साधला नाही. त्यांच्या बाबतीत तो यशस्वी होणे अशक्यच होते. त्यांची वृत्ती काय किंवा लेखणी काय, साहित्यिकाची होती; ती पत्रकाराची नव्हती. या काळात बेकारीची दु:खेही त्यांनी भोगली. शेवटी महर्षी कर्व्यांच्या शिक्षण-संस्थांत काम करायचे ठरवून, ते तिथे आजीव सदस्य झाले. केवळ वर वर पाहणारे, वामनरावांनी प्रक्षुब्ध राजकारणाकडे पाठ फिरवून,

जिथे वादळी वाऱ्याचा फारसा त्रास होणार नाही, असे निवांत कार्यक्षेत्र शोधून काढले, असा या घटनेचा अर्थ करतात. पण या निवडीच्या मुळाशी पळपुटेपणाची भावना अथवा स्वास्थाची आणि सुखवस्तुपणाची इच्छा नव्हती. प्रतिकूल परिस्थितीतही वामनराव आपल्या ध्येयाचीच पूजा करीत राहिले. ते हाडाचे देशभक्त होते, हे खरे! पण व्यासपीठावरले अथवा वर्तमानपत्रांतले धकाधकीचे आणि हाणामारीचे राजकारण त्यांच्या स्वभावाला मानवणे शक्य नव्हते, हे त्याहूनही खरे आहे.

तसे पाहिले, तर राजकारण नेहमीच एकाक्ष असते; आणि वामनराव तर कुठलीही गोष्ट दोन्ही डोळ्यांनी पाहणारे, एवढेच नव्हे, तर तिच्या दोन्ही बाजू पुन: पुन्हा पाहून मगच तिच्याविषयी मत बनविणारे. वामनरावांच्यांत धैर्य होते; पण ते रानावनांत ध्यानधारणेला बसणाऱ्या संन्याशाचे धैर्य होते. रणगर्जना करीत शत्रूवर तुटून पडणाऱ्या आणि तलवार गाजविणाऱ्या माणसाच्या अंगी जी अटीतटीची मनोवृत्ती असावी लागते, ती त्यांच्यात नव्हती. त्यांनी सार्वजनिक क्षेत्रात जे पहिले पाऊल टाकले ते शिक्षक म्हणून; पत्रकार म्हणून नव्हे! लढाऊ राजकारण खेळणाराला एक प्रकारची बेडर वृत्ती लागते. त्याला विशिष्ट पक्षाचा अभिनिवेश अंगी बाणून घ्यावा लागतो. तो स्वभावत:च त्यांच्यात नव्हता. वामनरावांचे मन हे सोने होते. सोन्याचे सुंदर अलंकार घडविता येतात. पण त्याची शस्त्रे होऊ शकत नाहीत. हत्यारे पोलादाचीच होतात. प्रकृती-धर्मांतले हे अंतर लक्षात घेतले, म्हणजे वामनराव राजकारणाच्या धकाधकीच्या मामल्यापासून पुढे का अलिप्त राहिले, हे उघड होते. केवळ भावनेला आवाहन देण्याची वृत्ती त्यांच्यात कधीच नव्हती. कोटीवर प्रतिकोटी करुन शाब्दिक विजय मिळविण्याची शक्ती अंगात असली, तरी जन्मजात सौजन्याने त्यांना तसे कधीच करू दिले नसते. या बाबतीत त्यांनी एके ठिकाणी स्वत:विषयी जे सांगितले आहे, ते विचार करण्याजोगे आहे. ते म्हणतात :

एका व्याख्यानात कोणता तरी मुद्दा सांगताना मी गाढवाचा दाखला दिला होता. त्या व्याख्यानाचा रिपोर्ट देताना 'संदेश' मध्ये 'वामनराव व गाढव' असा मथळा देऊन विनोद उत्पन्न करण्याचा अच्युतराव कोल्हटकरांनी प्रयत्न केला होता. त्यावर उत्तर देण्याकरिता एक पत्र लिहावे व त्या पत्राला 'वामनराव व गाढव; वामनराव व अच्युतराव यांचा वाद' असे मथळे द्यावेत, असे प्रथम वाटले. पण अच्युतरावांनी पुन्हा माझ्यावरतीच डाव उलटविला असता, या भीतीने (व इतर कारणांस्तव) मी ते पत्र लिहिले नाही. याच 'इतर कारणांस्तव' वामनरावांनी राजकारणात प्रत्यक्ष भाग घेतला नाही.

मात्र याचा अर्थ प्रचलित राजकारणाविषयी त्यांना प्रेम वाटत नव्हते, असे मुळीच नाही. गांधींच्या व्यक्तित्वाची आणि कार्याची मीमांसा ठिकठिकाणी त्यांनी जितक्या डोळसपणाने, तितक्याच सहृदयतेने केली आहे. १९४२ च्या स्वातंत्र्य-संग्रामाच्या वेळी प्रिन्सिपॉल या नात्याने कॉलेजवर तिरंगी झेंडा उभारू नका, असे

त्यांनी विद्यार्थिनींना सांगितले असले, तरी त्या वेळी गुप्त चळवळ करणाऱ्या तरुण देशभक्तांना विश्रब्ध विचारविनिमयाकरिता रात्री आपली राहती जागा देण्याइतके देशप्रेम आणि वात्सल्य त्यांच्या अंगी होते. अशा एका प्रसंगाचे वर्णन माझ्यापाशी करताना ते म्हणाले होते, 'अहो, आमच्यासारखी माणसं ह्या चळवळीला मनातून अनुकूल नाहीत, असं का तुम्हाला वाटतं? रंगभूमीवर माणसानं जो पार्ट घेतला असेल, त्याला शोभेल, असेच हावभाव त्याला करावे लागतात. अगदी जाडा संस्कृत पंडित असला तरी रंगभूमीवर गड्याचे काम करताना कुणबाऊ भाषा बोलल्याशिवाय त्याच्या कामाला रंग चढणार नाही. तसेच आहे हे! दिवसा मी मुलींना 'असं करू नका, तसं वागू नका, चळवळीत भाग घेऊ नका' असं सांगत असलो, तरी ती काही माझी खरी मतं असतात, असं नाही. या निशा सर्व भूतानां तस्यां जागर्ति संयमी! एकदा काय झालं, तुमच्या या भूमिगत मंडळींपैकी माझ्या ओळखीच्या एका तरुणाकडून मला एक चिठ्ठी आली. 'आम्हा कार्यकर्त्यांना रात्री एकत्र जमायचं आहे. पण आमच्यावर सध्या पाळत ठेवली जात आहे. आमच्या भेटीगाठींच्या इतर जागा पोलिसांना कळल्या आहेत. म्हणून आज रात्री आम्ही तुमच्या घरी जमणार आहोत' असं त्या चिठ्ठीत त्यानं लिहिलं होतं. झालं! रात्री एकामागून एक ती मंडळी येऊ लागली. मी सर्वांच्या तोंडाकडे पाहून त्यांचे नमस्कार घेत होतो. हा अमका, तो लेकाचा तमका, हे भराभर मी ओळखले. मात्र काहींचं वेषांतर बेमालूम झालं असल्यामुळं त्यांचे चेहरे पाहून मी गोंधळात पडलो. आत त्यांची बैठक सुरू झाली. मी बाहेर सिगारेट ओढीत फेऱ्या घालू लागलो. एक प्रकारचा पहाराच करीत होतो, म्हणाना मी! त्यांची बैठक संपल्याबरोबर ते सारे लोक पुन्हा मला नमस्कार करून पटापट निघून गेले. ते सुखरूप गेले, तेव्हा मला फार बरं वाटलं.'

वामनराव स्वभावत: साहसी नव्हते. विवेक आणि साहस ही जोडी सहसा एकत्र नांदत नाही, हे सर्वश्रुतच आहे. पण ते भित्रे नव्हते किंवा राजकारणाविषयी उदासीन झालेले नव्हते. त्यांचा प्रकृतिधर्म लढवय्याचा नव्हता. तो तत्त्वज्ञाचा होता. डायोजिनस या ग्रीक तत्त्वज्ञाला सम्राट अलेक्झांडरने 'महाराज, आपल्याला काय हवं? आपण मागाल, ते तत्काळ आपल्या सेवेला रुजू करतो', असे म्हटले. तेव्हा डायोजिनसने त्याला उत्तर दिले, 'बाबा, रे, मला दुसरं काही एक नको. तू मध्ये उभा राहिल्यामुळे माझ्यावर ऊन नीट पडत नाही. कृपा करून तू जरा बाजूला हो. एवढंच माझं तुझ्याकडं मागणं आहे.'

डायोजिनसच्या या वैराग्यपूर्ण उत्तरात एक प्रकारचे वीरत्व होते, हे नाकारता येणार नाही. वामनरावांच्या प्रकृतीतही याच प्रकारच्या विवेकाने वृद्धिंगत होणाऱ्या, वैराग्याच्या पार्श्वभूमीवर खुलणाऱ्या, जगाकडे औदार्याने आणि वात्सल्याने पाहून त्यातले दोष पोटात घालणाऱ्या, प्रशांत अशा वीरत्वाची झाक होती.

वामनरावांच्या मूळच्या चिंतनशील स्वभावाची अशा प्रकारच्या प्रसन्न आणि प्रशांत वीरत्वात कशी परिणती झाली असेल, याची अंधूक कल्पना त्यांच्याच एका आठवणीवरून करता येईल. ते म्हणतात :

'मी तुरुंगात असताना रोज चाळीस पौंड म्हणजे रॉकेलचा मोठा डबा भरून काही उरतील, एवढे जोंधळे काही दिवस दळण्याकरिता देत असत. माझे जाते खराब होते. म्हणून माझ्या हातून तेवढे जोंधळे दळून होत नसत. पण माझ्यावर पहारा करण्याकरिता ठेवलेला कैदी पहारेकरी (Convict overseer) जो होता, तो बलुची मुसलमान होता. त्याने आपल्या बायकोचा खून रागाच्या भरात केला होता. पण तो फार सज्जन होता... तो अतिशय धर्मवेडा होता. अशक्त झाला होता. पण त्याच्या रमजानच्या का कसल्या महिनाभर चालणाऱ्या रोजांच्या दिवसांत तो दिवसा तोंडात पाण्याचा थेंब घालीत नसे. त्याच्या अंगात अगदी त्राण नव्हते. पण पोटात अन्नपाणी नसतानादेखील तो भला चक्की पिसण्यात मदत करीत असे. मदत करताना त्याला कोणी पाहिले असते, तर त्याची पिवळी पगडी गेली असती. (म्हणजे ओव्हरसीअरच्या अधिकारावरून पदच्युत होऊन तो पुन्हा साधा कैदी झाला असता) आणि त्यालाच चक्की पिसण्याचे काम करावे लागले असते! चक्की पिसताना तो अगदी धापा टाकीत असे आणि आता यालाच घेरी येते, की काय, अशी मला भीती वाटत असे. पण तो आपला हट्ट सोडीत नसे. भत्त्याच्या वेळी मला भाकरी मिळे आणि तो ओव्हरसीअर म्हणून त्याला पोळ्या मिळत. त्यांतली तो एक मला देत असे. हेदेखील हुकुमाच्या विरुद्ध होते. जर जेलरने किंवा सुपरिंटेंडेंटने पाहिले असते, तर त्याची पिवळी पगडी गेली असती. पण त्याला 'नको, नको' म्हटले, तरी तो ऐकत नसे आणि मला पोळी खायला लावीत असे. त्याच्या अशा किती तरी गोष्टी सांगता येतील.'

गुन्हेगार म्हणून तुरुंगात आलेल्या व्यक्तीच्या आंतरिक सौजन्याचे वामनरावांना हे जे दर्शन झाले, त्याने त्यांच्या मनावर चिरंतन संस्कार केले. मनुष्य स्वभावतः दुष्ट नाही; अज्ञानामुळे, सामाजिक विषमतेमुळे, पदोपदी पिळवणूक झाल्यामुळे आणि योग्य वेळी जगातल्या मांगल्याचा साक्षात्कार न झाल्यामुळे तो दुष्ट होण्याचा संभव असतो, असे ते नेहमी म्हणत. त्यांचे हे जीवनविषयक तत्त्वज्ञान मृत्यूच्या क्षणापर्यंत अभंग राहिले. दुःख व दारिद्र्य यांचे चटके त्यांना आयुष्यात कमी बसले, असे नाही. अनेक कौटुंबिक आपत्तींनाही त्यांना वारंवार तोंड द्यावे लागले. शेवटच्या दहा वर्षांत त्यांच्या शरीरानेही त्यांच्याशी असहकारिता सुरू केली. पण त्यांनी ही सर्व विषे विवेकाच्या बळावर हसत पचविली. त्यांच्या मुखावरले ते मंद पण मधुर स्मित कधीही ढळले नाही. मधून मधून येणाऱ्या मनुष्य-स्वभावाच्या कटु अनुभवांनी किंवा सामाजिक जीवनात निर्माण होणाऱ्या दुष्ट चक्रांनी त्यांची जीवनाच्या मांगल्यावरली

श्रद्धा कधीही विचलित झाली नाही. कुणाच्याही पोटात शिरा, म्हणजे तुमच्या ओठांवर क्षमेचे शब्द आपोआप येतील. (To understand all is to forgive all) हे त्यांच्या जीवनसंगीताचे ध्रुवपद होते. त्यामुळेच रक्तक्षयाची भावना झाल्यावर एका डॉक्टरांनी उटकमंडच्या हवेत जाऊन राहण्याचा त्यांना सल्ला दिला, तेव्हा ते म्हणाले :

'अहो, साऱ्या हिंदुस्थानात रक्तक्षय काय मला एकट्यालाच झालाय? मुंबईच्या भिकार चाळीत एकेका खोलीत मजुराची दहा दहा माणसं राहतात. त्यांतल्या किती लोकांना ॲनीमिया होतो, याचा पत्ता चित्रगुप्तालासुद्धा लागत नसेल! ते कुठं उटकमंडला जातात?'

साहित्याच्या पवित्र क्षेत्रात मोठ्या मोठ्या लोकांनी चालविलेली धुळवड पाहून त्यांना फार वाईट वाटे. पण त्या गोष्टीविषयी कोणी अतिशय तीव्रतेने बोलले, म्हणजे वामनराव म्हणायचे :

'अहो, सभ्यपणाची किंमत कळायलासुद्धा जगात असभ्यपणाची जरुरी आहेच ना! अनुरूप पार्श्वभूमीशिवाय एखाद्या चित्राचं सौंदर्य कधी खुललं आहे का?'

या विनीत आणि विकसित व्यक्तित्वामुळे कोणत्याही प्रश्नाचा तर्ककर्कश विचार करू शकणाऱ्या त्यांच्यासारख्या तत्त्वज्ञाच्या स्वभावात आईचे वात्सल्य आणि वाङ्मयात कवीचे माधुर्य निर्माण होऊ लागले. माणसाच्या हृदयातल्या सौजन्यावर त्यांची श्रद्धा किती अपरंपार होती, आणि मानव जातीच्या भवितव्याविषयी त्यांचा आशावाद किती जबरदस्त होता, हे त्यांच्या खालील उद्गारांवरून दिसून येईल :

'माझ्यावर जरी अनेक दु:सह प्रसंग आले असले, तरी माझा एकंदरीत जगाचा अनुभव कटु नाही. जग हे वाईट माणसांनी भरले आहे, असा माझा अनुभव नाही. माझे अनेक ठिकाणचे अनुभव मला असे सांगतात की, जगात दुष्टपणापेक्षा अज्ञान व गैरसमज यांनी हरतऱ्हेच्या आपत्ती ओढवतात व तंटे-भांडणे उत्पन्न होतात. दु:खे जगात आहेतच. दुष्टपणाही आहे. परंतु प्रयत्न केला, तर जग पुष्कळ सुधारेल, अशी माझी कल्पना आहे. मला अशी आशा आहे की, पाच हजार, दहा हजार वर्षांनी म्हणा, किंवा लाख वर्षांनी म्हणा, असा एक दिवस येईल, की जेव्हा सर्वांना खाण्यापिण्यास पोटभर मिळेल. शुल्लक तंटेबखेडे पुष्कळ कमी होतील. समाजातील कृत्रिम भेद व त्यांमुळे उत्पन्न होणारी वैरे व युद्धे बंद होतील. ज्ञान व ज्ञानाची आवड, तसेच कला व कलेची आवड ही वृद्धिंगत होतील आणि खऱ्या नीतीची व धर्माची तत्त्वे साहजिकपणेच लोकांना इतकी प्रिय व आदरणीय होतील, की त्यांच्या अंमलबजावणीकरिता कृत्रिम निर्बंधांची, निषेधांची, कायद्यांची व तुरुंगांची आवश्यकता फारशी राहणार नाही.

या विचारसरणीचे प्रतिबिंबच त्यांच्या वाङ्मयात सर्वत्र पडले आहे.

३

तत्त्वविवेचक व वाङ्मयविवेचक या दुहेरी भूमिकेत वामनरावांनी जे लेखन केले आहे, त्यामुळे मराठीतल्या पहिल्या प्रतीच्या निबंधकारांत आणि टीकाकारांत त्यांची सदैव गणना केली जाईल. त्यांच्या निबंधांचे बळ आकर्षक भाषाशैलीत, प्रचाराच्या तीव्रतेमुळे येणाऱ्या आवेशात, सौंदर्याने मनाला मोहून सोडणाऱ्या कल्पकतेत, देशभक्तीसारख्या वाचकाच्या एखाद्या आवडत्या भावनेला मिळणाऱ्या आवाहनात किंवा सर्वसामान्य मनुष्याला रंजक रीतीने प्राप्त करून दिलेल्या ज्ञानात नाही. विचार-प्रवर्तन हा त्यांच्या निबंधाचा आत्मा आहे. ताक घुसळून जसे लोणी काढावे, त्याप्रमाणे 'ज्ञान हे विष, की अमृत?' यासारख्या लेखांतून वामनराव अत्यंत समतोलपणाने सत्यसंशोधन करतात. सांकेतिक सत्यांची, रूढ विचारांची, परंपरागत कल्पनांची पिंजण त्यांच्याइतक्या कुशलतेने दुसऱ्या कोणी क्वचितच केली असेल! विचार पारखून घेण्याची त्यांची ही असामान्य शक्ती लक्षात घेतली, म्हणजे त्यांचे स्थान राजवाडे, डॉक्टर केतकर वगैरेंच्या पंक्तीतच आहे, हे त्यांना संशयात्मा म्हणणाऱ्या टीकाकारांनाही कबूल करावे लागेल. त्यांचा 'नीतिशास्त्र-प्रवेश' हा ग्रंथ एके काळी गीतारहस्यासारखा जो लोकप्रिय झाला होता, तो कुठल्याही प्रश्नाचे सर्व पापुद्रे दूर करून प्रामाणिकपणाने त्याच्या गाभ्याला हात घालण्याच्या त्यांच्या या अपूर्व शक्तीमुळेच! सॉक्रेटिसाच्या संवादासारखे त्यांचे पुस्तक दीर्घकाळ लोकांच्या वाचनात राहिले नाही. पण त्यांच्या नीतिशास्त्र-प्रवेशाला मराठी शास्त्रीय वाङ्मयात नेहमीच मानाचे स्थान मिळेल.

या ग्रंथाचे वैशिष्ट्य तर्कतीर्थ लक्ष्मणशास्त्री जोशी यांच्या एका व्याख्यानातील खालील संकलित उद्गारावरून दिसून येईल. नीतिशास्त्र प्रवेश लिहिणाऱ्या वामनरावांच्या कर्तृत्वाचे मूल्यमापन करताना ते म्हणतात :

> 'नीतीचा विकास कसा होत आहे, याविषयी वामनरावांचे उत्तर संशयवादी नाही. हळुवार मूल्ये, मधुर कल्पना आणि सुंदर विचार यांनी नटलेले सौजन्य वामनरावांच्या लेखणीत आहे. कोणाच्याही श्रद्धेला ते धक्का देत नाहीत. एखाद्या उच्च सर्जनसारखे ते कुशल आहेत. त्यांची पद्धत म्हणजे जणू रोग्याला शस्त्रक्रियेसाठी दिलेला क्लोरोफॉर्म!
>
> तीत वकिली नाही, अभिनिवेश नाही. मनुष्याचे जे पावित्र्याचे शिखर, त्यावर उभे राहून मानवी संस्कृतीचा विकास होईल, अशा दृष्टीने ते जगाकडे पाहत आहेत. संदेश द्यायला ते धावले नाहीत. तितके ते विनयी व खरे तत्त्वजिज्ञासू आहेत. सतत ते नीतीच्या प्रवाहात राहिले आहेत. तर्काचे बंध कुठेही सुटलेले नाहीत. तर्काच्या तटांच्या मर्यादेत त्यांची ज्ञानगंगा वाहत

आहे. योग्य ठिकाणी बर्गसाँसारख्यांच्या तर्कटावर त्यांनी आघात केले आहेत...... त्यांनी सुखवादावर केलेले आघात फार चांगले आहेत. मिलच्या जनहितवादावर ते थोडा वेळ स्थिर झाले. पुष्कळांचे पुष्कळ सुख नाही, तर हित, हा महत्त्वाचा मुद्दा ते मान्य करतात. इथपर्यंत जाऊन ते आत्मविकासाकडे परत येतात. पण त्यांचा आत्मा वेदांतला किंवा उपनिषदांतला निरहंकार, निर्गुण, निर्लेप निराकार असा नाही. तो सगुण आत्मा आहे. अचिंत्य, अव्यक्त, अज्ञेय, असा तो आत्मा नाही. तर विचार, विकार, इंद्रियवासना, मंगल भावना त्याला आहेत. त्याला चिच्छक्ती आहे, जाणीव आहे. संसारातला आनंद घेणारा तो मानवी आत्मा आहे.

या आत्म्यातून त्यांनी विकासवादी नीतीचा पाया घातला आहे. स्वत:च्या जीवनाशी आणि त्याच्या विकासाशी जे संवादित्वाने जुळते, ती त्यांची नीती आहे. आत्मप्रामाण्य हा या नीतीचा बिंदू आहे.

तिच्यातून सर्व नीतीची मूल्ये निघतात. नुसता तार्किक नियम हा या ज्ञानाचा सापळा आहे. त्यात अनुभवाचा रस हवा.

ध्येय हा त्यांचा देव आहे. देव माणसाने निर्माण केला आहे. माणसाचे अंत:करण हे त्या देवाचे मंदिर आहे. इतर ध्येये बदलत असतील; पण आत्मविकास हे ध्येय बदलत नाही.'

वामनरावांच्या तत्त्वविवेचनाच्या पद्धतीवरून त्यांना संशयात्मा म्हणण्याची वहिवाट महाराष्ट्रात पडली. पण वस्तुत: ते संशयवादी नाहीत. भावनेप्रमाणे बुद्धीच्याही मर्यादा ते ओळखतात, एवढेच! समाजरचना काय, किंवा नीतिनियम काय, ज्या मनुष्यासाठी बदलायचे, त्याची विकासशक्ती किती आहे, याचीही त्यांना कल्पना आहे. केवळ मूर्तिभंजनाने नवे जग निर्माण होत नाही. मानवी मन हे विचारापेक्षा भावनेला चटकन वश होत असल्यामुळे जीवनातल्या सर्व समस्यांचा उलगडा केवळ तर्काने होऊ शकत नाही. या व अशाच प्रकारच्या इतर गोष्टी लक्षात घेऊन वामनराव कोणत्याही प्रश्नाविषयी मत देताना त्याच्या सर्व मर्यादा पाहतात. दुसऱ्या बाजूची प्रामाणिक जाणीव, मानवी मनाच्या अपूर्णतेची खात्री, हा जो त्यांचा महत्त्वाचा गुण, तोच लोकांच्या दृष्टीने त्यांचा मोठा अवगुण ठरला! पण तो खरोखर संशयवाद नव्हता; तात्त्विकदृष्ट्या तो सौजन्यवाद होता. आगगाडीतून उतारू परठिकाणी सुरक्षितपणे घेऊन जायची जबाबदारी ज्याच्यावर असते, तो इंजिनाइतकेच ब्रेकलाही महत्त्व देतो. वामनरावांची विवेचकता अशी व्यवहारसंमुख होती. प्रचलित विवाहसंस्थेविषयी त्यांनी एके ठिकाणी केलेले विवेचन या मनोवृत्तीचेच दर्शक आहे. ते म्हणतात :

विवाहसंस्थेत अर्थ नाही, व्यभिचारात काहीच पाप नाही, किंबहुना व्यभिचार या शब्दाला अर्थच नाही, तत्कालीन प्रेरणेवर, वासनेवर किंवा प्रेमावर स्त्री-पुरुषसंबंध आधारलेले असावेत, हा उपदेश समाजाला अपायकारक आहे. आज विवाहसंस्थेमुळे कोंडमारा होत आहे वगैरे सगळ्या गोष्टी मान्य; पण आजचे निर्बंध अजिबात काढून टाकले, तर कोंडमारा आजच्यापेक्षा अधिक होईल, अशी मला भीती वाटते. हे म्हणणे चमत्कारिक दिसेल, पण हे खरे आहे. आजचे निर्बंध काहीसे अंगवळणी पडलेले आहेत. लोकमताचा आणि कायद्यांचा त्यांना जबरदस्त पाठिंबा आहे. त्यामुळे मन कितीही ओढाळ असले, तरी ते आटोक्यात ठेवणे सुलभ नाही, तरी काही अंशी तरी शक्य होते. पण निर्बंध दूर केल्यास कुठल्याही स्त्रीकडे पुरुषाचे मन धावेल आणि मग नियमन करण्याची सध्याची कारणे नष्ट झाल्यामुळे आणि सर्व वासनांचे सर्व काळी समाधान होणे शक्य नसल्यामुळे कोंडमारा अधिक होईल आणि तो अधिक जाचक होईल. मोटारी डाव्या बाजूने न्याव्यात व भर रस्त्यातून अमुक वेगापेक्षा अधिक वेगाने चालवू नयेत, अशा प्रकारचे विधिनिषेधात्मक कृत्रिम समाजकृत नियम कित्येक वेळा नाहक जाचक होणारे असतील. पण सगळे लोक समंजस आहेत, ते स्वातंत्र्याचा दुरुपयोग करणार नाहीत, हे गृहीत धरणे साध्या मोटारी चालविण्याच्या बाबतीत जर धोक्याचे आहे, तर ते दुर्दमनीय अशा कामवासनेच्या बाबतीत किती धोक्याचे असेल, याची कल्पना करावी! ज्या नियमनांच्या योगे सुव्यवस्था राहते, आणि ज्यांच्या अभावी सामाजिक अनवस्था प्रसंग येण्याचा प्रसंग येण्याचा संभव असतो, ती नियमने इष्ट असतात.

ती असावीत, किंबहुना ती राहू द्यावीत, असा आग्रह धरावा. इतकेच नव्हे, तर अशी नियमने असणे यातच संस्कृति-रक्षणाचे व वर्धनाचे बीज असल्यामुळे–संस्कृती त्यामुळेच शक्य असल्यामुळे–ती नियमने असणे हा एक आपल्या सामाजिक व्यवस्थेचा पाया आहे. 'Restraints are our rights' असे बर्कने म्हटले आहे, ते याच अर्थाने!'

वामनरावांचे असले विचार वाचून ते सनातनी झालेले सुधारक होते, असे म्हणण्याचा मोह अनेकांना होईल. पण ते सनातनीही नव्हते आणि क्रांतिकारकही नव्हते. ते सुधारक होते. स्वत: अधिक चांगले होऊ इच्छिणाऱ्या, जगातली दु:खे कमी व्हावीत, म्हणून प्रामाणिकपणे प्रयत्न करणाऱ्या सत्प्रवृत्त सामान्य मनुष्याचे ते प्रतिनिधी होते.

वामनरावांचे अशा प्रकारचे विवेचक लेख वाचीत असताना राहून राहून एक

गोष्ट मनात आल्यावाचून राहत नाही. ती म्हणजे जोड, रसेल, हक्स्ले वगैरे निबंधकारांप्रमाणे सामाजिक प्रश्नांकडे समतोलपणाने पाहाणारा त्यांचा चिकित्सक दृष्टिकोन—सत्यसंशोधनाच्या एकमेव हेतूने कुठल्याही गोष्टीचे पृथक्करण करण्याची त्यांची पात्रता. समाजात मोठमोठी मानली जाणारी माणसे बहुधा तीव्र बुद्धीची, पण उथळ मनाची असतात. ती जुन्याची पूजा करोत वा निंदा करोत, नव्याचा स्वीकार करीत अथवा तिरस्कार करोत, त्यांच्या अभिप्रायाला शास्त्रीय दृष्टीचा, जीवनविषयक निश्चित तत्त्वज्ञानाचा अथवा प्रामाणिकपणाने घेतलेल्या विविध अनुभवांचा आधार असत नाही. मानवी जीवनात चिरंतन व क्षणभंगुर मूल्यांचा संकर नेहमीच चाललेला असतो. क्षणभंगुरता चिरंतनाला पराभूत करीत आहे, हे दृश्यही तिथे वारंवार दृष्टीला पडते. तांदळांतले खडे जसे डोळे फोडून वेचून काढावे लागतात, तशी शाश्वत मूल्यांपासून क्षणिक मूल्ये विचारवंतांना निराळी करून दाखवावी लागतात. सामान्य मनुष्याच्या किंवा पैसा, प्रतिष्ठा, सत्ता, इत्यादिकांच्या बळावर त्याचे पुढारीपण करणाऱ्या व्यक्तींच्या अंगी ही सूक्ष्मदृष्टी सहसा असत नाही. पण ही दुर्मीळ गोष्ट स्वभावत:च वामनरावांना साध्य झाली होती. आयुष्यातल्या अनुभवांनी त्यांची ही दृष्टी सूक्ष्मतर केली. कालची फुले आज निर्माल्य होतात. कालची नीती आणि कालच्या चालीरीतीही आज तशाच निरुपयोगी वाटू लागतात. पण बकुळीची फुले सुकली, तरी त्यांचा सुगंध जसा दीर्घकाल टिकतो, त्याप्रमाणे परंपरागत संस्कृतीतही जीवनपोषक अशा अनेक गोष्टी असतात. वामनरावांना या सत्याची परिपूर्ण कल्पना होती. त्यामुळे नव्या विचारांचा पुरस्कार करतानाही त्यांच्या मर्यादा आणि त्यांतून निर्माण होणारी सुखे आणि संकटे यांचे ते चटकन आकलन करू शकत. 'सुशीलेच्या देवा'मध्ये लहानपणी दगडी देवाच्या मूर्तीला नमस्कार करणाऱ्या मुलीचा जीवनविकास होता होता तिला ध्येय हाच आपला देव कसा वाटू लागतो, याचे चित्र ते या शक्तीमुळेच सहृदयपणाने रंगवू शकले. त्यांच्या या शक्तीचा उगम तर्ककर्कश पण सहृदय, आत्मनिष्ठेला न दुखविता वस्तुनिष्ट होऊ शकणाऱ्या, मनुष्यमात्रातल्या दोषांचा, ती स्वाभाविक मानसिक व्यंगे आहेत, असे मानून तिरस्कार न करणाऱ्या, आणि मनुष्य जसा नुसता बुद्धिजीवी होऊन सुखी होणार नाही, तसे केवळ भावनाविवशतेनेही त्याचे जीवन सफल होणार नाही, हे ओळखणाऱ्या त्यांच्या श्रेष्ठ व्यक्तित्वात होता. या व्यक्तित्वाचा आविष्कार करणारे विवेचनात्मक लेखन त्यांच्या हातून अधिक व्हायला हवे होते. त्या लेखांनी मराठी निबंध-वाङ्मय नि:संशय संपन्न केले असते.

४

वाङ्मयीन टीकाकार या नात्यानेही वामनरावांचे स्थान असेच मोठे आहे. त्यांचे वाङ्मयप्रेम हरिभाऊ आपटे, श्रीपाद कृष्ण कोल्हटकर आणि न. चिं. केळकर

यांच्याइतकेच उत्कट होते. साहित्याची सूक्ष्म मीमांसा करण्याची त्यांची शक्तीही या थोर विवेचकांइतकीच सूक्ष्म आणि प्रगल्भ होती. 'विचार-सौंदर्य' या पुस्तकातल्या 'केळकर व काही साहित्यविषयक प्रश्न', 'कादंबरीकार डॉ. केतकर', 'वाङ्मयाची प्रवृत्ती व त्याची ध्येये', 'वाङ्मय कालनिष्ठ, की व्यक्तिनिष्ठ?' या लेखांत त्यांच्या या शक्तीचा मनोहर विलास आढळतो. 'प्रेम, की लौकिक', 'दुटप्पी, की दुहेरी' वगैरे त्यांची परीक्षणेही रसाळ व मार्मिक उतरली आहेत. 'वाङ्मयकलाविषयक माझी दृष्टी' या आपल्या लेखात त्यांनी अगदी थोडक्यात व्यक्त केलेले कलेविषयीचे मत मराठी साहित्यिकांना दीर्घकाळ मार्गदर्शन करीत राहील, यात शंका नाही. ते म्हणतात :

> 'थोडक्यात सांगावयाचे, म्हणजे कला ही उपदेशगर्भ असलीच पाहिजे, असे नाही, हे त्रिवार सत्य आहे. कलाकृतीमध्ये कलेचे नियम सांभाळले पाहिजेत, आणि हे नियम सांभाळून कलात्मक आनंद देणे हेच कलावंताचे खरे कार्य! पण कलाकृतीत कलावंताच्या मनाची खोली, प्रगल्भता, विवेकशीलता, मार्मिकता ज्या मानाने दिसेल, त्या मानाने त्या कलाकृतीची किंमत कमी-अधिक ठरेल. या गुणांच्या अभावी ती कलाकृती सुंदरही दिसू शकेल. पण ते सौंदर्य दिखाऊ, पोकळ असण्याचा संभव आहे. क्वचितप्रसंगी हे सौंदर्य सापाच्या किंवा वाघाच्या किंवा कलावंतिणीच्या सौंदर्याप्रमाणे घातुकही होऊ शकेल. असे होऊ न देण्याचा प्रयत्न करणे आवश्यक आहे. कलाकृती मोहक असावी. पण भलता मोह तिने घालू नये, हे सर्वांगीण जीवनाच्या दृष्टीने उचित आहे.'

वामनरावांची साहित्यविषयक दृष्टी जशी पढीक नव्हती, तशी ती केवळ विश्लेषणात्मकही नव्हती. कलेच्या निर्मितीत संयोजनाचा भाग अधिक असतो, ह्याची त्यांना, ते स्वत: श्रेष्ठ दर्जाचे ललित लेखक असल्यामुळे, पूर्ण कल्पना होती. मनाच्या समतोलपणामुळेच कंपू, पक्ष, परंपरा, संप्रदाय, इत्यादिकांच्या आहारी ते कधीच गेले नाहीत. अवास्तव आत्मसमर्थन करण्याचा मोहसुद्धा त्यांना कधी झाला नाही. जीवनाच्या गाभ्याचे दर्शन कलाकृतीत झाल्याशिवाय तिला चिरंतन सौंदर्य लाभू शकत नाही, ही श्रद्धाही अंतर्मुख वृत्तीमुळे त्यांच्या ठिकाणी अविचल होती. अशा विविध गुणांनी संस्कारित झालेल्या विवेचक प्रतिभेच्या हातून साहित्यशास्त्रावरचा अधिकारपूर्ण ग्रंथ निर्माण झाला असता, तर आज त्या शास्त्रावरल्या अनेक नकली पुस्तकांना जे अकारण व अवास्तव महत्त्व प्राप्त झाले आहे, त्याला नि:संशय आळा बसला असता!

५

विवेचक निबंधकार म्हणून वामनरावांची योग्यता मोठी असली, तरी अशा लेखनाचा वाचकवर्ग आपल्याकडे अद्यापि मर्यादित असल्यामुळे या क्षेत्रात कार्य करणाऱ्या साहित्यिकाला लोकप्रियता मिळतेच, असे नाही. पण वैचारिक वाङ्‌मयाची गोडी असणाऱ्या वाचकांप्रमाणे केवळ ललित वाङ्‌मय आवडीने वाचणाऱ्या वाचकांतही वामनरावांचे नाव प्रेमादराने उच्चारले जाते, ते मुख्यत: त्यांच्या कादंबऱ्यांमुळे! त्यांच्या गोष्टी फार मध्यम होत्या; आणि त्यांचे नाटक तर गोष्टींहूनही नीरस उतरले. या दोन्ही क्षेत्रांत यशस्वी व्हायला प्रतिभेची जी घडण असावी लागते, ती वामनरावांच्यात जवळ जवळ अभावरूपानेच होती. त्यांच्या कादंबऱ्यांतसुद्धा कथाकथन आणि नाट्यदर्शन या बाबतींत त्यांचे विशिष्ट असे चातुर्य कधीच प्रगट झाले नाही.

वामनरावांनी जवळ जवळ तीस वर्षांच्या लेखनकालात पाच कादंबऱ्या लिहिल्या. या पाचांपैकी 'नलिनी' ही कधीच लोकप्रिय होऊ शकली नाही. ती 'रागिणी'ची धाकटी बहीण असल्यामुळे मागे पडली, अशी वामनरावांची समजूत होती. 'नकटं व्हावं, पण धाकटं होऊ नये' असे तिच्याविषयी त्यांनी वात्सल्याने एके ठिकाणी उद्‌गारही काढले आहेत. पण 'नलिनी' लोकप्रिय न होण्याची कारणे मुख्यत: वाङ्‌मयीनच आहेत. या कादंबरीत थोडासा देशभक्तीचा भाग असला, तरी 'रागिणी'सारखी किंवा 'सुशीलेच्या देवा' सारखी बौद्धिक आनंद देण्याची शक्ती तिच्यात नाही. 'रागिणी'च्या कथानकात अद्‌भुततेबरोबर उदात्ततेच्याही छटा आहेत. भय्यासाहेबांचे प्रामाणिक धर्मवेड, पुनर्विवाह करावा, की करू नये, या कोड्यात पडलेली सालस रागिणी, जिभेवर नक्षत्र पडलेली, पण मनाने नक्षत्राहूनही निर्मळ असलेली उत्तरा, इत्यादिकांमुळे 'रागिणीत' जो गोडवा उत्पन्न झाला आहे, तो 'नलिनीत' आढळत नाही. नलिनीच्या कथेत रहस्यमयता आहे. पण रहस्यपूर्ण कथानकाची आकर्षक मांडणी करायला जे कसब लेखकाच्या अंगी असावे लागते, ते वामनरावांच्या पाशी नव्हते. त्यामुळे केवळ कथानकाच्या ओढीमुळे एकदा हाती घेतली, की खाली ठेववत नाही, अशा तऱ्हेचीही ती कादंबरी होऊ शकली नाही. महाराष्ट्र ज्या वामनरावांवर प्रेम करतो, त्यांचे दर्शन या कथेत त्याला फार कमी प्रमाणात होते!

'आश्रमहरिणी' वामनरावांची 'रागिणी'पेक्षाही आवडती कादंबरी होती. मातापित्यांना आपले कोणते अपत्य अधिक आवडते आणि ते का आवडते, याविषयी काही निश्चित नियम सांगता येणार नाही. पुस्तकांच्या बाबतीतही तसेच घडते. या कादंबरीतले कथानक लहान व सुटसुटीत आहे. एका आधुनिक सामाजिक प्रश्नाला पौराणिक वेष दिल्यामुळे व त्या पौराणिक वेषात सर्वत्र व सर्वकाल सुसंगतता राखण्याची लेखकाने दक्षता बाळगल्यामुळे पहिल्या वाचनाच्या वेळी रुचिपालट म्हणून ही कथा मन वेधून

घेते. तिच्यात थोडेसे काव्यात्मक वातावरणही आहे. पण वामनरावांची सर्वस्पर्शी वैचारिकता आणि वाचकाला ज्ञानगर्भ आनंद देणारी त्यांची मार्मिक तत्त्वचर्चा ह्या गोष्टी– या कथेचा विषय या गुणांना अनुकूल असूनही–तिच्यात फार कमी प्रमाणात आढळतात. एका स्त्रीने दोन पतींची पत्नी म्हणून राहणे हा या कथेचा क्रमप्राप्त शेवट करायला वामनराव पहिल्यांदा कचरले. नंतरच्या आवृत्तीत त्यांनी तो केला. पण या घटनेत जी भावनांची विचित्र गुंतागुंत आहे, जो विविध विचारांचा संघर्ष आहे, त्यांचा उठाव प्रसंगांच्या अथवा मानसिक द्वंदांच्याद्वारे वामनरावांनी फारसा केलेला नाही.

त्यांच्या उरलेल्या तीन कादंबऱ्या मात्र त्यांच्या वैशिष्ट्यपूर्ण व्यक्तित्वाचा आणि विचारनिष्ठ प्रतिभेचा विकास कसा होत गेला, हे अगदी सहज दर्शवू शकतात. हरिभाऊंनी लोकप्रिय केलेली संमिश्र कथानकाची पद्धतीच त्यांनी 'रागिणीत' स्वीकारली. पण हरिभाऊंची पल्लेदार प्रतिभा स्वभावत: कथाकाराची आहे. वामनरावांची अंतर्मुख प्रतिभा मानवताप्रेमी तत्त्वचिंतकाची आहे. कथाकार हरिभाऊंची कल्पकता एखाद्या स्वैरसंचारी रानपाखराप्रमाणे वाटते; कथाकार वामनरावांची कल्पकता कमळात बंदिवान होऊन तिथे गुंजत राहणाऱ्या भृंगासारखी भासते. हा मोठा भेद दृष्टीआड केला, तर या दोघां थोर कादंबरीकारांत अनेक साम्यस्थळे आहेत. दोघेही स्वभावाने मोठे सहृदय! भोवतालच्या सुखदु:खांशी चटकन समरस होणारे! समाजात जिथे जिथे जुलूम चालला आहे, अन्याय थैमान घालीत आहे, असत्य उजळ माथ्याने मिरवत आहे, तिथे तिथे त्याला विरोध करण्याकरिता उभे राहावे आणि साऱ्या ढोंगांचे, जुलमांचे, अन्यायांचे आणि असत्यांचे निर्मूलन करण्याची प्रेरणा सर्वसामान्य मनुष्यात निर्माण करावी, ही प्रवृत्ती दोघांतही सारखीच प्रबळ आहे. पण हरिभाऊंच्यांत श्रेष्ठ कथाकाराला आवश्यक असलेले बहुतेक सर्व गुण मोठ्या सुंदर रीतीने सम्मीलित झाले आहेत. एकीकडे क्षणोक्षणी उत्कंठा वाढविणारे कथानक गुंफीत असतानाही दुसरीकडे मानवी मनाचे पापुद्रे आणि मनुष्यस्वभावातल्या किचकट गुंतागुंती ते नाजूक हाताने उलगडून दाखवीत असतात. ऐतिहासिक कादंबरीतला एखादा भव्य किंवा उत्कट प्रसंग वर्णन करताना त्यांची प्रतिभा जशी फुलून जाते, तशीच सामाजिक कादंबरीत एखाद्या दरिद्री पण स्वाभिमानी मुलाचे किंवा स्वत:चा काडीचाही अपराध नसताना सक्तीने दु:खाला मिठी मारावी लागणाऱ्या तरुणीचे चित्रण करतानाही, ती आपले भान विसरून जाते. पहिल्या प्रतीच्या कथाकाराचे हे सव्यसाचित्व वामनरावांच्यात नव्हते. वामनरावांच्या मागून आलेले लोकप्रिय कादंबरीकार प्रो. फडके हे प्रतिभेच्या भव्यतेत, विविध रसांच्या चित्रणात, चिंतनामुळे येणाऱ्या द्रष्टेपणात, किंवा सर्वसामान्य मनुष्याशी समरस होण्याच्या शक्तीमुळे कथेमध्ये उत्पन्न होणाऱ्या जिव्हाळ्यात हरिभाऊंची बरोबरी कधीच करू शकले नाहीत. पण प्रसन्न ओघवती भाषा, सुटसुटीत सांचेबंद कथानक व जनमनाला चटकन आवाहन

देणाऱ्या काही स्थूल व सूक्ष्म भावनांचे रेखीव चित्रण ही जी प्रो. फडक्यांची वैशिष्ट्ये, तीही वामनरावांच्यांत नाहीत. असे असूनही मराठी कादंबऱ्यांच्या इतिहासात त्यांचे स्थान हरिभाऊ व फडके यांच्याइतकेच महत्त्वाचे आहे. या तिघां कादंबरीकारांची तुलना करताना माझ्या डोळ्यांपुढे तीन चित्रे नेहमी उभी राहतात. हरिभाऊ म्हणजे समुद्र-क्षितिजापर्यंत नाचत जाऊन मावळते सूर्यबिंब पकडू पाहणारी, पर्वतप्राय लाटांच्या खळखळाटाने क्षणोक्षणी निनादून जाणारी, मोठमोठ्या गलबतांना आणि जहाजांना लीलेने आपल्या पृष्ठभागावर खेळण्यांप्रमाणे नाचविणारी जीवनाची प्रतिनिधी असलेली शक्ती! प्रो. फडक्यांची कादंबरी म्हटले, की एक प्रसन्न विस्तीर्ण तलाव डोळ्यांपुढे उभा राहतो. या तलावात कमळे फुलतात. तिथे चांदण्यारात्री नौकाविहार चालतो. या जलाशयाच्या काठावर गुलहौशी मंडळी हवा खाण्याकरिता येऊन बसतात आणि वायुलहरींनी त्याच्यावर उठणारे मंद मंद तरंग पाहून मोहून जातात. पण त्याच्यात जसे सागराच्या भव्यतेचे दर्शन होत नाही, तसे नदीचे प्रवाहित्वही आढळत नाही. वामनरावांची कादंबरी मात्र रानावनांतून वाहत येणाऱ्या एखाद्या नदीसारखी आहे. ती जाता जाता भोवतालचा भूभाग समृद्ध बनविते, अनेक नगरांना जीवनदान करते, ठिकठिकाणची घाण पोटात घालून ती निर्मळ करीत करीत ती आपला मार्ग आक्रमते. तिच्यात सागराची विशालता नाही, आणि तलावाचा रेखीवपणा नाही. पण लहानशी का होईना, ती गंगा आहे.

कथाकार वामनरावांचे हे स्वरूप 'सुशीलेचा देव' आणि 'इंदु काळे व सरला भोळे' या दोन कादंबऱ्यांत मोठ्या आकर्षकरीतीने प्रकट झाले आहे. 'सुशीलेच्या देवात' 'रागिणी' प्रमाणे केवळ काव्यशास्त्रविनोदात्मक अशा चर्चा नाहीत. एकोणिसाव्या शतकाच्या अखेरीस जन्माला आलेल्या एका मध्यमवर्गीय महाराष्ट्रीय मुलीच्या मनात आणि जीवनात ज्या समस्या उत्पन्न होतात, त्या सोडविण्याचा वामनरावांचा या कादंबरीतला प्रयत्न जितका प्रामाणिक, तितकाच प्रतिभाप्रेरित आहे. जीवनविषयक महत्त्वाच्या प्रश्नांच्या अनेक बाजू या कादंबरीत मोठ्या परिणामकारक रीतीने मांडल्या गेल्या आहेत. हिच्या पूर्वार्धापेक्षा उत्तरार्धात विचारात्मक भाग अधिक आहे, हे खरे! पण एका आधुनिक तरुणीचा आत्मविकास हाच या कादंबरीचा आत्मा असल्यामुळे तो विस्तार कुठेही अवजड अथवा अवास्तव वाटत नाही. त्यातले विचारदर्शन दुधात मिसळलेल्या साखरेसारखे आहे; ते कपड्याला लावलेले अस्तर नाही. 'रागिणी' किंवा 'नलिनी' प्रमाणे या कादंबरीत हरिभाऊंची संमिश्र कथानकाची पद्धत वामनरावांनी स्वीकारली नाही. त्यांच्या प्रतिभेच्या स्वातंत्र्याचे हे मोठे लक्षण आहे. ज्याला काही पोटतिडिकेने सांगायचे आहे, असा प्रतिभासंपन्न लेखक आपल्या आविष्काराला योग्य असेच तंत्र शोधीत जातो, हे या कादंबरीवरून सहज दिसून येईल. विशेषत:, 'सुशीलेच्या टीपा व तिच्या आत्मचरित्रातील भाग' अशासारख्या प्रकरणांनी वामनरावांनी

वास्तवतेचा जो आभास निर्माण केला आहे, तो मोठा मजेदार आहे. एका व्यक्तीचा मनोविकास चित्रित करताना त्याच्याद्वारे अनेक गुंतागुंतीच्या सामाजिक प्रश्नांवर झगझगीत प्रकाश टाकण्याचे वामनरावांचे या कादंबरीतले कौशल्य विचारप्रवण वाचकांना सदैव आल्हाद देत राहील. 'यशवंतराव खरे' मध्ये हरिभाऊंनी असाच एक मनोविकासाचा मोठा मनोज्ञ आलेख काढला आहे. पण तो मुख्यत: भावनात्मक आहे. यशवंतरावांच्या मनाचे विविध पैलू व सामाजिक संघर्षातल्या अनेक अनुभूतींचा त्यांच्यावर होणाऱ्या क्रियाप्रतिक्रिया यांचे हरिभाऊंनी केलेले रेखाटन अतिशय सूक्ष्म आणि सरस आहे. वामनरावांचे सुशीलेचे चित्रण त्या मानाने अधिक विचारप्रधान आहे. देवविषयक कल्पनांचा विकास या सूत्राभोवती केलेली तिच्या जीवनाची गुंफण एखाद्याला थोडीशी कृत्रिमही वाटण्याचा संभव आहे. असे असले, तरी शिंप्याने अंगाचे मोजमाप घेऊन कपडे बेतावेत, त्याप्रमाणे एखादे तत्त्व प्रतिपादन करण्याकरिता तयार केलेले कथानक असे मात्र या कादंबरीचे स्वरूप मुळीच नाही. तिच्यात एक प्रकारची साहजिकता आहे; सजीवता तर नि:संशय आहेच आहे.

महाराष्ट्रातल्या मध्यम वर्गातल्या स्त्रीने गेल्या दोन पिढ्यांत निरनिराळ्या मानसिक आणि सामाजिक संघर्षांना तोंड देत देत आपली जी प्रगती करून घेतली, तिचे संकलित चित्रण सुशीलेच्या जीवनकथेत आहे. समाजवादी तत्त्वज्ञानाचा मध्यमवर्गाच्या मनावर होऊ लागलेला परिणाम याच मराठी कादंबरीत पहिल्याने चित्रित केला गेला, असे म्हणायला हरकत नाही. 'रागिणी'तल्या तत्त्वचर्चेत बौद्धिक कसरतीचा जो भाग होता, तो या कथेत सहसा दृग्गोचर होत नाही. उलट, मानवी मनाची विविधता, आर्द्रता आणि प्रगतिपरता चित्रित करण्यात वामनरावांनी 'रागिणी'पेक्षा या कादंबरीत फार मोठी प्रगती केली आहे. 'सुशीलेच्या देवा'वरल्या आपल्या मार्मिक टीकेत शेजवलकर म्हणतात,

> 'पात्रांची मने व वाचकांची मने क्षणभर तरी समरस होणे यात कांदबरीकाराच्या वर्णनाचे कौशल्य साठविलेले असते. असे कौशल्य दाखविणारे प्रसंग या कादंबरीत बरेच आहेत. सुनंदा तुरुंगातून आल्यानंतर जेव्हा त्याला कोणी भेटण्यासही धजत नव्हता, तेव्हा आपल्या ह्या बुद्धिमान शिष्यास-त्याचे आचरण आपल्या मताच्या अगदी विरुद्ध असूनही–भेटीस बोलावणाऱ्या गिरिधररावांच्या मनाचे चित्र वामनरावांनी फारच हृदयस्पर्शी रीतीने रंगविले आहे. 'गप्प बैस, मला हे ऐकवत नाही'. (Don't talk of that. I cannot bear it.) हे शब्द गहिवरलेल्या गिरिधररावांच्या तोंडून बाहेर पडतात, तेव्हा डोळ्यांतून अश्रू न येणारा वाचक असेल, असे आम्हास वाटत नाही.'

असले छोटे पण हृदयंगम प्रसंग वर्णन करणाऱ्या लेखकाच्या अंगी हस्तिदंताच्या लहानशा तुकड्यावर सुबक काम करायला लागणारे कौशल्य असावे लागते. वामनरावांनी ते हस्तगत केले होते. ज्यात भावनेचे चांदणे फुलले आहे, असे प्रसंग रंगविण्यात ते चतुर नव्हते. पण विद्युल्लतेप्रमाणे क्षणभर चमकून आणि तेवढ्या वेळात सारे आकाश उजळवून टाकणाऱ्या भावनेचे चित्रण मात्र त्यांना चांगले साधे. 'देशभक्त मेला, शाळेला सुट्टी' हे 'इंदु काळे व सरला भोळे' मधले छोटे प्रकरण या दृष्टीने मोठे वाचनीय आहे.

किंबहुना जीवनातली हृदयंगमता व हृदयविदारकता लहान सहान प्रसंगांच्याद्वारे चित्रित करण्यात व्यक्त होणाऱ्या या कौशल्यामुळेच 'इंदु काळे व सरला भोळे' ही कादंबरी इतकी सरस झाली आहे. केवळ बाह्य घटनांवर, निरगाठ आणि सुरगाठसारख्या तंत्रावर, किंवा निवेदनाच्या सौंदर्यावर कादंबरी अवलंबून ठेवणाऱ्या एखाद्या लेखकाला ही कथा लिहायला तीन-चारशे पाने सुद्धा पुरली नसती. तसे पाहिले, तर असल्या कलावंतांना खमंग वाटणारा मालमसाला या कादंबरीच्या सांगाड्यात भरपूर आहे. त्यात तीन प्रेमकथा आहेत. दोन संसारकथा आहेत, तुरुंग आहे, केवळ कलेच्या आकर्षणामुळे पुरपुरुषाकडे ओढली जाणारी तरुणी आहे, सर्व काही आहे. पण वामनरावांच्या अंतर्मुखतेमुळे या सर्व प्रसंगांतल्या भडकपणाला या कादंबरीत दुय्यम स्थान मिळाले आहे. त्याचे सारे लक्ष बाह्य संघर्षापेक्षा आंतरिक संग्रामाकडे आहे, कृत्रिम परिणामकारकतेपेक्षा खरीखुरी जीवनमूल्ये पारखून घेण्याकडे आहे. माणसांवर कोणते प्रसंग येतात, यापेक्षा त्या प्रसंगांत ती कशी वागतात, त्यांच्या मनावर सुखदुःखांच्या आणि संपत्तिविपत्तींच्या प्रतिक्रिया कशा होतात, मोठमोठ्या अपघातांपेक्षाही त्यांच्या मनातले अंतःकलह जीवनाच्या दृष्टीने किती महत्त्वाचे असतात, हे वामनरावांना सांगायचे असल्यामुळे आपल्या प्रकृतिधर्माला अनुरूप अशाच तंत्राचा आणि आविष्कारपद्धतीचा त्यांनी या कादंबरीत अवलंब केला आहे. चेकॉव्हने एके ठिकाणी म्हटले आहे, 'माणसे उत्तर ध्रुवावर जाऊन बर्फाच्या मोठमोठ्या डोंगरावरून पडल्यामुळे काही जीवनातले नाट्य उत्पन्न होत नाही! ती कोबीचा रस्सा खातात, कचेऱ्यांत आपापल्या कामाला जातात आणि स्वतःच्या बायकोवर जसे प्रेम करतात, तशी तिच्याशी भांडतातही! सर्वसामान्य जीवनक्रम हा असा आहे. त्यातूनच हृदयंगम कथा उत्पन्न होतात.' उत्कंठा, विस्मय, नाट्य, वगैरे कथेला आवश्यक मानल्या जाणाऱ्या गुणांविषयी वामनरावांचे मत थोडे-फार असेच असावे! असहकारितेची चळवळ सुरू होताच 'इंदु काळे व सरला भोळे' या कादंबरीचा नायक विनायकराव सत्याग्रहात भाग घेतो, आणि त्याला दीड वर्षाची शिक्षा होते. वामनरावांनी स्वतः कारागृहवासाचे दुःख अनुभवले होते. त्या दगडी भिंतींच्या आत जो ओलावा असतो, त्याची गोडीही त्यांनी चाखली होती. विनायकरावाचे लग्न १९१९-२० मध्ये

झालेले. १९२१ अखेर तो तुरुंगात जातो. त्याच्या संसारातला तो वसंतऋतू होता. अशा वेळी त्याला तुरुंगात पत्नीची आठवण होणे काही अस्वाभाविक नाही. पण या दीड वर्षाच्या तुरुंगवासात विनायकरावाने आपल्या मेव्हण्याला अवघे एक पत्र लिहिले आहे. आणि तेसुद्धा एवढेच आहे —

साबरमती जेल.
२१ - १२ - २२

मित्रवर्य भाऊसाहेब काळे यांस —
साष्टांग नमस्कार वि.वि.

मला जेलमधील काही किरकोळ शिक्षा झाल्यामुळे पत्र लिहिण्याचा माझा हक्क मी इतके दिवस गमावला होता. गेल्या तीन महिन्यांत जेलचा नियम माझेकडून मोडला गेला नाही. म्हणून आता परवानगी मिळाली आहे. पण काही लिहावेसे वाटत नही.

आप्पांची व घरच्या सर्व माणसांची प्रकृती कशी आहे, ते कळवावे. बाकी इंदु, सरला व छोटू आणि इतर सर्व मंडळी खुशाल असतीलच! कारण मला वाईट वाटू नये, म्हणून ती खुशाल आहेत, असेच आपण नेहमी लिहिणार, हे मी जाणून आहे! मी खुशाल आहे, हे मात्र मी खरे लिहिले आहे. मी सुटण्याच्या सुमारास जेलमध्ये कपडे पाठवावेत व कोठे येऊ, ते कळवावे. खुशालीचेही त्या वेळी सविस्तर पत्र लिहावे.

आपला,
विनायक भोळे

मात्र या चिमुकल्या पत्रातही वामनरावांचे अस्तित्व वाचकाला जाणवल्यावाचून राहात नाही. 'मला वाईट वाटू नये, म्हणून ती खुशाल आहेत, असेच आपण नेहमी लिहिणार, हे मी जाणून आहे. मी खुशाल आहे, हे मात्र मी खरे लिहिले आहे' असली वाक्ये फक्त वामनरावच लिहू शकत असत.

वामनरावांच्या कादंबरीचे बीज प्रसंगात्मक अथवा स्वभावात्मक नसून, विचारात्मक असते, हे या कादंबरीतल्या विनायकरावाच्या उद्गारांवरून स्पष्ट होते. एका पत्रात विनायकराव लिहितो.

'मनुष्यजन्म हा ज्ञानप्राप्तीकरिता नसून देहधर्म सांभाळून, शक्य तेवढे ज्ञान मिळवावे, शक्य तेवढा कलाविलासाचा आनंद उपभोगावा, शक्य तेवढे इतरांच्या उपयोगी पडून त्यांना आनंद देण्याचा प्रयत्न करावा, एवढ्याकरिताच

आहे. केवळ देहसुखाने आपले समाधान व्हायचे नाही; कारण आपण पशू नाही. केवळ ज्ञानमार्गाने समाधान व्हायचे नाही; कारण आपल्याला जिज्ञासेशिवाय इतर आकांक्षाही आहेत. केवळ कलेच्या पाठीमागे लागून उपयोग नाही; कारण एकटी कला ज्ञानाची व नीतीची भूक भागवू शकत नाही. केवल कर्ममार्ग उपयोगाचा नाही. कारण ज्ञानाशिवाय मनुष्य आंधळा आहे व कलेशिवाय आयुष्य नीरस आहे!'

जीवनाच्या जाणिवेतून स्फुरलेला आणि अनुभवांच्या मुशीत तावून सुलाखून निघालेला असा एखादा ठसठशीत तात्त्विक विचार वामनरावांच्या मनामध्ये प्रथम मूळ धरीत असे. दीर्घ चिंतनाने त्याचे रोपात रूपांतर होई; अनुभवलेल्या, पाहिलेल्या आणि ऐकलेल्या असंख्य सुखदुःखात्मक प्रसंगांचे पाणी घालून ते या रोपाची जोपासना करीत; आणि मग त्या रोपाची कथावेल बनून ती फुलू लागे, हे या छोट्या उताऱ्यावरून दिसून येते. कथानकाची रचना करण्याची ही पद्धत एखाद्या सामान्य लेखकाच्या हातात कृत्रिम व नीरस झाल्याशिवाय राहणार नाही. पण वामनरावांच्या विचारांत इतका जिव्हाळा व प्रामाणिकपणा होता, की भावनांच्या रंगतीने उत्पन्न होणारा आनंद वाचकाला त्यांच्या कादंबरीतल्या विचार-विलासातूनही मिळू शकतो.

'सुशीलेच्या देवा'पेक्षा 'इंदु काळे व सरला भोळे' ही कादंबरी काकणभर सरस आहे, यात शंका नाही. एखाद्या अगदी लहान आकाराच्या निसर्गदृश्यात चित्रकाराने सृष्टीचे रम्य आणि रौद्र रूप विविध रंगांच्या लहान लहान फटकाऱ्यांच्याद्वारे जसे चित्रित करावे, तसे या कादंबरीतले मानवी जीवनाचे संमिश्र चित्रण वाटते. जन्म, मृत्यू, त्याग, भोग, नीती, अनीती, इत्यादिकांच्या स्वैर वायुलहरींनी विविध जीवन-प्रवाहांच्या पृष्ठभागावर निर्माण केलेले हर्षशोकांचे तरंग तिच्यात मोठ्या सुंदर रीतीने प्रतिबिंबित झाले आहेत. पत्र-पद्धतीमुळे या कथेत तत्त्वचर्चेची लांबण कुठेही लागलेली नाही. उलट, वामनरावांच्या इतर कादंबऱ्यांत मधून केव्हा तरी आढळून येणारा घरगुती जिव्हाळा इथे अधिक प्रमाणात प्रगट झाला आहे.

या कादंबरीत असे अनेक गुण असले, तरी कथाकार या नात्याने वामनरावांच्यांत असलेली वैगुण्ये हिच्यातही दृग्गोचर होतातच. हरिभाऊ किंवा फडके अनेक पेड एकत्र करून सुंदर वेणी गुंफावी, त्याप्रमाणे कथानकाची रचना करतात. वामनराव कथानकाचे अनेक धागे हातांत घेतात. पण ते प्रमाणबद्ध रीतीने आणि चातुर्याने त्यांना गुंफता येत नाहीत. कादंबरीच्या अंतरंगाच्या दृष्टीने पाहिले, तर विनायकराव भोळे हा या कादंबरीचा नायक आहे. १९२० सालच्या आसपासचा एक सत्प्रवृत्त आणि बुद्धिमान महाराष्ट्रीय तरुण, गांधी आणि गांधीवाद ह्यांच्याकडे कसा आकर्षिला जातो, आपली जीवनश्रद्धा आचरणात आणण्याचा तो किती कसोशीने प्रयत्न करतो,

समाजातल्या मूर्खपणाचा आणि दुष्टपणाचा विरोध सहन करूनही तो आमरण ध्येयनिष्ठ कसा राहतो आणि व्यवहारदृष्ट्या त्याला अनेक दुःखे भोगावी लागली, तरी या धडपडीतच त्याचा आत्मविकास कसा होतो, हे चित्रित करणे हा या कथेचा मुख्य हेतू आहे. पण तिला वामनरावांनी नाव दिले आहे 'इंदु काळे व सरला भोळे'. जणू काही या दोन तरुणींच्या जीवनकथांतला विरोध हाच या कादंबरीचा आत्मा आहे! विनायकरावाच्या जीवनविकासाशी संपूर्णपणे संबद्ध अशी उपकथानके घेऊन, आणि प्रसंग व स्वभावरेखाटन ह्या दोन्ही दृष्टींनी ती मूळ कथानकाशी एकजीव करून, वामनरावांनी ही कादंबरी लिहिली असती, तर ती सामान्य वाचकाला अधिक परिणामकारक वाटली असती. पण सरलेच्या जोडीने इंदूचे जीवनचित्र रेखाटताना जागृत झालेल्या सुशिक्षित तरुणीचे दोन स्थूल नमुने तेवढे वामनरावांनी चित्रित केले. या कादंबरीत ह्या दोघींच्या जीवनविरोधाचा रसोत्कर्षाच्या दृष्टीने किंवा तत्त्वप्रतिपादनाच्या दृष्टीने त्यांनी फारसा उपयोग केला नाही.

> 'प्रश्न असा, आत्म्याची कलाविषयक जी भूक आहे, ती लोकापवादाच्या भीतीने, किंवा पतीला उगाच संशय येतो, म्हणून दाबून टाकावी काय?'

या इंदूने विनायकरावला विचारलेल्या प्रश्नात फार मोठा अर्थ–प्रसंगी अनर्थही –आणि तितकेच मोठे दुःख भरले आहे. तिचे कथानक विनायकराव आणि सरला यांच्या जीवनाशी समांतर असे चित्रित करण्यापेक्षा ते अगदी स्वतंत्र रीतीने लिहिणेच अधिक कलात्मक झाले असते. पण वामनरावांच्यांत जो कलाकार होता, त्याला असे पूर्ण स्वातंत्र्य कधीच मिळाले नाही. त्यांच्यांतल्या विचारवंताच्या पावलावर पावले टाकूनच त्याला चालावे लागे. असे असूनही त्यांच्या प्रतिभेचे हे शेंडेफळ वाचकांना नेहमीच रसाळ वाटेल. सर्व हिंदी भाषांत जिचा अवश्य अनुवाद व्हावा, अशी ही त्यांची कादंबरी आहे.

कादंबरी नसूनही कादंबरीइतकेच आकर्षक असलेले 'स्मृति-लहरी' हे वामनरावांचे अपत्यही 'इंदु काळे व सरला भोळे' प्रमाणे त्यांच्या मधुर व्यक्तित्वाचा आणि विविध वाङ्मय-गुणांचा वाचकांना दीर्घकाल परिचय करून देत राहील. या पुस्तकाचे बाह्य स्वरूप आठवणींसारखे आहे. पण त्या आठवणी एका व्यक्तित्वसंपन्न विचारवंताच्या आहेत. असामान्य असूनही सामान्यांत मिसळणारी, आपल्या सुखदुःखांच्या गोष्टी सर्वांना हृदय उघडे करून सांगणारी, स्वतःच्या वैगुण्यांकडे आणि दुबळेपणाकडे हसत हसत पाहणारी आणि माणूस कितीही मोठा झाला, तरी तो या जगातल्या विशाल जीवनशृंखलेचा एक छोटासा दुवा आहे, हे जाणून वागणारी ही व्यक्ती म्हणजे धोंडोपंत बर्वे!

वामनराव स्वभावाने अत्यंत सात्त्विक असले, तरी प्रसंगी किती मिस्किल होत,

याची कल्पना या पुस्तकावरून सहज येईल. या आठवणीत त्यांनी स्वत:चे धोंडोपंत असे नामकरण केले आहे. हेतू हा, की, धोंडोपंत कर्व्यांप्रमाणे धोंडोपंत बर्वे या नावाची एखादी व्यक्ती पुण्या-मुंबईत असावी, असे वाचकांना वाटावे. हे धोंडोपंत वामनरावांच्याप्रमाणे प्रोफेसरच आहेत. पुस्तकात धोंडोपंतांचे जे चित्र दिले आहे, ते पाहून वाचकाला हटकून वामनरावांचीच आठवण व्हावी, अशीही योजना करण्यात आली आहे. चित्रातले धोंडोपंत वामनरावांच्या मानाने थोडे थोराड वाटले, तरी विरळ केस झालेल्या डोक्याच्या पुढल्या भागापासून तंद्रीत सिगारेट तशीच जळत ठेवणाऱ्या डाव्या हातापर्यंत त्यांचे वामनरावांशी साम्य आहे, हे वाचकाच्या लक्षात आल्यावाचून राहत नाही. ते वामनरावच आहेत, असे लोकांना वाटू नये, म्हणून चित्राच्या खाली धोंडोपंत बर्वे अशी जी सही करण्यात आली आहे, तिचे अक्षर अगदी निराळे काढण्यात आले आहे. मात्र ती सही बहुधा वामनरावांनीच डाव्या हाताने केली असावी!

धोंडोपंत बर्व्यांच्या या आठवणी जितक्या गोड, तितक्याच जीवनावर सौम्य प्रकाश टाकणाऱ्या आहेत. त्यामुळे त्यांना मार्मिक व मजेदार लघुनिबंधांचे स्वरूप प्राप्त झाले आहे. फडक्यांनी रूढ केलेल्या तंत्रबद्ध लघुनिबंधाच्या भोक्त्यांना वामनरावांचे हे आठवणीवजा निबंध एखाद्या रानवेलीप्रमाणे स्वैर आहेत, असे वाटेल. ती बागेतली फुलझाडे नाहीत, हे तर उघडच आहे. पण लघुनिबंध हा आत्मचरित्राचाच एक भाग आहे, हे लक्षात घेतले आणि ॲडिसनसारख्या निबंधलेखकाचे विद्यार्थिदशेत वामनरावांच्या मनावर जे संस्कार झाले असतील, त्यांची परिणती या लेखनात झाली आहे, या दृष्टीने त्यांच्याकडे पाहिले, म्हणजे या निबंधांत तंत्र नसले, तरी मंत्र आहे, बाह्य रेखीवपणा नसला, तरी अंत:सौंदर्य आहे, अशी त्यांची खात्री होईल. या पुस्तकातली 'विलक्षण तक्रार' ही आठवण वाचताना वामनराव अगदी मूर्तिमंत डोळ्यांपुढे उभे राहतात. 'जगाची स्तुती आणि निंदा' किंवा 'संदेश' हे लेख वाचतानाही आपण त्यांच्याशी जणू काही संभाषण करीत आहोत, असा भास होतो.

'गुळमुळीतपणा गोड दिसतो; पण व्यवहारात तो फोल आहे. सडेतोडपणा वाटतो कडू; पण त्याची फळे गोड असतात. हे सगळे आमच्यासारख्यांना समजते. पण स्वभाव एकदम कसा बदलणार?'

हे किंवा असेच इतर उद्गार केव्हा न केव्हा तरी वामनरावांच्या तोंडून ज्याने ऐकले नाहीत, असा त्यांचा एक तरी स्नेही सापडेल का?

रूढ चाकोरी सोडूनही केवळ व्यक्तित्त्वाच्या प्रामाणिक व रसरशीत आविष्कारामुळे लघुनिबंध किती हृदयंगम होऊ शकतो, हे कुसुमावती देशपांडे यांचा 'चंद्रास्त' किंवा माट्यांचा 'हास्याचा शोध' हे निबंध वाचणारांना सांगायलाच नको. वामनरावांचे 'स्मृति-लहरी' हे पुस्तकही लघुनिबंधांच्या भोक्त्यांकडून असेच मोठ्या गोडीने वाचले जाईल.

६

इंग्रजी राज्याच्या प्रारंभापासून हिंदुस्थान स्वतंत्र होईपर्यंत महाराष्ट्रात जे कलावंत आणि विचारवंत लेखक झाले, त्यांत वामनरावांचे स्थान नि:संशय पहिल्या पंक्तीत आहे. हरिभाऊ, श्रीपाद कृष्ण गडकरी, डॉ. केतकर, इत्यादी समकालीनांच्या तुलनेतही त्यांचे वैशिष्ट्य उठून दिसते, यात शंका नाही. अशा प्रकारचा प्रभावी लेखक फार मोठा शैलीकार असला पाहिजे, अशी सर्वसामान्य वाचकांची समजूत होणे संभवनीय आहे. चिपळूणकर, गडकरी व फडके या लेखकांची लोकप्रियता त्यांच्या अत्यंत आकर्षक शैलीनेच निर्माण केली असल्यामुळे असले समज सहज दृढमूल होत जातात. शिवरामपंत परांजपे, अच्युतराव कोल्हटकर, माडखोलकर, अत्रे, माटे, इत्यादी लेखकांनीही वाचकांची मने अंकित केली, ती आपल्या विशिष्ट शैलीनेच! पण काही काही ग्रंथकार शब्दांचा शृंगार, भाषेचा नखरा,शैलीचा विलास, इत्यादिकांपैकी कशाचेही साहाय्य न घेता वाचकांची मने काबीज करू शकतात. टिळक, देवल, हरिभाऊ आपटे वगैरेंची गणना या वर्गात करता येईल. वामनराव स्वभावत: या दुसऱ्या वर्गातलेच लेखक होते. कल्पकतेमुळे परांजपे आणि गडकरी, विनोदामुळे अच्युतराव व अत्रे, रसरशीतपणामुळे माटे, लालित्यामुळे फडके, डौलदारपणामुळे माडखोलकर, इत्यादी साहित्यिक रसिकांच्या डोळ्यांत झटकन भरतात. पण वाचकांचे लक्ष चटकन वेधून घेईल, असा कोणत्याही प्रकारचा हुकमी भाषाविलास वामनरावांच्यांत नाही. याचा अर्थ शैलीचा शृंगार त्यांना सर्वथैव असाध्य होता अथवा आवडत नव्हता, असा मात्र नाही. दैनंदिन जीवनातला त्यांचा अव्यवस्थितपणा न कळत त्यांच्या भाषेतही उतरला आहे. त्यामुळे त्यांच्या अगदी तत्त्वात्मक किंवा रसात्मक वाक्यातही फारसा रेखीवपणा आढळत नाही. त्यांच्या लेखनाची प्रेरणा भराऱ्या मारणाऱ्या कल्पनेत किंवा उचंबळवून टाकणाऱ्या भावनेत नाही. ती अंतर्मुख वृत्तीच्या एका सात्त्विक आत्म्याच्या चिंतनात आहे. असा लेखक आपली भाषा काळजीपूर्वक शृंगारण्याचा अट्टहास करील, तरच ते अस्वाभाविक ठरेल. असे असले, तरी विचारांना गोडवा आणणारी जी आकर्षकता वामनरावांच्या शैलीत उत्पन्न झाली आहे, तिचे मूळ विनोद, विरोधाभास व बौद्धिक कोटिबाजपणा ह्यांचा सढळ हाताने उपयोग करण्याच्या त्यांच्या शक्तीत आहे. 'कलाकृती मोहक असावी, पण भलता मोह तिने घालू नये,' 'जोडे खाल्ले, पण जन्माचा जोडीदार झालो' या आणि अशांसारख्या शाब्दिक कोट्यांपासून नाजूक व मार्मिक उपरोधापर्यंत विनोदाचे सर्व नमुने वामनरावांच्या लिखाणात आढळतात. विनायकराव भोळे गांधींच्या तत्त्वज्ञानाचा स्वीकार करून कोकणात समाजसेवा करू लागतो. तिथे लोकांकडून त्याची जी संभावना होते, ती वामनरावांनी एका छोट्या पत्राद्वारे व्यक्त केली आहे. ते पत्र असे आहे:

पाचबावडी
ता. १३/४/२६

महात्मा गांधी यांस —
विनयपूर्वक साष्टांग नमस्कार वि.वि.

आम्ही सही करीत नाही. पण आमच्या पाचबावडी गावात काँग्रेसचे म्हणून काम करणारे विनायकराव भोळे हे मोठे धर्मबुडवे आहेत. आणि त्यांनी स्त्रियांवरही अत्याचार करण्याचे ठेवले नाही, ही गोष्ट आपल्या नजरेस आणणे आमचे कर्तव्य आहे. म्हणून हे निनावी पत्र लिहितो. त्यांच्या समाजसुधारणा सनातनी धर्माची पाळेमुळे खणून काढीत आहेत. मुद्दाम मनुष्य पाठवून चौकशी करवावी. आम्ही गावातले सनातनी धर्माचे परंपरागत संरक्षक आहोत. म्हणून हे कटु कर्तव्य करीत आहोत.

कळावे,

आपले,
सनातनी धर्माचे अभिमानी
अ, आ, इ, ई.

वामनरावांना ही विनोददृष्टी उपजतच होती. तिनेच त्यांच्या तत्त्वज्ञ मनाला आणि त्याचा आविष्कार करणाऱ्या शैलीला कधीही रुक्ष अथवा एकांगी स्वरूप येऊ दिले नाही. मात्र त्यांची भाषा वाचताना श्रीपाद कृष्णांच्या भाषाशैलीची छाया त्यांच्यावर थोडी-फार पडली आहे, असा भास झाल्यावाचून राहत नाही. वामनरावांच्या विद्यार्थिदशेत 'मूक-नायक', 'मति-विकार' सारख्या नाटकांनी आणि 'सुदाम्याच्या पोह्यां'तल्या विनोदी लेखांनी श्रीपाद कृष्ण तत्कालीन सुशिक्षित आणि सुधारणाप्रिय तरुण पिढीच्या गळ्यातील ताईत बनले होते. कल्पकता, सौंदर्यवाद, विनोदाचा अवखळपणा, इत्यादी दृष्टींनी गडकऱ्यांची मनोवृत्ती कोल्हटकरांच्याशी पूर्णपणे जुळणारी असल्यामुळे ते त्यांचे पट्टशिष्य झाले. पण वामनरावांना कोल्हटकरांच्याविषयी जो गुरुतुल्य आदर वाटे, त्याचा उगम इतर अनेक गोष्टींप्रमाणे कोल्हटकरांच्या शैलीने संस्कारक्षम वयात त्यांच्या मनाची जी पकड घेतली असेल, तिच्यात असण्याचा संभव आहे. 'केळकर चांगले आहेत, म्हणूनच त्यांना वाईटपणा आलेला आहे', 'लौकिकदृष्ट्या ध्येये म्हणजे दुःखे', 'लक्ष्मी काय किंवा विद्यादेवी काय, अति भीरू व अति लज्जाशील मनुष्यावर कधीच प्रसन्न व्हायची नाही', 'कादंबरीकार आणि मुलीची आई यांना मुलींच्या लग्नाशिवाय दुसरा काही विषयच दिसत नाही', 'केला असता कोप देवाने! पण तो देवीच्या पुढे काय करतो?', 'नदीचे पाणी आणि खाडीचे पाणी कधी एक व्हायचे नाही', ' इत्यादी श्रीपाद कृष्णांच्या लेखनपद्धतीची आठवण करून

देणारी वाक्ये वामनरावांच्या वाङ्मयात विपुल प्रमाणात आढळतात.

प्रतिभासंपन्न लेखकावर पूर्वसूरींची जशी अस्पष्ट छाया पडते, तसे त्याचे लेखन पुढल्या प्रतिभावंतांना प्रेरक होत असते. वाङ्मयातले हे ऋणानुबंध दारिद्र्याचे दर्शक नसून, बहुधा मनोवृत्तींचा समानधर्मच त्यातून प्रगट झालेला दिसतो. वामनरावांच्या वाङ्मयाने इतर साहित्यिकांवर केलेले असे अनेक संस्कार सहज दाखविता येतील. जीवनावर सायंकालीन सावल्या पसरल्यावर 'दुटप्पी, की दुहेरी' सारखी जी चर्चात्मक कादंबरी श्रीपाद कृष्णांनी लिहिली, ती वामनरावांची 'रागिणी' त्यांची फार आवडती असल्यामुळेच! 'भावबंधन' मधल्या 'लतिका' आणि 'मालती' या 'उत्तरा' आणि 'रगिणी' यांच्या सख्ख्या बहिणी नसल्या, तरी त्यांच्या तोंडवळ्यातले साम्य कुणाच्याही लक्षात येण्याजोगे आहे. विशेषत:, लतिकेच्या ज्या फटकळ बोलण्यावर गडकऱ्यांनी आपल्या कथेतल्या नाट्याचा उत्कर्ष आधारला आहे, त्याच फटकळपणावर वामनरावांनीही उत्तरेच्या चित्रणात जोर दिला आहे. वामनरावांच्या मागून डॉ. केतकर, देशपांडे, माडखोलकर वगैरे अनेक नामांकित कादंबरीकार उदयाला आले. त्या सर्वांमध्ये कथानकातून राजकीय आणि सामाजिक प्रश्नांचा ऊहापोह विस्ताराने करण्याइतका जो आत्मविश्वास निर्माण झाला, त्याचे मूळ 'रागिणी'च्या लोकप्रियतेतच शोधावे लागेल.

वामनरावांच्या वाङ्मयातल्या एका अनुकरणीय विशेषाची मात्र अजून मराठी साहित्यिकांनी फारशी दखल घेतलेली दिसत नाही. तो म्हणजे त्यांच्या सूक्ष्म आणि सौम्य विनोदातला उदात्तपणा! एके ठिकाणी वामनराव म्हणतात,

> 'मराठीत धंदेवाईक विदूषकाचे सोंग घेतले, तरच सामान्यत: विनोद ओळखू येतो, असे दिसते, मराठीतला विनोद अजून अतिशयोक्तीच्या उलट्या सुलट्या कोलांट्या उड्या मारण्यातच धन्यता मानीत आहे. कोल्हटकर, गडकरी, चिं.वि. जोशी, कॅ. लिमये, अत्रे, ताम्हनकर वगैरेंची विनोदी पुस्तके वाचून मी आनंदित झालो आहे; पोट धरून हसलोही आहे. त्या त्या सर्वांचा मी चाहता आहे. पण भडक अतिशयोक्तीचे उंच लाकडी घोडे अलीकडे मला आवडत नाहीसे झाले आहेत. याचा अर्थ असा नव्हे, की माझा विनोद मोठा सूक्ष्म आणि मार्मिक, आणि या सर्वांचा वाईट. माझ्या या म्हणण्यात परनिंदेचा भाग नाही. आत्मस्तुतीचा थोडासा असल्यास तो मानवी दोष म्हणून क्षम्य समजावा.'

वामनरावांच्या या उद्गारात आत्मस्तुती मुळीच नाही. केवळ सत्यकथन आहे. वामनरावांनी उल्लेखिलेले अतिशयोक्तीचे उंच लाकडी घोडे अजूनही मराठी साहित्याच्या रिंगणातली विनोदाची शर्यत जिंकीत आहेत. वृत्तपत्रांच्या वाढीमुळे अशा क्षणभुंगर पण चुरचुरीत विनोदाला अवास्तव महत्त्व आले आहे. भडक रंगांच्या यांत्रिक

घोड्यांपेक्षा छोटे पण जिवंत सशाचे पिल्लू आवडून, त्याच्या लीलांत आनंद वाटायला प्रेक्षकाचे मन प्रगल्भ व्हावे लागते. अनेक विनोदी लेखकांच्या ठिकाणी हा मनोविकास आढळत नाही. कोल्हटकरांनी विनोद हे सनातनी समाजावरले टीकेचे साधन म्हणून वापरल्यामुळे त्यांच्या हातात त्याला साहजिकच हत्याराचे स्वरूप प्राप्त झाले. अतिशयोक्ती, उपहास, उपरोध, इत्यादिकांना त्यांच्या विनोदात महत्त्वाचे स्थान मिळाले. याचे कारण हे आहे. पण या बहिर्मुख विनोदाला लोकप्रियता लाभल्यानंतर, त्याच्यापेक्षा भिन्न आणि सात्त्विक असा विनोदाचा एक अंतर्मुख प्रकार आहे, या गोष्टीकडे मोठमोठ्या विनोदी लेखकांचे दुर्लक्ष झाले. कोल्हटकर-गडकऱ्यांच्या विनोदातला कृत्रिमपणा व भडकपणा कमी करण्याचा प्रयत्न फक्त चिं.वि. जोशी तेवढे यशस्वी रीतीने करू शकले. पण विनोदी लेखन हेच त्यांचे क्षेत्र असल्यामुळे त्यांच्या प्रयत्नांना साहजिकच अनेक मर्यादा पडल्या. सदैव विनोदी लेखन लिहिणाऱ्या मनुष्याला काही झाले, तरी कारुण्याच्या सीमेवर उभ्या असलेल्या विनोदाचा आश्रय पदोपदी करता येत नाही. वामनरावांचा विनोद विषयाच्या, पात्रांच्या अथवा प्रसंगांच्या अनुरोधाने येत असल्यामुळे केवळ विनोदाकरिता विनोद करण्याची प्रवृत्ती त्यांच्यांत कधीच बळावली नाही. त्यामुळे त्यांच्या लेखनात ठिकठिकाणी आढळून येणाऱ्या विनोदाच्या छटांत हास्योत्पादकतेपेक्षा सहानुभूतीवर अधिक भर आहे. सासूने सुनेला टोचून बोलावे, तसा त्यांचा विनोद सहसा वाटत नाही. आईने वात्सल्याने मुलीला तिची चूक समजावून सांगावी, असे त्याचे स्वरूप आहे. तो हास्याचे फवारे उडवू शकत नाही, पण त्याच्या तुषारांनी मन पुलकित होते. कारण त्याचे अंतर्बाह्य स्वरूप मोठे प्रेमळ आणि सुसंस्कृत आहे. वामनरावांच्या क्षमाशील आणि चिंतनपर स्वभावाचा विकास या विनोदवृत्तीने केला, का त्यांच्या स्वभावामुळे ही विनोदवृत्ती त्यांच्यांत निर्माण झाली, हे सांगणे मोठे कठीण आहे.

७

वामनरावांच्या कर्तृत्वाचे मूल्यमापन करताना त्यांचे व्यक्तित्व आणि त्यांचे साहित्य यांचा एकत्र विचार केला पाहिजे. ही दोन्ही एकमेकांची जणू काही प्रतिबिंबे आहेत. अनेक लेखक साहित्यनिर्मिती करताना स्वतःच्या प्रामाणिक व्यक्तित्वाचा आविष्कार करण्याऐवजी लोकप्रिय कल्पना आणि भावना ह्यांनी नटलेले एक कृत्रिम जग निर्माण करीत असतात. त्यांचे वाङ्मय कागदी फुलांसारखे असते. नट म्हणून त्यांच्या बुद्धीचे कौतुक करायला काहीच हरकत नाही. पण अशा लेखकांच्या कलेचे लावण्य हे ओष्ठरंग आणि अंगरंग लावून व नैसर्गिक भुवया काढून टाकून, त्या ठिकाणी कृत्रिम धनुष्याकृती भुवया रेखून आपल्या विभ्रमाने प्रेक्षकांची हृदये विद्ध करायला निघालेल्या नटीचे सौंदर्य आहे. वामनरावांची साहित्यकला ही निसर्गकन्या

होती. तिला ओष्ठरंग आणि अंगरंग यांचे फारसे ज्ञान नाही. ती फक्त अंतरंग जाणते. तिच्या पित्याच्या स्वभावाचे, बुद्धीचे, आणि हृदयाचे सारे गुणावगुण तिच्यात प्रकर्षाने प्रतिबिंबित झाले आहेत.

वामनरावांचे वाङ्मय हा त्यांच्या आत्म्याचा आरसा आहे. तो त्याने परिधान केलेला जाळीदार बुरखा नाही. त्यामुळे साहित्यावरून त्यांच्या व्यक्तित्वाची चिकित्सा करण्यात त्यांच्यावर अन्याय होण्याचा संभव नाही. स्वच्छ पाण्यात पडलेला अलंकार आत बुडी मारताच तळाशी जसा स्पष्ट दिसू लागतो, तसा त्यांच्या साहित्यात अवगाहन करणाराला त्यांचा आत्मा — त्याचे सर्व पैलू आणि कंगोरे — दृग्गोचर होतो. असे असूनही त्यांच्या व्यक्तित्वाची मीमांसा करताना प्रभाकर पाध्यांपासून र. धों. कर्व्यांपर्यंत अनेकांनी निरनिराळी मते प्रकट केली आहेत. आण्णासाहेब कर्वे किंवा आप्पासाहेब पटवर्धन यांना अधिक यथार्थतेने लागू पडणारे तपस्वी हे विशेषण वामनरावांना लावून पाध्ये त्यांच्या जोडीला आगरकर व सानेगुरुजी यांना बसवितात.

> 'टिळकांची जनसेवाबुद्धी सुरुवातीस अगारकरांच्याइतकी प्रखर आणि निष्ठाशील नव्हती, असे म्हणण्यास भरपूर आधार आहे. आणि पुढील जीवनातही टिळकांची सेवाबुद्धी आणि त्याग ही सत्ता अगर लोकप्रियता यांच्या अपेक्षेपासून आगरकरांच्याइतकी अलिप्त राहिली किंवा काय, अशी शंका घेणे शक्य आहे.'

हे अति चिकित्सक वृत्तीलाच शोभणारे विधान करणारे पाध्ये वामनरावांच्या विषयी लिहिताना मात्र विभूतिपूजेच्या भावनेने भारावून गेलेले दिसतात. इतर देवांची फारशी पर्वा न बाळगणाऱ्या एखाद्या मनुष्याने आपल्या कुलदैवताचे दर्शन होताच गहिवरून जावे, तशी वामनरावांच्या बाबतीत त्यांची स्थिती असावी! एके ठिकाणी ते म्हणतात, 'वामनरावांनी जगाचा निरोप घेतला आणि महाराष्ट्र सारस्वतातील पावित्र्य पोरके झाले.' ज्यांचे चारित्र्य वामनरावांच्याइतकेच निर्मळ व उदात्त आहे आणि ज्यांच्या वाङ्मयात वामनरावांच्यापेक्षा अणुमात्रही कमी पावित्र्य नाही, अशा साने गुरुजींचा गौरव करणारा लेख आपल्या याच लेखापुढे पाध्यांनी छापलेला असल्यामुळे त्यांच्या या अतिरंजित विधानाविषयी निराळे लिहिण्याची जरूरी नाही. मात्र आगरकर, वामनराव व साने गुरुजी यांना तपस्वी म्हणून एका मालिकेत गुंफण्याने त्यांचे साहित्य किंवा त्यांचे व्यक्तित्व यांच्यावर काही विशेष प्रकाश पडतो, असे मुळीच नाही. आंबा, फणस व द्राक्ष ही तिन्ही फळे गोड असतात. पण आकार आणि रंगरूप यांच्याप्रमाणे प्रत्येकाच्या अंतरंगातल्या रसातही निराळेपणा असतोच असतो. या तीन लेखकांतही तसाच भेद आहे– अगदी मूलभूत मोठा भेद आहे. आगरकर प्रखर बुद्धिवादी होते. बुद्धी व भावना यांचा संगम घडवून आणण्याकडे

वामनरावांचा कल असल्यामुळे त्यांना विवेकवादीच म्हणणे अधिक योग्य होईल. उलट, भावनाशीलता हाच साने गुरुजींचा आत्मा आहे.

या विवेकवादानेच वामनरावांच्या वृत्तीत आणि वाङ्मयात मोठे सुखद सौजन्य निर्माण केले. पण त्यामुळेच त्यांच्या या दोन्ही क्षेत्रांतल्या कर्तृत्वाला काही मर्यादा पडल्या. प्रखर बुद्धिवादात मूठभर मावळ्यांच्या साहाय्याने पावनखिंड लढविणाऱ्या बाजी प्रभूचे असीम साहस असते. तीव्र भावनावशतेत जोहार करून स्वत:ला जाळून घेणाऱ्या रजपूत रमणीची उत्कट निष्ठा दिसते. पण बुद्धी व भावना यांचा सद्भावाने संगम करू इच्छिणाऱ्या आत्म्यात अशी कृतीची तीव्रता आढळत नाही. त्याची विशालता वाढते; पण उत्कटता कमी होते. सारा समाज विरुद्ध उभा ठाकला असूनही कुडीत प्राण आणि टाकात शाई असेपर्यंत 'इष्ट असेल, तेच बोलणार' अशी गर्जना करीत सामाजिक दोषांवर निर्भयपणाने प्रहार करणारे आगरकर किंवा मातेच्या वात्सल्याने शिष्यांच्या शरीरांची आणि मनांची जोपासना करीत असताना आयुष्यातल्या एका अत्युत्कट क्षणी राष्ट्राच्या स्वातंत्र्यसंग्रामात उडी टाकताच त्या क्षणापासून सतत दीड तप चंदनाप्रमाणे आपली वाणी, लेखणी आणि शरीर त्याच्याकरिता झिजविणारे साने गुरुजी यांचे वीरत्व वामनरावांच्यांत निश्चित नव्हते.

मी हे वामनरावांचे वैगुण्य मानीत नाही. जीवनात वीरत्वाचे अनेक प्रकार आढळतात. त्या सर्वांची आपल्याला सारखीच जरुरी असते. हातावर लाठीचा तडाखा बसला, तरी निशाणाची मूठ सैल न करणारी देशसेविका आणि मध्यरात्री चोर पावलांनी येणाऱ्या मृत्यूला रोग्यावर आपले पाश टाकता येऊ नयेत, म्हणून डोळ्यांत तेल घालून त्याच्या बिछान्यापाशी पहारा करीत बसलेली परिचारिका या दोन्ही वीरस्त्रियाच आहेत. 'प्रत्येक मनुष्याच्या स्वभावघटनेत – मग तो मनुष्य स्त्री असो अगर पुरुष असो - स्त्रीत्व आणि पुरुषत्व यांचे कमी-अधिक प्रमाणात मिश्रण असते.' असे श्रीपाद कृष्णांचे एक मार्मिक वाक्य आहे. कवित्व आणि साधुत्व यांच्याप्रमाणे वीरत्वातही याच मिश्रणाचे निरनिराळे नमुने आपुल्या दृष्टीला पडतात. पुरुष गुणांची अधिकता असलेले विरत्व साहसी व विजिगीषु असते. स्त्री-गुणांचे प्राबल्य असलेले वीरत्व न कळत सोशीक व संरक्षक बनते. वामनरावांच्यामध्ये हे दुसऱ्या प्रकारचे वीरत्व होते. त्यामुळेच आगरकर व साने गुरुजी ह्यांच्यापेक्षा त्यांचे कर्तृत्व आणि साहित्य ही दोन्ही निराळ्या प्रकारची झाली.

र.धो. कर्व्यांनी वामनराव आगरकरांच्यासारखे निर्भेळ बुद्धिवादी नव्हते, असे म्हटले आहे. या विधानात नि:संशय सत्यांश आहे. जगाविषयीची व जीवनाविषयीची वामनरावांची मते वास्तवाची अनुभूती व शुद्ध बुद्धिवाद एवढ्यावरच उभारलेली नव्हती. केवळ तर्काने होणारे जगाचे ज्ञान किंवा निव्वळ शास्त्रीय दृष्टीने सिद्ध होऊ शकणारे जीवनविषयक सिद्धांत हे संशोधकाच्या दृष्टीने पूर्ण सत्य असेल. पण

सामान्य मनुष्य अशा सत्यावर जगू शकत नाही. त्याला सत्याभासही हवा असतो. शुद्ध चांदीचे चलनी नाणे होत नाही. तसेच हे आहे. मानवी मन हे मूलत: कवीचे मन आहे—कलावंताचे मन आहे. ते शास्त्रज्ञाचे मन नाही. गूढतेचे आणि कल्पनारम्यतेचे अनेक कप्पे या मनाला आहेत. ते जेव्हा परिपूर्ण होतात, तेव्हाच मनुष्य सुखी होतो. वामनरावांना या गोष्टीची जाणीव होती. मनुष्य जसा भाकरीवाचून जगू शकत नाही, तसे केवळ भाकरीनेही त्याचे समाधान होत नाही. मानवी जीवनात श्रद्धेला मानाचे स्थान मिळते, ते यामुळेच! वामनरावांच्यांत अशा प्रकारची श्रद्धा होती. मात्र ती आंधळी मुळीच नव्हती. त्यांच्या श्रद्धेला बुद्धीचा लगाम होता आणि बुद्धीवर श्रद्धेचे नियंत्रण होते.

या वैशिष्ट्यामुळे कुठल्याही वादाच्या किंवा तत्त्वज्ञानाच्या आहारी न जाता प्रत्येक गोष्टीतला चांगला भाग ते सदैव पाहू शकले. त्यांचे अनुपम सौजन्य मनाच्या या ठेवणीतूनच निर्माण झाले. पण त्यामुळेच त्यांच्या जीवनविषयक दृष्टिकोनात एक प्रकारचा दुबळेपणा निर्माण झाला, हेही मान्य केलेच पाहिजे. हे वैगुण्य वामनरावांच्यांतच दिसून येते, असे नाही. अनादि कालापासून सौजन्याला दुबळेपणाचा शाप मिळाला आहे. जगातली बहुतेक सज्जन माणसे हृदयशून्य व्यवहाराशी टक्कर देताना थोडी-फार अपुरीच पडतात. ती स्वत: दु:ख भोगतील, त्रास सोसतील, जग चांगले व्हावे, म्हणून धडपडत राहतील. पण जगाला कुरूप आणि रक्तबंबाळ करणाऱ्या दुर्जनांचा ताडकन हात धरायला, त्यांना निकराचा विरोध करायला, आणि त्यांच्याशी झुंज घ्यायला जी एक प्रकारची व्यावहारिक कठोरता अंगी लागते, ती त्यांच्यांत स्वभावत:च असत नाही. अशी माणसे हळूहळू जीवनातल्या सर्व दोषांकडे सहानुभूतीने पाहू लागतात. स्वत:च्या सत्प्रवृत्तींचे प्रतिबिंब त्यांना सर्वत्र दिसत असल्यामुळे धर्मराजाच्या दृष्टीने ती जगात वावरतात. पण मानवी जीवन हे धर्मराज आणि दुर्योधन यांच्या गुणावगुणांचे विचित्र मिश्रण आहे. केवळ आईचे अंध वात्सल्य त्याला सुधारू शकत नाही. केवळ शस्त्रवैद्याचे कौशल्यही त्यांच्यांत बदल घडवून आणायला समर्थ होत नाही!

वामनरावांचे जीवनविषयक तत्त्वज्ञान अपुरे वाटते, ते यामुळेच! 'जग हे वाईट माणसांनी भरलेले आहे, असा माझा अनुभव नाही' असे ते म्हणतात. 'इंदु काळे व सरला भोळे' मध्ये इंदु व बिंदुमाधव यांचे परस्परांविषयीचे आकर्षण चित्रित करताना 'इंदु तर मुळीच वाईट नाही; बिंदुमाधवही फारसा वाईट नाही', असे गृहीत धरून त्यांनी स्त्रीजीवनात निर्माण होणारा एक अत्यंत गूढ संघर्ष चित्रित करण्याचा प्रयत्न केला आहे. पण हे चित्रण फिक्कट व गुळमुळीत वाटते. असे होण्याचे कारण वामनरावांच्या वृत्तीतच आहे. मनुष्यातल्या सैतानापेक्षा त्याच्यातला देवावर त्यांचा अधिक विश्वास आहे. पण मनुष्य हा कितीही विचार करणारा प्राणी असला, तरी जीवनात तो कळत न कळत विकारांच्या अधीन होत असतो. आपले मन हे सत्

आणि असत् यांची अखंड संग्रामभूमी आहे, याची जाणीव त्याला सहसा असत नाही. आणि एखाद्यात ती जागरूक असलीच, तरी आपली प्रत्येक प्रेरणा प्रामाणिक आहे अशी आत्मवंचना करून घेण्याइतका तो हळूहळू आत्मनिष्ठ बनतो. मानवी प्राणी निसर्गत: दुष्ट नसला, तरी एखाद्या विकाराच्या किंवा वासनेच्या आहारी जाऊन हां हां म्हणता त्याचा अध:पात होऊ शकतो. जीवनात पदोपदी उभा राहणारा पापपुण्याचा प्रश्न हा बुद्धिबळाचा डाव नाही किंवा गणिताचा हिशेब नाही. तो व्यक्तीतल्या सुप्त ज्वालामुखीचा स्फोट असतो. नीती-अनीतीची कोडी उलगडताना महाकवी या दृष्टीने जीवनाकडे पाहतात. शेक्सपिअर, भवभूति, टॉलस्टॉय किंवा झ्वाइग अशा प्रकारच्या कलावंतांच्या निर्मितीत जीवनाचे जे उग्र, रम्य भीषण व विराट स्वरूप दृष्टीला पडते, आणि ज्याच्या जाणिवेमुळे हॅम्लेट, ऑथेल्लो, रोमिओ अँन्ड ज्यूलिएट, उत्तररामचरित, ॲना कॅरेनिना, बीवेअर ऑफ पिटी अशा कलाकृती निर्माण होतात, त्यांचे आकलन वामनरावांच्या ललित प्रतिभेला झाल्याचा प्रत्यय कधीच येत नाही. त्यांची पात्रे मध्यम वर्गाच्या चिमुकल्या जीवनाच्या रंगभूमीवर वावरतात. साहजिकच त्यांचे प्रश्नही तोकडे आणि कमी तीव्र वाटतात. ते सोडविण्याचे वामनरावांचे मार्गही मुख्यत: तर्कनिष्ठ आहेत. एखाद्या प्रचंड वादळात भिरभिरणाऱ्या पानाप्रमाणे विविध संघर्षाच्या कल्लोळात मानवी मन कसे गिरक्या खात जाते, आणि त्यातून अद्‌भुत, भीषण, करुण व उदात्त नाट्य कसे निर्माण होते, याची कल्पना त्यांच्या लिखाणावरून वाचकाला सहसा होत नाही. त्यांना मंत्रचळे म्हणणारे जसे एका टोकाला गेले, तसे त्यांना मंत्रद्रष्टे म्हणून संबोधणारे दुसरे टोक गाठीत आहेत! त्यांची प्रतिभा संसारी कवीची होती – ती महाकवीची नव्हती. त्यांच्या जीवनविषयक तत्वज्ञानाला मध्यम वर्गाच्या मर्यादा पडल्या होत्या. समाजातल्या वरिष्ठ वर्गातल्या सुसंस्कृतीचा वारसा घेऊन आलेल्या त्यांच्या मनाला जगाच्या संमिश्र व भीषण स्वरूपाचे वास्तव आकलन संपूर्णपणे होऊ शकले नाही. जगात सज्जन माणसे थोडी-फार असतात. पण त्यांना पराक्रमाची प्रेरणा क्वचितच होते. जीवनातल्या जंजाळाला कंटाळून गिरीकंदरात जाऊन राहणाऱ्या साधूसारखी ती आपल्या घरकुलात कालक्रमणा करीत बसतात. त्यांचे सौजन्य अंती वांझ ठरते. जगात मूर्ख माणसे पुष्कळ आढळतात. पण ती मूर्खच असल्यामुळे सज्जनांचा पाठपुरावा करण्याऐवजी दुर्जनांच्या हातची बाहुली होऊन बसण्यात त्यांना धन्यता वाटते. आणि माणसे स्वभावत: दुष्ट नसतात, हे खरे असले, तरी खुरटलेल्या आत्म्यांमुळे, बहुतेकांचा ओढा कष्टावाचून मिळणाऱ्या अमर्याद शारीरिक सुखोपभोगांकडे असल्यामुळे आणि भोग भोगून कधीच संपत नाहीत, हा ययातीचा अनुभव महाभारत काळापासून आजतागायत कायम असल्यामुळे दैनंदिन जीवनात ती हां हां म्हणता लोभी, मत्सरी, कामुक किंवा अहंकारी बनून थैमान घालू लागतात. जगातल्या अगणित दु:खांचे मूळ

या मोहसुलभ मानवी वृत्तीत आहे. पण मानवी मनाची ही रस्सीखेच, त्यात पदोपदी निर्माण होणारी विचित्र वादळे आणि त्यातल्या पुष्पराशीत लपून बसणारे विविध विषारी सर्प वामनरावांच्या कलमाने सहसा रेखाटले नाहीत.

इंग्रजी अमदानीतल्या मध्यमवर्गाच्या विकासाच्या काळात वामनराव जन्माला आले. त्यांच्या पिढीतला हा वर्ग सामान्यत: बुद्धिजीवी असल्यामुळे आणि परक्या सत्तेशी झुंज घेताना त्याचे अनेकगुण प्रगट झाल्यामुळे त्याची सोज्ज्वळ बाजू ही विशाल जीवनाचीच एक बाजू आहे, असे मानून वामनरावांनी आपले कथालेखन केले. त्यांच्या जीवन-विषयक तत्त्वज्ञानात समतेच्या व्यावहारिक मार्गापेक्षा, तिच्या प्रस्थापनेकरिता कराव्या लगाणाऱ्या भीषण संग्रामाच्या चित्रणापेक्षा त्यागावर आणि सौजन्यावर जो भर दिला गेला आहे, त्याचे मूळ त्यांच्या या मर्यादांतच आहे. त्यामुळे त्यांचे वाङ्मय सत्प्रवृत्तींना चालना देणारे असले, तरी सामाजिक क्रांतीला आवश्यक असलेली प्रभावी प्रेरकता त्यात नाही.

चिकित्सक दृष्टीने विचार करणाराला वामनरावांच्या व्यक्तित्वाच्या आणि कर्तृत्वाच्या आणखीही काही मर्यादा सांगता येतील. पण त्या सर्व लक्षात घेऊनही त्यांचे मोठेपण अविस्मरणीय आहे, असेच मराठी रसिकांच्या आजच्या पिढीप्रमाणे पुढल्या पिढ्यांनाही वाटत राहील.

बंडखोर आत्मे कुठेही झाले, तरी विरळच असतात. वामनरावांचा आत्मा बंडखोर नव्हता. पण तो सदैव जागृत होता. सत्यवानाचे प्राण हरण करण्याकरिता येणाऱ्या यमधर्मावर मात करण्यासाठी सावित्रीने जी दक्षता घेतली, ती त्यांच्याही आत्म्याच्या अंगी होती. एखाद्या देवभक्त स्त्रीने वादळी वाऱ्यात पदराआड नीरांजन धरून त्याची ज्योत विझू न देता जशी देवाच्या मूर्तीपर्यंत न्यावी, त्याप्रमाणे आयुष्यभर वामनरावांनी मानवी जीवन सुखी आणि समृद्ध करण्याकरता सात्त्विक विचारांचे आणि मंगल भावनांचे संरक्षण आणि संवर्धन केले. निर्मल चारित्र्य आणि त्यांतून प्रगट होणारे उदात्त साहित्य यांचा असा संगम क्वचितच आढळतो. त्यामुळे त्यांच्या तोंडून सहजासहजी निघालेल्या उद्गारातूनसुद्धा जीवनाचे ओझरते पण सत्यदर्शन होते. आयुष्यात श्रेय आणि ध्येय यांची सांगड कशी घालावी, असामान्य होण्याची टोचणी आपल्याला कशी लावून घ्यावी, याचे मूर्तिमंत उदाहरण म्हणजे वामनरावांचे जीवन! त्यांच्या एकसष्टीचा समारंभ मुंबईत झाला, तेव्हा जाता-जाता त्यांनी किती चिरंतन सत्ये सांगितली. ते म्हणाले, 'माझ्या दोन इच्छा अतृप्त राहिल्या आहेत. एक टेनिस खेळण्याची व दुसरी संशोधनात्मक वाङ्मय लिहिण्याची!' जीवन ही जशी क्रीडा आहे, तशीच ती तपस्या आहे, माणसाने शरीराच्या भुका भागविल्या पाहिजेत आणि आत्म्याची क्षुधाही तृप्त केली पाहिजे, असेच त्यांचे हे वाक्य सुचवीत नाही काय? पुढे ते उद्गारले, 'खरं जीवन म्हणजे काय, हे मला तुरुंगात असताना

कळून आलं. आम्ही तिथं एकमेकांना मनुष्य म्हणून ओळखू लागलो.' केवढे कटूसत्य आहे हे! संपत्तीने मनुष्य अंध आणि उन्मत्त बनतो, आपली सामाजिक भूमिका विसरतो. पण संकटात त्याचे मनुष्यत्व जागृत होते. त्या भाषणाच्या शेवटी वामनरावांनी सांगितले,

> 'वाङ्मय हे नुसत्या विद्वत्तेने निर्माण होणार नाही. त्यासाठी अनुभव पाहिजेत. चांगले जीवन जगल्याशिवाय चांगले वाङ्मय निर्माण होणार नाही. असे वाङ्मय कदाचित सदोष असेल. पण ते लोकांना अधिक आवडेल.'

पुण्यातल्या सत्काराच्या वेळी त्यांनी जे उद्गार काढले, तेही मोठे मार्मिक व मार्गदर्शक होते. ते म्हणाले,

> 'माझ्यावर सर्वांचे प्रेम आहे. प्रेमाचा मुबलक अनुभव मला मिळाला आहे. कुठेही गेलो, तरी प्रेमाची उणीव मला पडली नाही. दारिद्र्यात दुःख नाही; पण प्रेमळ माणसे ज्याच्या सभोवती नसतील, तो माणूस मात्र खरा दरिद्री !'

वामनरावांना दिवंगत होऊन चार वर्षे होऊन गेली. या चार वर्षांत अगणित घडामोडी झाल्या. भारताच्या शिरावर स्वातंत्र्याचा मुकुट चढला. पण त्याचा देह छिन्नभिन्न झाला. एक जखम बरी होते, न होते, तोच दुसरी चिघळावी, अशी त्याची सध्याची स्थिती आहे. एका जखमी हातात स्वतःच्या संरक्षणाकरिता तळपती तरवार घेऊन अष्टौप्रहर जागरूक राहायचे आणि दुसऱ्या रक्तबंबाळ हातात समतेचा – धार्मिक, आर्थिक आणि सामाजिक समतेचा–ध्वज घेऊन तो शिखरावर लावण्याकरिता सावधानतेने पर्वताची बिकट चढण चढायची, हे दिव्य त्याला आता केलेच पाहिजे. समाजाच्या सर्व सत्प्रवृत्ती खडबडून जाग्या झाल्या, त्याच्या सुप्त पराक्रमाला आवेशपूर्ण आवाहन मिळाले, त्यांच्या डोळ्यांपुढची क्षितिजे विशाल झाली, सर्वसमान्य मनुष्याची पायापुरते पाहण्याची प्रवृत्ती लोप पावून तो समाजाच्या उज्ज्वल भविष्याची स्वप्ने पाहू लागला, तरच स्वतंत्र भारताला आपले हे ध्येय साध्य करणे सोपे जाईल. जागृतीचे हे कार्य तत्त्वनिष्ठ राजकीय पुढाऱ्यांइतकेच प्रामाणिक साहित्यिकांचेही आहे. कारण वामनरावांनीच एके ठिकाणी म्हटले आहे :

'असत्य, दुर्जनता व हरतऱ्हेची कुरूपता यांचा विनाश व सत्य, सौजन्य आणि सौंदर्य यांचे संस्थापन करणे हे साहित्याचे अवतारकृत्य आहे.'

कोल्हापूर
१९-१-४८

वि. स. खांडेकर

अनुक्रमणिका

संदेश / १

आत्मज्ञानाची भूक / ४

ध्येये – म्हणजे? / १९

राष्ट्रकार्याची गंगा / २७

केतकरांच्या कादंबऱ्या / ३३

देशभक्त मेला, शाळेला सुट्टी / ३८

मुलांची हसरी सृष्टी / ४१

शत्रू? छे, मित्र! / ४८

निरपेक्ष सात्त्विक प्रेम / ६२

वाङ्मयविषयक माझी दृष्टी / ६७

ही समाजव्यवस्था नव्हे, सामाजिक अनवस्था / ७१

वाङ्मय-चर्चा / ८०

माझ्या अनुभवाचे सार / ८६

विचार-विलास / ९६

संदेश

मी काही बडा साहित्यिक नाही हे तुम्हाला ठाऊक आहे. पण हे लेकाचे साहित्यिक संमेलनं भरवितात आणि वर्तमानपत्रांत त्यांचा मोठा गाजावाजा होतो. 'संमेलनाचा संदेश' म्हणून संमेलनानंतर व्याख्यानं होतात आणि आमच्या ओरिएन्टल कॉन्फरन्सचा कोणाला पत्ताही नसतो! यांचं हे संमेलन म्हणजे काय प्रकरण आहे हे पाहावं म्हणून (आणि खरं बोलायचं म्हणजे तिकडचा प्रांत पाहावा म्हणून) मी एका संमेलनाला गेलो, आणि प्रतिनिधींच्या निवासातच उतरलो. अध्यक्षीय भाषणाच्या कार्यक्रमासाठी जाण्याकरिता उपरणे, पगडी, वगैरे खोगीर चढवून अर्धा तास आधी आमची स्वारी तयार झाली. आमच्या कंपूतल्या आमच्यासारख्या मित्रमंडळीला 'तयारी करा! उठा, उठा' म्हणून आग्रह करीत होतो, इतक्यात शाळेतली आठ-दहा मुलं कोणी लांबोडं स्वाक्षरी पुस्तक घेऊन आणि कोणी कागदाची चिटोरी घेऊन माझ्याकडे आली आणि 'स्वाक्षरी' द्या म्हणू लागली. 'संदेश पण पाहिजे' एक दोघे म्हणाले. मी म्हटलं, 'मी काही मोठा साहित्यिक नाही, माझी पगडी पाहून फसलेले दिसता तुम्ही.' 'तुम्ही संस्कृतचे मोठे प्राध्यापक आहात. आम्हाला ठाऊक आहे' असं एकानं म्हटलं तेव्हा आमची स्वारी मनात खूश झाली आणि बोलण्याच्या रंगात आली. मी त्या मुलाला म्हटलं, 'मी संदेश कधी देत नाही. संदेश देण्याच्या मी विरुद्ध आहे. आणि दुसरं असं की माझी पुस्तकं आणि मोठे प्रबंध वाचून जर कोणाला काही 'संदेश' मिळाला नसला तर एका वाक्यात मी कसा संदेश देऊ? आणि एका व्याख्यानात तरी कसा देणार?' तरी ती मुलं म्हणू लागली की, 'काही तरी संदेश द्याच. काय आणि कसा ते आम्ही काय सांगणार?' मी म्हटलं, 'संदेश दिला असता; पण संदेश म्हणजे काय, कोणी द्यायचा, याचा तुम्ही विचार केला आहेत का?' ती म्हणाली, 'नाही, पण तुम्ही काही तरी दिलाच पाहिजे.' 'बरं आहे तर मग' असं म्हणून एकाच्या हातातलं चिटोरं घेतलं मी आणि **'शाईनं लिहू नका, रक्तानं लिहा'** असा संदेश लिहिला आणि दुसऱ्याचं एक चिटोरं घेऊन,

'हिंसा - वृत्ती सोडा, सूत काता, आणि प्रेमसूत्राने जग हाराप्रमाणे ग्रथित करा' असा संदेश लिहिला. या दोघांना आनंद झालेला दिसला. इतरही संदेश मागू लागले, तेव्हा त्या पहिल्या दोघांना विचारलं, 'काय रे, या वाक्यांचा अर्थ काय? शब्दार्थ कळला असेल, भावार्थही समजला असेल, पण पाहतो तुम्हाला पटला आहे का? पाहा वाचून. हे दोन्ही संदेश एकच मनुष्य लिहीत आहे. यात काही विसंगती तुम्हाला दिसत नाही? आणि एकच संदेश दिला असता, तरी तो देण्याची माझी पात्रता काय, तो घेण्याचा आपला अधिकार काय, याचा विचार करायला नको का?'

ते मुलगे माझी व्याख्यानबाजी ऐकून दबकले. त्यांना काही उत्तर देता येईना. ते घुटमळत राहिले, तेव्हा त्यांच्या साहाय्यार्थ आमच्या खोलीत राहण्याला आलेले एक साहित्यिक कृष्णाप्रमाणे धावले आणि म्हणाले, 'अहो, त्यांना व्याख्यान कशाला देता उगीच? संदेश मागण्यात काय चूक आहे? आपण नाही का संमेलनाध्यक्षाकडून संदेशाची अपेक्षा करीत?'

'तोच तर माझा प्रश्न आहे' मी वादाच्या भरात येऊन उत्तर देऊ लागलो. 'अध्यक्षांनी इतकी पुस्तके लिहिली, इतके प्रबंध लिहिले, इतकी व्याख्यानं दिली, त्यात जो संदेश असेल त्याव्यतिरिक्त ते आता एकदोन तासांत काय सांगणार? आणि खरं म्हणजे त्यांच्या इतक्या वर्षांच्या लिखाणात आणि जीवनात काही संदेश मिळाला नसला, तर आताच्या तास दोन तासांच्या भाषणात काय सापडणार आहे?'

'वादाकरिता वाद करीत आहात तुम्ही' तो साहित्यिक म्हणाला आणि कपडे चढवू लागला. मुले बिचारी आमचा वाद मौजेने ऐकत होती. मला साहित्यिकांच्या संगतीमुळे म्हणा किंवा जन्म - स्वभावामुळे म्हणा, भलत्याच वेळी आणि भलत्याच ठिकाणी वाद करण्याची 'स्फूर्ती' झाली आणि मी तावातावाने म्हटलं, 'अहो, अध्यक्षाच्या लेखनात तुम्हाला काही माननीय, आदरणीय, आढळलं म्हणूनच ना त्याला तुम्ही अध्यक्ष केलंत? इतक्या पुस्तकांत आणि इतक्या वर्षांच्या जीवनात त्याला जर काही सांगता आलं नसेल तर तो एका व्याख्यानात कसा सांगणार? माझं तर मत असं आहे की, विशिष्ट संदेशाची अपेक्षा करणं वेडेपणाचं आहे. लेखकाचा खरा संदेश त्याच्या जीवनात असतो, त्याच्या पुस्तकांत प्रतिबिंबित झालेल्या त्याच्या मनात असतो. त्याची विशिष्ट मतं मला मान्य नसतील, पण मला त्याचं मन कदाचित आदरणीय वाटेल. लेखकाचे विचार बरोबर असतील किंवा चूक असतील; त्या विचारांत त्याचा खरा संदेश नाही, तर त्याच्या विचार करण्याच्या पद्धतीत, त्या विचारांना आधारभूत असलेल्या आणि त्यांना प्रेरणा देणाऱ्या त्याच्या वृत्तीत त्याचा खरा संदेश गर्भित असतो. मॅक्स-मुल्लरच्या उपपत्ती तज्ज्ञांना आता संशयास्पद वाटत असतील, पण त्यांची ४० वर्षांची अखंड ज्ञानपिपासेची तपश्चर्या हा त्यांच्या जीवनाचा अलिखित संदेश कोण विसरेल? टिळकांची उत्तरध्रुवावरील आर्यांच्या

वसतिस्थानाबद्दलची उपपत्ती कदाचित चूक ठरेल, पण फावल्या वेळात विद्याव्यासंग चालू ठेवावा हा त्यांचा कधी न दिलेला संदेश कायम टिकेल. त्यांची राजकीय धोरणे बरोबर होती का चूक होती हे भविष्यकाळ ठरवील; पण आपल्या ध्येयासाठी तुरुंगासारख्या आपत्तींना धैर्याने तोंड द्यावं हा त्यांच्या जीवनातला गर्भित संदेश हाच त्यांचा खरा संदेश आणि तो मात्र नित्य सत्य ठरेल. असले संदेश कोणी देत नाहीत, पण ते घेता येतात. कोणी सांगत नाही, पण समजतात.' माझं व्याख्यान मी पुढं चालू ठेवलं असतं, पण येथे 'टाळ्या द्या' 'टाळ्या द्या' असे ओरडून तेथल्या मंडळीने टाळ्यांचा गजर केला. तो गिल्ला थांबल्यावर एक साहित्यिक म्हणाला, 'अहो, हाच संदेश झाला की, हाच द्या ना लिहून. खरंच, हा लिहून द्या' असं मुलं म्हणू लागली. पण मी त्यांना दाद दिली नाही. ते जरा दूर गेल्यावर एकमेकांकडे पाहून हसू लागली हे मला दिसलं आणि ते पाहून मला बरं वाटलं! मुलं गेल्यावर एक मार्मिक पण खवचट साहित्यिक मला चिडवण्याकरिता म्हणाला, 'अहो, नाही नाही म्हणता म्हणता तुम्ही आता संदेश सांगितलाच की.' मी उत्तर दिलं, 'सांगितला असेल कदाचित, पण Consistency is the virtue of asses.

◆

आत्मज्ञानाची भूक

आपल्या इकडे आत्मज्ञान प्राप्त करून घेण्याचे मार्ग कोणते, त्याला अधिकारी कोण, इत्यादी गोष्टींविषयी अनुभवसिद्ध शास्त्रवचने आहेत. ब्रह्मज्ञान हे सहजगत्या हाती येणारे फळ नव्हे असे आपले शास्त्र सांगते. ब्रह्मज्ञानाला पाहिजे तो अधिकारी नव्हे, ज्याने आपली इंद्रिये आपल्या ताब्यात आणली आहेत, षड्‌रिपू ज्याने जिंकले आहेत, हरतऱ्हेच्या उपभोगाविषयी ज्याचे मन विरक्त झाले आहे तोच ब्रह्मज्ञानाला पात्र झाला. हे ज्ञान मिळविण्याकरिता संसाराची राखरांगोळी करावी असे आपले शास्त्र सांगत नाही. पाहिजे त्याला संन्यास घेण्यास आपल्या शास्त्राने अधिकार दिलेला नाही. सपत्नीक असल्यास पत्नीची अनुमती आहे किंवा नाही, वैराग्य खरे आहे का स्मशान-वैराग्य आहे, शम-दमादी साधनसंपत्ती आहे किंवा नाही, इत्यादी गोष्टी पाहूनच संन्यास घेणाऱ्याने संन्यास घ्यावा, देणाऱ्याने द्यावा, असे आपले शास्त्र म्हणते.

पण शास्त्राप्रमाणे संसार करून व पुढे वानप्रस्थ आश्रम घेऊन मग स्थितप्रज्ञ गुरूंच्या सत्संगतीत आत्मज्ञान करून घेण्याची आजकालच्या लोकांची इच्छा दिसत नाही; पण त्यांना आत्मज्ञानाची आवड तर आहे. अशा स्थितीत सध्याच्या समाजातील सामान्य सुसंस्कृत माणसांना आपल्या आत्म्याचे खरे स्वरूप काय, त्याला काय पाहिजे आहे, त्याचे समाधान कशाने होईल इत्यादी गोष्टींविषयी जे वाटत असते, त्याचे वर्णन करून आत्मज्ञानाची भूक शांत करण्याचा प्रयत्न केला पाहिजे, अन्य मार्ग नाही.

अद्वैत ब्रह्मज्ञान निश्रेयस सुख देणारे आहे अशी ज्यांची श्रद्धा आहे, पण त्याच्या पाठीमागे जाण्याचा ज्यांचा 'अधिकार' नाही किंवा ज्यांना धैर्य नाही, त्यांच्याशिवाय दुसऱ्या एका वर्गाकरिता हे दुसऱ्या प्रकारचे आत्मज्ञानविवरण आवश्यक आहे. या वर्गातील लोकांना आपल्या शास्त्रातील वेदान्तविवेचन खरे वाटते. पण ते म्हणतात की, अद्वैताचा अनुभव हा काही लोकांना किती जरी आनंददायक व शांतिप्रद असला, तरी तो सर्वांनाच तसा होईल असे नाही. काही लोकांना अहंभावविशिष्ट ज्ञान,

सत्संगती, प्रेम इत्यादी गोष्टी इतक्या प्रिय असतात की त्यापुढे ब्रह्मज्ञानाची त्यांना किंमत वाटत नाही. तुकाराम जसा म्हणाला की मला सत्संगती द्या, मग मला धनसंपत्तीची किंवा मुक्तीचीही पर्वा नाही, त्याप्रमाणेच हे लोक म्हणतात की आमचे मन शुद्ध असले, आमचे प्रेम सात्त्विक असले, आम्हाला जनसेवा करण्याची संधी मिळाली, आमच्या मानसिक व शारीरिक सर्व सात्त्विक शक्तींचा विकास होत असला, आमची सर्व प्रकारे उन्नती होत असली, म्हणजे आंम्ला तुमच्या ब्रह्मज्ञानाची जरुरी नाही! ही वृत्ती बरोबर आहे किंवा नाही या प्रश्नाचा ऊहापोह करण्याचे येथे प्रयोजन नाही. अशा वृत्तीचे पुष्कळ लोक आहेत व ते असणार ही गोष्ट ध्यानात धरली म्हणजे आपले ऐहिक व पारमार्थिक कल्याण कशात आहे, याचा तर्कदृष्टीने व हल्लीच्या सामान्य सुसंस्कृत माणसाला पटतील अशा प्रमाणांच्या आधारे ऊहापोह करणे जरूर आहे याबद्दल वाद राहणार नाही.

खरे बोलावे, खोटे बोलू नये, चोरीचहाडी करू नये, परोपकार करावा इत्यादी जे नैतिक नियम अलीकडील सुसंस्कृत समाजातील सामान्य माणसासदेखील मान्य आहेत, त्यांचे सविस्तर वर्णन देण्याचे हे स्थल नव्हे. मनोदौर्बल्यामुळे या नियमांचे अतिक्रमण मनुष्याच्या हातून होते ही गोष्ट खरी; पण नियमांचे मान्यत्व या गोष्टीने कमी होत नाही. आपण जे काही करतो ते सद्बुद्धीने केले पाहिजे तरच ते नीतीचे, हेही सर्वजण कबूल करतील. वाईट बुद्धी मनात धरून एखाद्याने जरी मोठा उपकार केला असला, तरी त्या 'उपकारा'ची नैतिक किंमत बेताचीच. आता, सामान्य नीतिनियमांमध्ये विरोध उत्पन्न झाला असता काय करावे, असा प्रश्न केला असता सुसंस्कृत मनुष्य म्हणेल की, 'ज्याच्या योगाने तुझ्या अंतरात्म्याचे समाधान होईल असे तुला वाटते ते कर.' 'कशाने माझे समाधान होईल हाच माझा प्रश्न आहे' असे कोणी उलट म्हणाल्यास तो म्हणेल की, 'तूच आपल्या मनाला विचारून पाहा. तुला स्वतःच्याच पोळीवर तूप ओढून धष्टपुष्ट होण्यामध्ये व पशूंप्रमाणे यथेष्ट विषयोपभोग घेण्यामध्ये जीवितसाफल्य आहे असे वाटते काय? नाही. लोकांना आनंदी पाहून तुला बरे वाटते ना? होय. जगात जी अनेक दुःखे किंवा संकटस्थाने आहेत, जी भांडणे आहेत, जो कोतेपणा आहे, जी कुरूपता आहे, जी अरसिकता आहे, जी असदभिरुची आहे, ती होईल तेवढी कमी व्हावी, अशी तुझी इच्छा आहे ना? आणि याकरिता स्वतःच्या जीवाला थोडाबहुत त्रास सोसावा लागला, तरी तो सोसणे चांगले वाटते ना? असे तुला वाटत नसल्यास पुढचे बोलणेच खुंटले. वाटत असून तसे आचरण होत नाही अशी तुझी तक्रार असल्यास त्यात काही आश्चर्य करण्यासारखे नाही. कारण मानवजाती सध्या ज्या अवस्थेत आहेत त्या अवस्थेत The Spirit is willing but the flesh is weak, किंवा 'जानामि धर्मं न च मे प्रवृत्तिः' 'मला धर्म अधर्म समजतो, पण इंद्रिये माझ्या ताब्यात नाहीत' असे

म्हणण्याची पाळी पुष्कळांना येते. पण या आत्मदौर्बल्यविषयक असंतोषाच्या पोटातच संतोषाचे एक बीज गर्भित आहे. कारण आज नाही उद्या, उद्या नाही परवा, दहावीस वर्षांनी; या जन्मी नाही तर पुढील जन्मी, आपण आपल्या अंतरात्म्याची भूक शांत करू, अशी सामान्य मनुष्याला आशा असते. या आशेची ज्योत सदैव सारखीच तेजस्वी असते असे नाही. कधी ती अगदी मंद होते व विझून केव्हा जाईल आणि केव्हा नाही अशी तिची अवस्था होते, आणि मनुष्याचे जीवित अंधकारमय होऊन पुढचा मार्ग तर दिसत नाही, हात धरून सुरक्षित जागेत नेऊन पोहोचवील असा कोणी श्रेष्ठ प्रेमळ पुरुष दिसत नाही, पावलांमध्ये जोर नाही, हातपाय हलविण्याविषयी उत्साह नाही, अशी अवस्था प्राप्त होते. पण ही शोचनीय स्थिती नित्य नसते हा अनेकांचा अनुभव आहे, आणि म्हणूनच आपले दौर्बल्य पाहून उत्पन्न झालेल्या असमाधानवृत्तीत समाधानवृत्ती गर्भित आहे असे वर म्हटले. आपल्याकडून होईल तितका प्रयत्न करून हे जग अधिक सात्त्विक, सुंदर व आनंदरसमय करणे या ध्येयाची ज्योत हल्लीच्या संस्कृतीत वाढलेल्या मनुष्याच्या हृदयात कधी मंद तर कधी अमंद पेटत असते. या विधानाचा असा अर्थ नव्हे की प्रत्येक मनुष्याला सारी पृथ्वी हलवून सोडण्याची नेपोलियनसारखी धमक किंवा शक्ती असते. नेपोलियन झाला तरी त्यालासुद्धा युरोपमधील देश व इजिप्त याबाहेर विशेष काही करता आले नाही, हे समंजस मनुष्य ओळखून असतो. नेपोलियनचे कशाला? श्रीरामचंद्र, श्रीकृष्ण, इत्यादी देवांचे (किंवा देवतुल्य राजांचे) देखील राज्य अखेर विलयास गेलेच की नाही? साऱ्या त्रिभुवनात आचंद्रार्क टिकेल असा कायमचा आकार मानवजातीच्या जीवितघटाला आजपर्यंत कोणीही देऊ शकला नाही; फार काय, या घटावर आपली खूण कायमची राहील, एवढेदेखील कोणी करू शकला नाही, हे सुज्ञ मनुष्याच्या ध्यानात आल्याशिवाय कसे राहील? **'जगाच्या कल्याणा संतांच्या विभूति'** अशा प्रकारची भाषा आपण ज्या वेळेस लोकोत्तर माणसांच्या कार्याविषयी वापरतो त्या वेळेसदेखील 'जग' म्हणजे यच्चयावत मनुष्ये व प्राणिमात्र असा या विधानाचा शब्दशः अर्थ करावयाचा नसतो. मग यःकश्चित सामान्य माणसांविषयी बोलत असताना तसा अर्थ का करावा? 'जगाचे' किंवा 'देशाचे' हित पाहा इत्यादी वाक्यसमूहांच्याद्वारे एवढाच अर्थ विवक्षित असतो की जितक्या अधिक लोकांचे व जितके अधिक तुम्हाला कल्याण करता येईल, तितके करा. एखाद्या गावंढळ गोम्या बिन सोम्याला साऱ्या जगाचे किंवा सर्व देशाचे कल्याण करता येण्याचे दूरच राहिले. त्यांच्या जिल्ह्याचे, तालुक्याचे किंवा गावाचेही कल्याण करणे त्याच्या आवाक्याच्या बाहेरचे आहे. पण त्याने दिवसभर मजुरी करून किंवा शेतावर खपून आपल्या म्हाताऱ्या आईबापांना, बायकोला व मुलाबाळांना आपल्या ऐपतीप्रमाणे प्रेमाने जेवू खाऊ घातले, दुसऱ्याच्या बायकोवर वाईट नजर ठेवली नाही, दुसऱ्याचे पैसे

चोरण्याची इच्छा धरली नाही, शेजाऱ्याला सवडीप्रमाणे मदत केली, सवंगड्यांबरोबर हसूनखेळून दिवस घालविले, कोणाला लागेल असे कधी बोलला नाही, आपले घरदार स्वच्छ राखले, तर त्याच्या मगदुराप्रमाणे व अकलेप्रमाणे त्याने देशहितच केले म्हणावयाचे. आपल्या कक्षेतली जी परिस्थिती आहे तिच्यावर ज्ञानकिरणांचा अधिक प्रकाश पाडून तिच्यात अधिक रमणीयता व साधुत्व आणण्याचा प्रयत्न करणे हेच नीतीचे मुख्य तत्त्व आहे. अशा प्रकारचे आचरण सुसंस्कृत मनुष्याच्या अंतरात्म्याला समाधान व शांती देते. त्याच्या 'जीवात्म्याला' विषयोपभोग हे काही काळ आनंद देऊ शकतील; पण विषयोपभोगांची एकसारखी रांग लागली तरी हा एका अर्थी सतत, अविरत किंवा 'नित्य' असलेला आनंद वर वर्णन केलेल्या शांतीच्या किंवा प्रसन्नतेच्या मानाने अगदी क्षुद्र दर्जाचा आहे, हे तो ओळखून असतो. इंद्रियसुखे त्याला योजिलेल्या सत्पथापासून एखादवेळेस च्युत करू शकतील, पण त्याला अशा वेळा खरे समाधान प्राप्त होत नसते. कारण नीतितत्त्व सोडून सुखाभिलाष धरणारा आत्मा हा आपला खरा आत्मा नव्हे, तो तोतया असून आपल्या हृदयात दौर्बल्यामुळे उगीच पुंडाई माजवीत आहे असे सुसंस्कृत मनुष्य जाणून असतो.

जगाचे कल्याण, देशहित, जनसेवा, परोपकार, ज्ञानवर्धन, सदभिरुचीचे पोषण, इत्यादी इष्ट तत्त्वे ज्या कर्मांमध्ये गर्भित आहेत, अशा कर्मांमध्ये आपल्या खऱ्या आत्म्याचे - परमात्म्याचे - स्वरूप व्यक्त पावत असते. अंतरंगाकडे पाहिले तर हा आत्मा मोठा जिज्ञासू प्रेमप्रचुर, सुखलोलुप, सौंदर्यप्रिय व नैतिक सद्बुद्धीविषयी आवड बाळगणारा असा दिसतो. गावंढळ मनुष्य घेतला तरी त्यालासुद्धा जिज्ञासा असतेच. आकुंचित दृष्टीचा मनुष्य घेतला तरी आपली मुलेबाळे त्याला अत्यंत प्रिय असतातच व तो त्यांच्या प्रेमाने आपल्या सुखाचा व जीविताचाही त्याग करण्यास प्रवृत्त होतो. ज्यांना सुशिक्षण, सुसंगती, इत्यादी सत्संस्कारांचा लाभ मिळाला आहे त्यांचे प्रेम याहून अधिक, व्यापक, खोल व स्थिर असते व जो पूर्णावस्थेस पोहोचला आहे, त्याला तर वसुधा हेच कुटुंब वाटू लागते आणि तो 'सर्वभूतहिता'विषयी स्वहिताइतकाच तत्पर असतो. प्रेम हे आत्म्याचे एक अंग झाले; रसिकता किंवा सौंदर्यप्रियता हे दुसरे अंग आहे. आपल्या मुलांना खाण्यापिण्यास मिळाले म्हणजे एवढ्याने आपले समाधान होत नाही. ती सुरेख दिसावीत अशीही आपली इच्छा असते. यप्रमाणेच आपले घर, आपला पोषाख, सामानसुमान, शेतीवाडी, शहर, काव्यग्रंथ, नाटके, चित्रे, पुतळे इत्यादिकांत जितकी रमणीयता अधिक असेल तितकी आपणांस पाहिजे असते; त्याशिवाय आत्म्याचे पूर्ण समाधान होत नाही. रानात राहणाऱ्या कातकऱ्यालादेखील आपले घरदार स्वच्छ व सुरेख असावेसे वाटते. मग त्याच्याहून उच्चतर संस्कृती लाभलेल्या मनुष्याला सौंदर्यलालसा असते यात नवल काय? अपत्य-प्रेम व सौंदर्यलालसा याशिवाय आत्म्याच्या पोटात तिसरे

एक तत्त्व आहे. हे तत्त्व म्हणजे नैतिक सद्‌बुद्धी. आपले पोर आनंदात राहावे, ते गोजिरवाणे असावे, असे जसे प्रत्येकाला वाटते त्याप्रमाणेच ते सदाचारसंपन्न असावे, अशी प्रत्येकाची इच्छा असते. 'सदाचारा'च्या कल्पना कालस्थलभेदाने भिन्न असतील; पण सदाचारप्रियता हा गुण सर्व लोकांमध्ये दिसून येतोच.

आपण जे काही आचरण करतो ते सद्बुद्धीने केलेले असले तरच आपला अंतरात्मा गार होतो. दुसऱ्याला आनंदित करणारे किंवा त्याचे अन्य तऱ्हेने कल्याण करणारे कर्म आपण जर दुष्ट बुद्धीने केले तर त्याने मन प्रसन्न होत नाही. जगात आनंदाचे क्षेत्र अधिक वाढवावयाचे हे ध्येय जरी चांगले असले व आपल्या कर्मापासून आनंदक्षेत्र जरी विस्तृत झाले असले तरी कुबुद्धि-पूर्वक केलेल्या असल्या कर्मापासून आत्मप्रसादरूपी फलप्राप्ती कधी व्हावयाची नाही.

आपल्याप्रमाणेच दुसऱ्याचेही सुख पाहावे असे आपला अंतरात्मा सांगतो. पण या सुखामध्ये 'कशा प्रकारचे सुख' हे स्पष्ट केलेले नाही. सुखासुखांमध्ये भेद आहेत. कोणत्याही विषयसुखापेक्षा आत्मप्रसाद अधिक योग्यतेचा आहे. आपण स्वतः क्षुद्र ऐन्द्रियसुखे त्याज्य समजून उच्चतर आत्मप्रसादाचे ध्येय आपल्यापुढे ठेवतो, त्याचप्रमाणे लोकांचे 'हित' करावयाच्या वेळी त्यांच्या क्षुद्र विषयसुखापेक्षा त्यांच्या निःश्रेयसुखाचा लाभ त्यांना होईल याविषयी आपण दक्ष असले पाहिजे.

आपल्या हृदयातील खरा आत्मा -परमात्मा - आपले स्वतःचे श्रेय साधण्यास आपणांस सांगतो आणि या श्रेयाच्या अविरोधाने आपले स्वरूप जितके रम्य व प्रेममय होईल तितके त्याला पाहिजे असते. खरे प्रेम दुसऱ्याला सुख द्या असे सांगत नाही, तर त्यालाही आपल्याप्रमाणेच आत्मा आहे, तेव्हा त्या आत्म्याचे श्रेष्ठ स्वरूप सर्वांगाने व्यक्त होईल याबद्दल तुला जेवढे साहाय्य देता येईल तेवढे दे, असे सांगते. खरी सौंदर्यप्रियता अथवा रसिकता हीदेखील वाटेल ते रसोपभोग घेण्यास सांगत नाही, तर सात्त्विक रसास्वाद घे असे सांगते. आत्महिताची जी उच्च कल्पना आहे तिला अनुसरून अशीच 'परहिता'ची कल्पना असली पाहिजे. 'परहित' साधणे आपले कर्तव्य आहे, पण याचा अर्थ दुसरा मागेल ते त्याला द्यावे असे नाही, तर आपल्याप्रमाणेच त्याच्या हृदयातही वास करणाऱ्या आत्म्याचे सर्वांगाने विकसन होईल व आत्मप्रसादाचा त्याला लाभ होईल अशा उद्देशाने त्याला जेवढे म्हणून आपल्या हातून साहाय्य देववेल तेवढे द्यावे, असा त्याचा अर्थ आहे. आता आपल्या स्वतःच्या अनुभवावरून आपणांस असे विधान करता येईल की, आत्म्याची प्रसन्नता ही इतर गोष्टींपेक्षा आपल्या नीतिमत्तेवर अधिक अवलंबून आहे. ज्ञान (म्हणजे विद्वत्ता), वक्तृत्व, रसिकता, अपत्य-धन-दारादिसंपत्तिमत्त्व, इत्यादी गुणांचा समवाय दुधासारखा गोड आहे; पण या दुधात नीतिमत्तेची साखर पडली तर ठीक. पापवृत्तिरूपी मिठाचा खडा त्यात पडला तर ते मधुर दूध नासून जाईल. पापकर्माबद्दल आपले

मन आपणाला खाऊ लागले म्हणजे मग खाणेपिणे, नाटक, काव्य काही एक गोड लागत नाही. उलटपक्षी आपला काही एक अपराध नसता एखादी मोठी आपत्ती येऊन आपल्यावर कोसळली तर आपल्या चित्तात चलबिचल होईल नाही असे नाही; पण या वरच्या लाटांच्या खाली - आत्म्यामध्ये - एक प्रकारची शांती व प्रसन्नता अढळ राहते. नीतिमत्तेशिवाय आत्मप्रसाद नाही, म्हणून ज्याला परहित साधावयाचे असेल त्याने नीतिमत्तेचा परिपोष होईल या गोष्टीकडे इतर गोष्टींपेक्षा अधिक लक्ष दिले पाहिजे. पण नीतिमत्तेचा परिपोष म्हणजे विशिष्ट कर्माचा परिपोष असे नव्हे; कारण भिन्न परिस्थितीमध्ये तेच कर्म नीतीचे व तेच अनीतीचे ठरेल. नीतीचा परिपोष म्हणजे नीतीने वागण्याच्या बुद्धीचा परिपोष. नीतिमत्ता ही आत्मरूपी गृहातील गृहिणी आहे; पण तिला इतरांचा हेवा वाटत नाही. इंद्रियसुखांचा, ज्ञानाचा, विविध ललितकलाविषयक रसास्वादाचा ही गृहिणी दुस्वास करीत नाही, किंवा त्यांचा विटाळ मानीत नाही. आत्म्याच्या घरात सर्वांना आनंदाने नांदता येते. पण एक मात्र अट आहे, ती ही की ज्याने त्याने मर्यादा सांभाळून वागले पाहिजे. नीतिमत्ता ही सुखेच्छेची सासू म्हटले तर ही सासू आपल्या सुनेचा सदा सासुरवास करते असे नाही. सून जेव्हा आपली पायरी सोडून उन्मत्तपणा करू लागते तेव्हाच सासूला आपला अधिकार गाजवावा लागतो.

परहित साधताना त्याच्या सुखाची वृद्धी होते किंवा नाही हे न पाहता त्याच्या नीतिमत्तेचा परिपोष होतो किंवा नाही हे पाहावे, असे वर म्हटले. पण नीतिमत्ता ही वस्तू फार खोल व गूढ आहे. ती हृदयातल्या अगदी आतल्या गाभ्यात राहते. तेथे वक्तृत्वाची किंवा तत्त्वज्ञानाची किरणे प्रवेश करू शकत नाहीत. स्वत:च्या उदाहरणाचाच दुसऱ्याच्या नीतिमत्तेवर परिणाम होतो. आपल्या स्वत:च्या नीतितेजाने तेथे जर आधीच प्रवेश केला नसला व द्वार उघडे केले नसले, तर वाक्पांडित्याचा प्रवाह त्यावरून कितीही वाहिला तरी उलट्या घागरीवर पाणी अशातलीच स्थिती व्हावयाची. तेव्हा जगाच्या कल्याणाच्या, देशहिताच्या, किंवा दुसऱ्याची नीती सुधारण्याच्या उद्योगाला लागावयाचे म्हणजे आपले हृदय निर्मळ करण्यापासून मनुष्याने आरंभ केला पाहिजे.

याचा जर कोणी असा अर्थ करू लागेल की आधी तुम्ही नीतीचे पुतळे व्हा, आणि मग परहिताच्या गोष्टी बोला, तर तो अर्थ चुकीचा होईल. स्वत:स साधारण पोहता येऊ लागले म्हणजे दुसऱ्याला पोहणे शिकविता येते. त्याला दहा पुरुष खोल बुडी मारण्याची किंवा समुद्र तरून जाण्याची ताकद लागत नाही. स्वत:स चार अक्षरे लिहिता वाचता येऊ लागली म्हणजे दुसऱ्याला अक्षरओळख करून देण्याची पंचाईत पडत नाही. याप्रमाणेच नीतीचीही गोष्ट आहे.

शिवाय दुसरे असे, नीतिमत्तेला अनुकूल परिस्थिती उत्पन्न करणे हेसुद्धा परंपरेने

नीतिपोषणच आहे. आपल्या स्वतःच्या तेजस्वी उदाहरणाने दुसऱ्याचे सौजन्य वृद्धिंगत करणे हा तर एक मार्ग आहेच, पण नीतिमत्तेला अनुकूल परिस्थिती उत्पन्न करण्याचा मार्ग अगदीच त्याज्य नव्हे. मनुष्य पापे का करतो तर तो अज्ञानी असतो, त्याला वाईट संगतीही लागलेली असते, वाईट सवयी जडलेल्या असतात, सात्त्विक आनंद उपभोगण्याची आवड किंवा शक्ती नसते, म्हणून. ही प्रतिकूल परिस्थिती आपल्या हातून होईल तेवढी बदलली तर आपण त्याच्या उचित आत्मविकासास साहाय्य केल्यासारखेच आहे. मुंबईसारख्या शहरातील गरीब लोकांना राहण्यास चांगल्या खोल्या दिल्या तर त्यांची नीतिमत्ता सुधारण्याचे थोडेबहुत श्रेय मिळालेच पाहिजे.

नीतिपोषणाच्या वगैरे लांबलांब गप्पा पुस्तकांत किंवा वर्तमानपत्रांत शोभतात, व्यवहारात अशा प्रकारचे पुस्तकी उच्च हेतू मनात धरून वागणारे फार थोडे असतात. पण ते अनीतिमान असतात किंवा त्यांच्या आचरणाने नीतिसंवर्धन होत नाही असे नव्हे. आई मुलांचे लाड करते, त्यांचे मन सहसा दुखवीत नाही, त्यांचे हट्ट चालू देते, हे काय 'जगातील नीतिमत्ता सुधारण्याच्या'उच्च हेतूने? किंवा मुलांची तरी नीतिमत्ता सुधारण्याच्या हेतूने? मुळीच नाही. ती मुलांचे तात्कालिक सुख पाहात असते. यामुळे त्यांचे अनेक तऱ्हेने नुकसान होते, पण तिच्या प्रेमळपणाचा जितका नीतीला आधार आहे तितका दुसऱ्या कशाचा नसेल! सर्व नीतिशास्त्रवेत्त्यांचा, शिक्षणशास्त्रज्ञांचा, वेदान्त्यांचा, पुराणिकांचा, व्याख्यान देणाऱ्या वक्त्यांचा, वर्तमानपत्रकर्त्यांचा, एकूणएक सर्वांचा वक्तृत्वपूर्ण व विद्वत्ताप्रचुर उपदेश तागडीमध्ये एकीकडे घातला व त्यांच्यात आधुनिक समाजसेवावादी लोकांची हस्तपत्रके, रात्रीचे वर्ग, मॅजिक लँटर्नचे खेळ, वगैरेंची आणखी भर घातली, आणि दुसऱ्या बाजूला अशिक्षित मातांची वेडी माया घातली, तर जगातील कठोर व्यवहाराला कोमल व स्निग्ध स्वरूप देण्याच्या कामी या आंधळ्या खुळ्या मायेचेच महत्त्व अधिक आहे हे कबूल करावे लागेल!

याचे कारण उघड आहे. माता जे काही करते ते प्रेमाने व सद्धेतूने करते, त्यात आपलपोटेपणा नसतो किंवा कपट नसते. तिच्या फाजील लाडांचा बाह्य परिणाम कसाही होवो, त्यामुळे मुलाची प्रकृती बिघडो किंवा त्याचा अभ्यास मागे राहो; मुलाच्या जीवितरूपी पाटीवर हे किंवा असले डाग कितीही पडोत; मातेच्या प्रेमाचा ओला हात पाठीवर एकसारखा फिरत असल्यामुळे हे डाग मुलाच्या नीतिमत्तेचे कायमचे नुकसान कधीही करू शकत नाहीत. माता ज्या बुद्धीने मुलाचे लाड पुरविते ती बुद्धी त्याच्या अंतरात्म्याच्या अंतरात्म्याला जाऊन भिडते व तेथे प्रेमाचा झरा उत्पन्न करते. हा प्रेमाचा झरा विद्वत्तेच्या किंवा सदुपदेशाच्या कठोर कुदळीने खणून किंवा मारहाणीने सुरुंग लावून अंत:करणक्षेत्रात करता येत नाही. डोळे फोडून डोळ्यांना पाणी येत नाही, रक्त मात्र येते, पण करुण प्रसंग पाहून त्यांना पाणी जसे

आपोआप येते तसेच अंतःकरणातील प्रेमनिर्झराचेही आहे. वातीतले तेल जसे खालच्या तेलाचे आकर्षण करून घेते तसेच मातेच्या प्रेमाचे स्निग्ध आकर्षण मुलाच्या हृदयात सुप्त असलेल्या झऱ्यास वर आणण्यास कारण होते.

मातेच्या प्रेमाची जी गोष्ट तीच मित्राच्या, सोबत्याच्या, आपल्या बरोबर काम करणाऱ्यांच्या प्रेमाची आहे. 'जगाचे कल्याण करावयाचे', 'देशातील नीतिमत्ता सुधारावयाची' अशापैकी उच्च हेतू प्रत्यक्ष जरी डोळ्यांसमोर नसला, तरी दुसऱ्याचे मन सहसा दुखवावयाचे नाही, मर्मभेदक भाषणे करावयाची नाहीत, आपल्यापेक्षा दुसऱ्याचे सुख व त्याची सोय पाहावयाची, कपटरहित हास्यविनोद करावयाचा, अशा प्रकारची जी वृत्ती आहे ती सभोवतालच्या आत्म्यामध्ये जी स्निग्धता, कोमलता व रम्यता उत्पन्न करील, ती जितके नीतिपोषण करील, तितके दुसऱ्या कोणत्या वृत्तीने होईल किंवा नाही याची वानवाच आहे.

स्वतःची व होईल तितकी इतरांची नीतिमत्ता सुधारावयाची हे आपले ध्येय किंवा हा आपला मुख्य पुरुषार्थ असे आपण प्रथम ठरविले; पण अखेर दुसऱ्याचे मन होता होईल तो दुखवावयाचे नाही, व्यवहाराच्या कोरड्या भाकरीवर प्रेमदुग्ध शिंपडून होईल तेवढी ती स्निग्ध व नरम करावयाची, संसारयात्रेचा मार्ग आक्रमण करता करता हसून खेळून असावयाचे, कोणाला लागून बोलावयाचे नाही, अशा प्रकारच्या घरगुती उपदेशावर आपण येऊन ठेपलो. यावरून कोणी असे अनुमान काढू नये की, याहून उच्चतर व उदात्ततर वृत्ती शक्यच नाही. हीच मनुष्याची नैतिक पूर्णावस्था असे भासविण्याचा लेखकाचा इरादा नव्हता. सामान्य मनुष्याचे नैतिक ध्येय व्यवहारात कोणते स्वरूप धारण करते एवढेच येथे दर्शवावयाचे होते. नैतिक पूर्णावस्था प्राप्त झाली असता [नीतिदृष्ट्या 'परिणतप्रज्ञ' झाला असता] मनुष्याचे आचरण व त्याची बुद्धी कशी असेल याचे विस्तृत वर्णन येथे न करता अर्जुनाने श्रीकृष्णाला स्थितप्रज्ञ करतो काय, तो बोलतो कसा, चालतो कसा, इत्यादी प्रश्न विचारल्यावर त्याला जे उत्तर मिळाले त्याच्यात पूर्वविकसित नीतितत्त्वाचा आरसा आहे, एवढे तेथे सांगितले म्हणजे पुरे आहे.

ज्ञानप्रियता, सुखाभिलाष, प्रेम, विविध रसोपभोगलालसा, स्वहितप्रवृत्ती, परहितप्रवृत्ती इत्यादी आपल्या आत्म्याची अंगे आहेत असे म्हटले. पण इसापनीतीतील हात, पाय, पोट वगैरे अवयवांमध्ये जसे भांडण लागले तसे या विविध अंगांमध्ये भांडण लागले तर काय करावयाचे हा आपला मूळ प्रश्न होता व याचे उत्तर अद्यापि काहीच आलेले नाही. या दृष्टीने वरील चर्चा विषयांतरासारखी भासते. पण या चर्चेमुळे मूळ प्रश्नाचे उत्तर देणे सोपे झाले आहे असे वाटते. आत्म्याचे स्वरूप काय व त्याला काय काय पाहिजे असते, हे कळल्याशिवाय त्याचे समाधान कशाने होईल याचा निर्णय करणे अशक्य झाले असते. आपणांला ज्ञान, सुख, परोपकार, सौंदर्य इत्यादी

गोष्टी पाहिजे आहेत. या गोष्टींमध्ये कधी विरोधच उत्पन्न झाला नसता, तर वरील प्रश्नाचे उत्तर सोपे होते. पण विरोध असल्यामुळेच सर्व घोटाळा झालेला आहे. किंवा 'घोटाळा' तरी का म्हणावे? यामुळेच संसारप्रवाहाला रम्य नवरसात्मकत्व आलेले नाही काय? किंवा उपमा बदलून बोलावयाचे म्हणजे, यामुळेच संसाररूपी शुष्क पटावर रंगीबेरंगी सुंदर वेलबुट्टी काढली जात नाही काय? दुसरे असे की भिन्न मनोवृत्तींमध्ये आपल्या हृदयात कधीच कलह झाला नसता तर क्षुद्र मनोवृत्तींना जिंकण्याचा आपणांस आनंद होत आहे तो प्राप्त झाला असता काय? मनात आणावी ती इच्छा सफल झाली असती, 'एक ही किंवा ती, दोन्ही मिळणे शक्य नाही' - अशा प्रकारचे बिकट कोडे आपणांस कधीच सोडवावे लागले नसते, तर एकीच्या मोहकपणाला न भुलता दुसरीच्या श्रेयस्करतेला वरण्याचा आपणास जो निरतिशय सात्त्विक आनंद होतो तो प्राप्त झाला असता काय? प्रबल इंद्रियांशी झगडा करून त्यांना अनेक वेळा चीत केल्याचा आपणांस अनुभव नसता, तर 'इंद्रिये एकपट प्रबल तर आत्मा दसपट प्रबल' अशा प्रकारचा दृढ आत्मप्रत्यय व सात्त्विक स्वाभिमान शक्य होता काय?

हे काहीही असो; आत्म्याला शरीराची उपमा देणे विलक्षण आहे. तथापि आत्मरूपी शरीराची ज्ञानप्रेम, बंधुभगिनीप्रेम, मित्रप्रेम, काव्यप्रेम, सदाचारप्रेम इत्यादी अंगे एकमेकांत अनेक वेळा भांडतात व त्यांचे भांडण तोडणे कठीण पडते, असे म्हटले तर हे भांडण सर्वांना समजण्यासारखे व पटण्यासारखे आहे. वरील भांडण कसे तोडावे हा आपल्या पुढचा आताचा प्रश्न आहे.

आपल्या अवयवामध्ये कोणताही अवयव निरुपयोगी नाही; हात, पाय, कान, नाक फार काय - नखे, केस इत्यादिकांचासुद्धा उपयोग आहे. पण त्यातल्या त्यात पोट किंवा डोके यांचे अधिक महत्त्व आहे. एखाद्या काठेवाडी बारोटिआने (डकाइताने) गिरनारच्या रानात, आपणांस पकडले व म्हटले की, 'तुमचा कोणता तरी अवयव कापणार आहे आणि मग माझ्या पुंडाईचे वर्तमान साऱ्या गावाला कळावे व दहशत बसावी म्हणून मी तुम्हाला सोडून देणार आहे', तर आपण त्याला विनवू की, 'बाबा अवयव कापावयाचाच तर हात, पाय, कान किंवा नाक काप; पण डोके छाटू नको.' आत्म्याचे कोणते अंग असेच सर्वांत अधिक महत्त्वाचे आहे? सुखलालसेला हे उच्चतम स्थान कधीही देता येणार नाही हे कोणीही सांगेल. सुखलालसा म्हटली की ती वाईटच असे आपणाला वाटत नाही. सात्त्विक सुखे भोगण्यास कोणतीही हरकत नाही असे आपला आत्मा सांगतो. अट एवढीच की ही सुखलालसा विद्यासाधन, परोपकार इत्यादिकांच्या आड येता कामा नये. आपल्या शास्त्रांनी अर्थ व काम हे चार पुरुषार्थांमध्ये गणलेले आहेत, त्यांना निंद्य म्हटलेले नाही, पण ते जेव्हा धर्म किंवा मोक्ष यांना प्रतिकूल होतात तेव्हा ते त्याज्य ठरतात. सुखलालसा

कनिष्ठ ठरली, पण ज्ञानलालसा, रसिकता, परोपकारबुद्धी, इत्यादिकांमध्ये तर-तम-भाव कसा ठरवावयाचा? सुखवादी तत्त्ववेत्यांनी सुखाला म्हणजे कामाला व अर्थाला पुरुषार्थत्वाचे स्वरूप दिले हे योग्यच होते, पण सुखाशिवाय दुसरा पुरुषार्थच नाही असे जे ते म्हणत तेथे त्यांचे चुकत होते. असो. सुखलालसा कनिष्ठ हे कबूल; पण जीवितसंरक्षणेच्छा, ज्ञानलालसा, रसिकता, सौजन्य इत्यादिकांमध्ये तर-ताम-भाव कसा ठरवावयाचा, हा आपला प्रश्न आहे.

एखादी गोष्ट प्रिय आहे व दुसरी श्रेयस्कर आहे आणि त्यांमध्ये विरोध उत्पन्न झाला आहे, अशा प्रसंगी 'प्रिय' सोडून 'श्रेय' वरण्याची जी प्रवृत्ती ती नीतिमत्ता. 'श्रेय' कोणते व ते कसे ठरवले जाते हा प्रश्न अलाहिदा आहे. आपल्या शरीरामध्ये बरे-वाईट, खरे-खोटे, हितकर-अहितकर, इत्यादी भेद दाखविणारे डोके हे जसे 'उत्तमांग' गणले गेले आहे, त्याचप्रमाणे प्रेयापेक्षा श्रेय अधिक मान्य समजणारे सौजन्य हे आत्म्याचे उत्तमांग गणले पाहिजे; कारण हे सौजन्य जेथे नसेल तेथे इतर अंगे निर्बल, पंगू किंवा आंधळी होतात एवढेच नव्हे, तर डोके उडविल्याबरोबर शरीराचा जसा नाश होतो त्याचप्रमाणे सौजन्याची व आत्म्याची फारकत झाल्याबरोबर आत्मनाश होतो. नीतिमत्तेशिवाय विद्या किंवा दुसरी कोणतीही सद्वस्तु प्राप्त करून घेणे दुष्कर आहे, अशक्य मात्र नव्हे. बुद्धी जर जात्याच फार तीव्र असली तर मनुष्य अनीतिमान असून देखील 'विद्वानांत हिरा' म्हणून चमकेल; पण तो जर नीतिमान असेल, तर त्याचे तेज अधिक फाकेल. विद्वत्त्वाचा व सौजन्याचा संबंध कसाही असो; सौजन्य-विरहित विद्वत्त्व आत्म्याला शांती देत नाही, पण विद्वत्त्वरहित सौजन्य आत्म्याला शांती देऊ शकते असे म्हणण्यास कोणतीही हरकत नाही. सर्पाजवळ अमूल्य मणी असला म्हणून तो जसा आदरणीय ठरत नाही त्याप्रमाणेच विद्येने भूषित असलेल्या दुर्जनाचे आहे, असे जे एका सुभाषितात म्हटले आहे ते कोणालाही पसंत पडण्यासारखे आहे. विद्येपुरताच जेव्हा प्रश्न निघेल तेव्हा त्या विद्वानाला अग्रस्थान देण्यास हरकत नाही. पण त्या विद्वानाने विद्वत्त्व संपादले म्हणून त्याला आत्मप्राप्ती झाली असे कोणी म्हणणार नाही; उलट 'आत्म-नाश' केला असेच त्याला लोक म्हणतील. आता एखाद्या साध्या-भोळ्या, सामान्य बुद्धीच्या, बेतानेच विद्वत्त्व असलेल्या, पण इंद्रियांवर पूर्ण ताबा असलेल्या, सात्त्विक, सौजन्यमंडित गृहस्थाचे उदाहरण घ्या. विद्वत्त्वाच्या व व्यवहारज्ञानाच्या अभावी त्याचा आत्मविकास सर्वांगपरिपूर्ण झाला आहे असे कधीही म्हणता येणार नाही. ज्ञानाला जर आत्मरूपी शरीराचे 'डोळे' म्हटले, तर त्याच्या आत्म्याच्या पदरी अंधत्वाचा नाही तर निदान काणेपणाचा तरी दोष येईलच. हा दोष स्वाभाविक असला, तरी व्यंग ते व्यंगच. पण या व्यंगामुळे त्याच्या आत्म्याचे समाधान ढळावयाचे नाही; लोकांनी त्याला जरी मान दिला नाही तरी त्याचा स्वाभिमान त्याला प्रसन्न ठेवण्यास पुरेसा असतो.

विद्वत्त्वाविषयी जे म्हटले तेच कवित्व, चित्रकलापटुत्व, संगीतपटुत्व, इत्यादिकांविषयी म्हणता येईल. कोणतेही शारीरिक किंवा मानसिक कौशल्य अथवा पटुत्व घ्या; सौजन्याचा त्याला आधार नसेल तर त्याची रमणीयता किंवा आश्चर्यकारकता इंद्रधनुष्याप्रमाणे पोकळ समजावी. या रमणीयतेमध्ये आत्मा प्रसन्न करण्याचे सामर्थ्य नाही. आत्म्याच्या घरी विद्वत्तेचे, बुद्धिमत्तेचे, कवित्वाचे, कलाकौल्याचे, रसिकत्वाचे, वगैरे कितीही ऐश्वर्य असले, तरी रूपयौवनादी सकलैश्वर्यसंपन्न स्त्री कुंकुमतिलकावाचून जशी वस्तुत: अनुकंपनीय, त्याप्रमाणे तो विद्वत्त्वादिकांनी मंडित झालेला आत्मा सौजन्यावाचून अनुकंपनीय आहे. केवळ 'अनुकंपनीयच' नव्हे तर तो तिरस्करणीय आहे, आणि दुसऱ्यांनाच तो तिरस्करणीय वाटतो असे नव्हे तर स्वत: त्यालाच 'आपण तिरस्करणीय' असे वाटत असते. पण विद्वत्त्वरहित नीतिमान मनुष्याचे मन प्रसन्न असू शकते आणि त्याचा लोकांनी तिरस्कार केला तरी तो आपल्याला तिरस्करणीय समजत नाही. सौजन्याला आत्म्याचे उत्तमांग म्हटले तर ते शोभण्यासारखे आहे असे यावरून दिसेल.

पण एखाद्या प्रसंगी जगाच्या दृष्टीने बुद्धिशुद्धतेपेक्षा बुद्धिसामर्थ्याला अधिक महत्त्व द्यावे लागेल हे प्रांजलपणे कबूल केले पाहिजे. एखादा नामांकित, शूर, चतुर सेनापती अनीतिमान आहे असे समजा; दुसरा सेनापती लढाईच्या कामी सामान्य प्रतीचा आहे, पण सौजन्याच्या दृष्टीने त्याचे चरित्र प्रशंसनीय आहे असे समजा. युद्ध चालले असता या दोहोंपैकी एकाला बळी दिल्याशिवाय गत्यंतर नाही असा बिकट प्रसंग राष्ट्रावर आल्यास, चतुर सेनापतीला बळी देऊन चालावयाचे नाही. कारण हा हिरा हरवला तर सर्व राष्ट्रावर दास्याचा प्रसंग येऊन सर्वांची नीतिमत्ता ढासळण्याचा प्रसंग येईल. ही आपत्ती टाळण्याकरिता अनीतिमान सेनानीला वाचविणे राष्ट्रनीतिरक्षणाच्या दृष्टीने प्राप्त आहे. असो.

सुखार्जनपर वृत्तीपेक्षा सौजन्यपर वृत्ती चांगली, अशा प्रकारे सामान्य तर-तम-भाव जरी ठरविता आला, तरी अमुक वृत्तीपेक्षा अमुक श्रेष्ठ अशा प्रकारचे बिनचूक व सर्वांगपरिपूर्ण कोष्टक तयार करणे शक्य नाही. परिस्थिती, स्वभाव, आवड, सामर्थ्य, इत्यादी पाहून कर्तव्य-अकर्तव्य ठरवावे लागते. एका व्यक्तीचा जो स्वधर्म तो दुसऱ्या व्यक्तीचा परधर्म वाटणे शक्य आहे. 'हिंसात्मक व काही म्हटले तरी कठोर असलेल्या माझ्या क्षात्रधर्मापेक्षा अध्ययन-अध्यापनात्मक सात्त्विक ब्राह्मणधर्म श्रेष्ठ असे एखाद्या क्षत्रियाने जरी मनापासून कबूल केले, तरी त्याला ब्राह्मण्य हे 'परधर्म' - स्वरूप आहे. कारण अध्ययन-अध्यापनाची आवड नसल्यामुळे ब्राह्मण्याचे कर्तव्य त्याच्या हातून चांगले पार पडावयाचे नाही आणि क्षत्रियवृत्ती स्वीकारून आपली व आपल्या राष्ट्राची शक्य तेवढी उन्नती करून घेण्याचे श्रेयही त्याच्या पदरात पडावयाचे नाही. पावशेर दूध पिण्यापेक्षा एक शेर पिऊन अधिक शक्ती येईल

असा जसा सामान्य नियम करता येत नाही, तर ज्याच्या त्याच्या प्रकृतिमानाप्रमाणे दुधाचे प्रमाण ठरवावे लागते, तसेच 'अमुक बुद्धीपेक्षा अमुक बुद्धी श्रेठ' अशा प्रकारचे नैतिक कोष्टक तयार करता येणे शक्य नाही. स्वधर्म व परधर्म हा काळ, वेळ, प्रसंग, वर्ण, आश्रम, आवड, इत्यादी पाहून ठरवावा लागतो. एखादा उत्तम चित्रकार आहे. त्याने स्वतःच्या व लोकांच्या सात्त्विक आनंदपोषणाकरिता आपल्या कलेतच रममाण होण्याची इच्छा धरावी, का शत्रूपासून राष्ट्राचे रक्षण करण्याच्या हेतूने लष्करात शिरण्याची इच्छा धरावी? याचे उत्तर भिन्न प्रसंगी भिन्न दिले जाईल. राष्ट्राकरिता प्राण देण्यास तयार असणे हे आपल्या आवडीच्या कामातच दंग होऊन जाण्यापेक्षा श्रेष्ठ खरे; पण शांततेच्या काळी उत्तम चित्रकाराने आपल्याच चित्रात रममाण व्हावे, राष्ट्रहित साधण्याच्या सद्‌बुद्धीने युद्धकलेत प्रावीण्य मिळविण्याच्या भानगडीत पडू नये. युद्ध चालले असतासुद्धा उत्तम चित्रकाराने सैन्यात आपले नाव नोंदवून घ्यावे असे नाही. कारण सैन्याबाहेर राहूनच त्याला देशाची सेवा अधिक करता येईल. पण एखादे महायुद्ध चाललेले आहे व देशातील यच्चयावत सर्व माणसांनी लढल्याशिवाय धडगत नाही असा देशावर खडतर प्रसंग आला आहे, अशा वेळी चित्रकाराने हातातील ब्रश टाकून तलवार घ्यावी व शत्रूच्या शरीरात ती खुपसून भूमिरूपी प्रचंड फलकावर रुधिरांकित भीषण चित्रे काढावीत!

एकंदरीत काय, तर कार्याकार्य पाहण्याचे छापील पंचांग तयार करणे शक्य नाही. मुख्य मुख्य धोरणे मात्र सांगता येतील. जे काही करावयाचे ते केवळ सर्वांत अधिक सुखकर असून उपयोग नाही, तर त्या योगाने अंतरात्मा संतोष पावला पाहिजे, प्रसन्न झाला पाहिजे; सौजन्याने आत्मा प्रसन्न होतो, दुसऱ्या कशाने नाही; आपला स्वभाव, वर्ण, आश्रम, परिस्थिती, सामर्थ्य, काळ, वेळ, प्रसंग पाहून आपले वर्तन ठरवावे, आत्मोन्नती व परोन्नती हे ध्येय ज्या योगाने साधेल ते सत्कार्य, मग त्या मार्गाने सुख अधिक मिळो वा न मिळो, - इत्यादी तत्त्वे ध्यानात ठेवून सद्‌बुद्धी कोणती व असद्‌बुद्धी कोणती, कार्य कोणते व अकार्य कोणते हे ठरवावे; प्रत्येकाला नैतिक अधिकार, स्वभावाचा कल, ज्ञान, अभिरुची, इत्यादी भिन्न असल्यामुळे प्रत्येकाचे नीतिनिर्णय तंतोतंत जुळतील असे नाही. पण आपल्या मनाशी संथपणे विचार करून, सज्जनांचा सल्ला घेऊन, शिष्ट लोकांचा आचार पाहून, परिस्थिती लक्षात घेऊन, आत्मोन्नती व परोन्नती हे ध्येय डोळ्यांपुढे ठेवून जो निर्णय आपण ठरविला असेल त्याच्यात स्वार्थबुद्धी किंवा इंद्रियवासना नाही अशी मनाची खात्री करून घेऊन त्याप्रमाणे मग वागावे. अशा सद्‌बुद्धीने केलेल्या कर्माचा परिणाम अकल्पितरीत्या विपरीत झाला तरी त्याचे पाप कर्त्याकडे नाही; त्याविषयी विशेष विषाद मानू नये; कारण कर्मफल हे स्वायत्त नसते, तर परायत्त असते.

कार्याकार्यनिर्णय अखेर आपल्या मनावरच येथे सोपविला आहे. पण मार्टिनो

वगैरेंचा आधिदैवतपक्ष अथवा सदसद्विवेकबुद्धिपक्ष किंवा कँटचा वासनारहित शुद्धबुद्धिपक्ष, याहून हा भिन्न आहे. अखेरचा निर्णय देण्याचे काम अंतरात्म्याचे आहे, हे तिन्ही पक्षांमध्ये सामान्य तत्त्व आहे. कँटचा निरुपाधिक अध्यात्मपक्ष 'वासनांचे मुळीच ऐकू नका आणि कोणतीही वासना मनात न धरता शुद्ध बुद्धी सांगेल ते करा' असा उपदेश करतो. पण एकूणएक सर्व सात्त्विक व असात्त्विक वासनांना हद्दपार केल्यावर किंवा त्यांची मुस्कटदाबी केल्यावर कर्म करण्यास मनुष्य कसा प्रवृत्त होणार? अंतरात्म्याच्या स्वच्छ आरशासमोर कोणतीच वासना ठेविली नाही, तर शुद्धबुद्धीला आपलेच तोंड दिसेल; कारण कोणत्याही कार्याचे चित्र त्या आरशापुढे परीक्षेकरिता ठेवलेले नसते. मार्टिनोचा आधिदैवतपक्ष म्हणतो की, मनाला कौल लावा म्हणजे आपोआप कार्य-अकार्य समजून येईल. पण कित्येक वेळा मन काहीच कौल देत नाही, हा अनुभव आहे. शिवाय, केवळ मनावर हे काम सापविणे धोक्याचे आहे. स्थितप्रज्ञ जे असतील त्यांचे मन त्यांना फसविणार नाही, पण बाकीच्यांनी आपल्या मनाची उलट - तपासणी केल्याशिवाय निर्णय करणे श्रेयस्कर नव्हे. ही उलट-तपासणी कशी करावयाची, कोणते प्रश्न विचारावयाचे, मन फसवेगिरी कोठे करते किंवा त्याची भ्रांती कोणत्या स्थानी होण्याचा संभव असतो इत्यादी गोष्टी सांगितल्याशिवाय केवळ अंत:करणप्रवृत्तीवर विसंबून राहणे सामान्य माणसांना उचित नाही. कापडाची लांबी किंवा लोण्याचे वजन अखेर डोळ्यांनीच ठरवावयाचे असते, तरी लांबी मोजताना गज, व वजन मोजताना तागडी व वजने, यांचे डोळ्यांना साहाय्य असले, तर चूक, भ्रम किंवा लुच्चेगिरी होण्याचा संभव जसा कमी आहे त्याप्रमाणेच अखेर आपल्या मनानेच सत् कोणते व असत् कोणते हे जरी ठरवावयाचे असले, तरी या मनाला आपले ध्येय कोणते, याची अंगे कोणती, त्यात कमीअधिक योग्यतेचे अंग कोणते, इत्यादी गोष्टींचे सामान्य ज्ञान असले तर हितकारक आहे. वासनाशून्य शुद्ध बुद्धीने कार्याकार्य ठरविण्याचा कँटचा मार्ग आकाशासारखा उच्च आहे; पण तितकाच पोकळ आहे; 'अंत:करणावर श्रद्धा ठेवा' हा मार्टिनोचा मार्ग सोपा आहे, पण धोक्याचा आहे. ध्येय ठरवून व परिस्थिती, स्वभाव, वगैरे पाहून कार्याकार्य ठरविण्याची युक्ती भानगडीची आहे; पण एखादी वस्तू हातात घेऊन तिच्या वजनाचा अंदाज करून तो अंदाज खरा मानण्यापेक्षा तिचे तराजूत वजन करून पाहणे हे जसे अधिक श्रेयस्कर तशीच गोष्ट नैतिक गोष्टीचे तारतम्य ठरविण्यासंबंधाने आहे.

कार्याकार्य ठरविण्याची वर जी कसोटी दिली आहे, तिच्यामध्ये कँटच्या व मार्टिनोच्या कसोटीतील गुण घेतले आहेत व दोष टाकले आहेत, हे वरील विवेचनावरून वाचकांच्या ध्यानात आलेच असेल. आप्तवाक्यादी दुसऱ्या कसोटीचेदेखील तिच्यात असेच गुणग्रहण करून दोषत्याग केलेला आहे, हेही समंजस वाचकांच्या ध्यानात आलेच असेल. 'महाजनो येन गत: स: पंथ:' श्रेष्ठ लोक जसे आचरण

करतात तसे करावे या कसोटीचा कोणीही समंजस मनुष्य विचार करीलच आणि त्याने करावाच. पण आपले ध्येय निश्चित ठरले असले म्हणजे 'श्रेष्ठ' कोण, कोणाला गुरू म्हणावे (म्हणजे कोणाचे वाक्य आप्तवाक्य समजावे), या गोष्टी ठरविण्याचा मार्ग सुलभ होतो. शिवाय 'सद्गुरू जवळ नसल्यास काय करावयाचे?', 'दोन आप्तवाक्यांमध्ये विरोध उत्पन्न झाला असता कसे वागावयाचे?' इत्यादी प्रश्नांचा निकाल लावणे सुकर होते. **'तस्माच्छास्त्रं प्रमाणं ते कार्याकार्यव्यवस्थितौ'** यात सांगितलेल्या कसोटीचा कोणीही सुज्ञ मनुष्य उपयोग करीलच. पण सच्छास्त्र कोणते व असच्छास्त्र कोणते, तसेच शास्त्रवचनामध्ये विसंगती दिसून आली, किंवा शास्त्र हे एखाद्या प्रश्नासंबंधाने मुग्ध किंवा मूक असले, तर घाबरून जाऊ नये म्हणून ध्येयात्मक कसोटीचा आधार जवळ असणे श्रेयस्कर आहे.

ध्येयात्मक कसोट्यांमध्ये जे अनेक भिन्न पंथ आहेत त्यांतील प्रत्येकामध्ये जेवढा ग्राह्यांश आहे तोही वर वर्णन केलेल्या कसोटीत घेतलेला आहे. सुखवादी लोकांनी 'सुख हे मलमूत्राप्रमाणे त्याज्य समजावे' या खोट्या समजुतीचा निकाल लावला, हा त्याच्यातला ग्राह्यांश; पण 'स्वसुखप्राप्ती' हेच प्रत्येकाचे ध्येय असते व असावे' हे त्याचे म्हणणे दुराग्रहाचे होते. मनुष्य नेहमीच स्वत:च्या सुखावर डोळे ठेवून वागत असतो, असे नाही; त्याला सुखाव्यतिरिक्त काही गोष्टींची चाड आहे; आणि सुखप्राप्ती हाच पुरुषार्थ धरला, तरी दुसऱ्याच्या सुखाकडे थोडीशी तरी नजर ठेवल्याशिवाय आत्म्याचे समाधान होणे शक्य नाही, हे कोणीही सुसंस्कृत मनुष्य कबूल करील. 'सुख' शब्दाऐवजी 'हित' शब्द घालणारे व अधिकांचे अधिक हित पाहण्यास सांगणारे बहु-जन-बहु-हितवादी लोकांनी सुखवादाला उच्च स्वरूप दिले, पण कर्त्याच्या बुद्धीपेक्षा कर्मफलाकडे त्यांनी अधिक लक्ष दिले, ही त्यांची चूक झाली. मनुष्याला काही प्रवृत्ती इतरांपेक्षा स्वाभाविकपणेच आता अधिक प्रिय व अधिक श्रेयस्कर वाटू लागल्या आहेत, हे तत्त्व स्पेन्सरच्या विकासवादमिश्रित सुखवादाने कबूल केले, व त्याच्या तत्त्वाचा मार्ग अखेर मनुष्याचा खरा आत्मा व खोटा आत्मा, सामाजिक अथवा जातिविशिष्ट आत्मा व व्यक्तिविशिष्ट आत्मा अथवा जीवात्मा अशा प्रकारचा भेद मानणाऱ्या अध्यात्माकडे येतो. कॅन्टचे निरुपाधिक आध्यात्म कर्त्याच्या शुद्ध बुद्धीला महत्त्व देते; पण वासनांचे नियमन करा एवढेच न सांगता त्यांचे निर्मूलन करण्यास ते सांगते, म्हणून ते सदोष ठरले.

शास्त्र पाहून स्वधर्म ठरवावा या भगवद्गीतेतील तत्त्वातील गुणदोष वर आलेच आहेत. वर्ण व आश्रम पाहून स्वधर्म ठरवावा असा गीतेचा अभिप्राय आहे, असे काही लोक म्हणतात. पण ही कसोटी सामान्य प्रसंगी जरी उपयुक्त असली तरी बिकट प्रसंगी ती पुरेशी पडत नाही. स्वाभाविक प्रवृत्ती ब्राह्मण्याकडे व आश्रम ब्रह्मचर्याचा, अशा स्थितीतही एखाद्या षोडशवर्षीय ब्राह्मण मुलाला हातात शस्त्र घेण्याचा प्रसंग

येईल. उदाहरणार्थ, जर्मनीने बेल्जमवर स्वारी केली त्या वेळी ज्याला ज्याला बंदूक घट्ट धरता येत होती त्या त्या बेलजिअनला-मुलालाही-देशाकरिता लढणे भाग होते. म्हणजे वर्ण व आश्रम जरी ब्राह्मण्याकडे लोटीत असले, तरी त्यांचा आग्रह बाजूस सारून एखादे वेळेस वागावे लागते. वर्ण व आश्रम यांच्या आग्रहाला विशेष मान केव्हा द्यावा, केव्हा देऊ नये, हे ठरविण्याकरिता आपले ध्येय काय, पुरुषार्थाची अंगे कोणती, त्यांतील कमीअधिक महत्त्व कोणाला का द्यावयाचे इत्यादी गोष्टी पाहाव्या लागतात. कर्तव्य ठरविताना वर्ण व आश्रम पाहावा हे तत्त्व बरोबर आहे; पण 'परिस्थिती, प्रसंग, ध्येय, इत्यादी गोष्टी पाहाव्यात' अशी एक त्याला पुस्ती जोडली पाहिजे. स्थितप्रज्ञाचे आरशाप्रमाणे स्वच्छ मन जे सांगेल ते खरे, ही भगवद्गीतेतील कसोटी बिनचूक आहे. कारण स्थितप्रज्ञाला सर्व गोष्टींचे ज्ञान असते. त्याची इंद्रिये त्याला कधीही भलत्या मार्गाकडे ओढू शकत नाहीत, ओढू पाहातदेखील नाहीत; त्याची आत्मवंचना होणे शक्य नसते, तो आपल्याप्रमाणेच इतरांच्या सुखाकडे, हिताकडे व कल्याणाकडे पाहात असतो. कारण तो स्वाभाविकपणेच समबुद्धी असतो आणि विश्व हेच त्याला कुटुंब वाटते. पूर्णत्वास पोहोचलेल्या अशा माणसाचा आत्मा ज्यायोगे प्रसन्न होईल तो मार्ग चांगला, ही कसोटी अगदी बिनचूक आहे. पण हल्लीच्या जगात स्थितप्रज्ञ कोणाला आढळत नाहीत हे म्हणणे धाडसाचे असले तरी 'ते थोडे आहेत' हे खचित. स्थितप्रज्ञ नसलेल्या लोकांना आपल्या अंतरात्म्याच्या निर्णयाच्या खरेपणाबद्दल खात्री वाटत नाही व वाटूही नये. अशा अर्धवट माणसांना अंतरात्म्याच्या डोळ्यांवरच अखेर विसंबावे लागेल; पण भिन्न कार्याच्या कमीअधिक महत्त्वाचे माप करताना एखादा तात्त्विक तराजू हातात असला तर नजरचूक होण्याचा संभव कमी. आंधळ्याला काहीच दिसन नाही; पण ज्याला ज्याला डोळे आहेत त्याला त्याला नेहमी बरोबर दिसतेच असे नाही; दृष्टीमध्ये चूक होऊ नये म्हणून फूटपट्टी, टेप, तराजू वगैरे केलेली आहेत. त्याप्रमाणेच अंतरात्म्याची शांती किंवा प्रसन्नता हीच कसोटी अखेरीस खरी करावी लागली तरी या प्रसन्नतेची दृष्टी निर्दोष आहे, याबद्दल सामान्य मनुष्याला आत्मप्रत्यय वाटावा म्हणून 'शक्य तेवढे आपले व इतरांचेही कल्याण साधावयाचे' हे ध्येय, तसेच शास्त्रवचने, शिष्टांचे आचरण, सन्मित्रोपदेश इत्यादी गोष्टींचे सहाय्य घेणे आवश्यक आहे.

◆

ध्येये – म्हणजे?

पुणे
ता. १० - ९ - २५.

रा. विनायक भोळे यांस सौ. इंदुमती हिचे साष्टांग नमस्कार वि. वि.

मी आपणांस सहसा पत्रे लिहीत नाही, महत्त्वाची गोष्ट असेल तेव्हाच लिहित्ये, हे आपणांस ठाऊकच आहे. आताचा माझ्यापुढचा प्रश्न मला फार महत्त्वाचा वाटतो म्हणून लिहीत आहे.

मी बिंदुमाधव म्हस्करांची शिकवणी बंद केल्यावर पुन: ती का सुरू करण्यात आली हे सर्व तुम्हाला ठाऊकच आहे. ज्या थोर अंत:करणाने बिंदुमाधवांच्या शिकवणीस पुन्हा आरंभ करून दिला त्या अंत:करणात संशयाचे विष पुन: कोणीतरी कालविले आहे. आमची 'छोटी' होती तोपर्यंत आमचे दिवस फार आनंदात गेले. आमच्यातील भेदभाव एवढ्याशा त्या छोटीने पार घालवून टाकला होता. पण ती देवाने नेल्यापासून पुन्हा संशयपिशाचिकेने मनात जोर केला आहे. मला रागाचा शब्दही बोलत नाहीत परंतु मन शुद्ध नाही. मला कोणत्याही गोष्टीची ना नाही, परंतु माझ्याबरोबर बोलण्याचालण्यात आता राम वाटत नाही. माझ्या सगळ्या हौशी पुरवितात, परंतु स्वत:ला कशाची हौस नाही. बाह्यत: सगळ्या गोष्टी चांगल्या आहेत, पण मने विलग झालेली आहेत. मनातला खरा भाव लपविण्याकरिता मुद्दामच मला काही तरी आणून द्यावयाचे, मुद्दामच मला फिरावयास न्यावयाचे, काही तरी निमित्त करून कृत्रिम विनोद करावयाचा, मला खूश करण्याबद्दल खोटाच उत्साह दाखवावयाचा; परंतु मन मनाला ओळखते. इवलीशी छोटी होती तिलादेखील रागाचा खोटा आविर्भाव कोणता आणि खरा राग कोणता हे कळायचं; प्रेमाचा पान्हा कोणता आणि प्रेमाचा देखावा कोणता हे समजायचं; आमच्या चंपी कुत्रीलादेखील हे समजतं; मग माझ्यासारखीला का ते कळायचं नाही? मला मनापासून ते रागावले

तर आवडेल, पण राग गिळून प्रेमाचं सोंग केलेलं आवडत नाही. मला वाईट वाटू नये म्हणून कर्तव्यबुद्धीनेच ते मनातला संशय आणि राग गिळतात; पण हेच मला डाचतं. त्यापेक्षा गरळ ओकून टाकलेलं बरं. माझ्यावर खरं प्रेम नाही, आपलेपणा वाटत नाही, म्हणूनच रागवत नाहीत, हे न समजण्याइतकी मी खुळी नाही. अनेक महिने असं चालल्यामुळे माझ्या मनातही एक प्रकारची अढी म्हणा किंवा तेढ म्हणा उत्पन्न झाली आहे. मीही कधी उलट बोलत नाही, रुसत-रागवत नाही, पण आतून उत्साह नाही, आनंद नाही. उन्हाळ्यातला दुपारचा उकाडा पंख्यांनी कसा लोपणार?

बिंदुमाधवांशीमात्र मी मनापासून बोलत्ये-चालत्ये, याबद्दल माझे मलाच वाईट वाटते, पण त्यांनी एकदा जरी किंचित अतिप्रसंग केला असला तरी ते जात्या वाईट नाहीत अशी माझी खात्री आहे. कसलेल्या लेखकाच्या हातून एखादे वेळेस एखादे वाक्य चुकीचे गेले म्हणून तो लेखक वाईट ठरेल काय? त्याने एखादी अश्लील कोटी लिहिली म्हणून तो अश्लील लिहिणारा म्हणावयाचा काय? बिंदुमाधवांच्या स्वभावाबद्दलही माझे असेच म्हणणे आहे. त्यांचे विनोदप्रचुर बोलणे आणि त्यांचे गाणे ज्याला आवडणार नाही तो मनुष्यच म्हणता येणार नाही. कर्तव्य म्हणून त्यांची शिकवणी मागे बंद केली तशी आताही करण्यास तयार आहे. पण तसे विचारले तर तेही पसंत नाही! अशा स्थितीत कसं वागावं? पावसाळ्यामध्ये आभाळात ढग आले म्हणजे फिरावयास जावं का न जावं अशी स्थिती होते, तशी माझी झाली आहे.

बाकी अलीकडे मला असा प्रश्न पडू लागला आहे की, शिकवणी तरी का बंद करावी आणि त्यांच्याशी बोलणे-चालणे तरी का सोडावे? फिरावयास जावयाचे ठरल्यावर पाऊस पडेल ही भीती का बाळगावी? रेनकोट असल्यावर पावसाची भीती कशाला? वरील प्रश्न पुन:पुन्हा नागाप्रमाणे फणा वर करून माझ्याकडे पाहात आहेत, म्हणून माझी मलाच भीती वाटत आहे; आणि म्हणून हे पत्र मी लिहीत आहे.

तुमच्याशी मागे अनेकदा बोलणे झाले. त्यात तुम्ही मला किंवा बिंदुमाधवांना एखाद वेळेस मोह होऊन भलताच प्रकार व्हावयाचा हा मुद्दा वारंवार माझ्यापुढे मांडलात; पण माझ्याविषयी मला पूर्ण खात्री आहे. बिंदुमाधवांविषयीही माझी खात्री असल्यामुळे तुमचा मुद्दा येथे गैरलागू आहे. माझ्याकरिता का होईना, घटकाभर गृहीत धरा की बिंदुमाधव फार चांगले आहेत, आणि मीही फार चांगली आहे; आणि हे गृहीत धरून नेहमीप्रमाणे उडवाउडवी न करता पुढच्या प्रश्नाचं सरळ उत्तर द्यावे. प्रश्न असा **आत्म्याची कलाविषयक जी भूक आहे ती लोकापवादाच्या भीतीने किंवा पतीला उगाच संशय येतो म्हणून दाबून टाकावी काय?**

❖ ❖ ❖

माझी रडकथा संपली. आता दुसऱ्या गोष्टी लिहित्ये. सरलावन्संची प्रकृती बरी नाही हे खरे काय? छोटूलाही बरे नाही असे ऐकत्ये. छोटूला बहीण झाली आहे तिचे नाव (माझ्या इच्छेला मान द्यावयाचा असल्यास) छोटी ठेवावे. माझी छोटी गेली ती सरलावन्संच्या पोटी आली असंच मी मानत्ये! आमच्याकडचे पैसे स्वत:करिता खर्च न करण्यात मनाचा मोठेपणा नाही; आम्ही परके आहोत असा याचा अर्थ होतो. तरी असे करू नये आणि कुटुंबाचे हाल करून घेऊ नयेत.

नारायणराव पाठक यांनी काशी ढवळेबद्दल चौकशी करू नये म्हणून निक्षून सांगितले तरी तुम्ही साखरप्यास पत्र पाठवून चौकशी केलीतच आणि ती झुरत आहे असे कळविलेतच! त्यांचे मन चुळबुळ करीत आहे. बाहेरून मनाची खंबिरी दाखवितात, पण आत काय काय होत असेल याचा अंदाज मला करता येतो. काशी ढवळे पोर चांगली आहे. आणि नारायणराव पाठकही चांगले आहेत. पण ...... ध्येये म्हणजे दु:खे हेच खरे. कळावे.

इंदुमती काळे

नागे- फुरशे फणा काढतात

पाचबावडी

ता. १५-९-२५

सौ. इंदुमती काळे, यांस विनायकराव भोळे, यांचा सा.न.वि.वि.

आपले ता. ९-९-२५ चे पत्र पावले. मी कुटुंबाचे मुद्दाम हाल करीन असे वाटते काय? आपण पैसे पाठविता त्यांपैकी खासगी खर्चाकरिता काही एक घेत नाही हे म्हणणे खोटे आहे. मी घेतो, पण सभोवतालचे दारिद्र्य पाहून मन इतके द्रवते की, हाती पैसा आल्यावर हातात फारसा राहातच नाही. आजच बारसे झाले. आपल्या इच्छेला अनुसरून आम्ही आमच्या मुलीला 'छोटी'च म्हणतो. पाळण्यातले नाव उषा आहे.

आता आपला प्रश्न. तत्त्वदृष्ट्या पाहिले तर कलेपुढे सांकेतिक चालीरीतीने मान वाकविलीच पाहिजे; म्हणजे, लोकांतली खुळचट चालरीत कलाविषयक ध्येयाच्या आड येत असेल तर आपले ध्येय सोडण्याचे कारण नाही. पण चालरीती खरोखरच खुळचट आहे का, हाच व्यवहारात प्रश्न पडतो. परपुरुषांशी फार बोलणे, चालणे असू नये, स्त्री-पुरुषांनी एकान्त करू नये, हे जनरीतीचे निर्बंध खुळचट आहेत? आता एखादा पुरुष, अत्रि, वसिष्ठ, वामदेव किंवा शुक यांच्याप्रमाणे असला आणि एखादी स्त्री अनसूया, अरुंधती, सीता, सावित्री यांच्याप्रमाणे असली तर त्यांनी देखील हे निर्बंध पाळावेत काय, या प्रश्नाचे उत्तर असे की, त्यांनी न पाळले तर

चालेल; पण पाळणे उत्तम. विवाहित स्त्रियांवर (व पुरुषांवर) तर अधिक जबाबदारी आहे; कारण आपली कलेची भूक शांत करताना पतीची (किंवा पत्नीची) हेळसांड होत नाही ना, पतीकडे (किंवा पत्नीकडे) दुर्लक्ष होत नाही ना, प्रेमामध्ये विघ्न उत्पन्न होण्याचा संभव नाही ना, इत्यादी गोष्टीही पाहिल्या पाहिजेत. तुमच्या मनाची द्विधा झालेली स्थिती वर्णन करताना तुम्ही दिलेला दाखला चांगला नाही; पण त्याचाच आधार घेऊन मी तुम्हाला सांगतो की आभाळात ढग आले तरी वनश्री पाहण्यास वाटले तर जावे, पण घरी मूल किंवा पती आजारी असल्यास जाणे योग्य नव्हे.

बिंदुमाधव वाईट नसतील, नाहीत असेच मी समजतो; पण स्त्रियांच्याबाबतीत पुरुषांचे मन केव्हा मोहवश होईल हे सांगता येत नाही, हे लक्षात ठेवावे. स्त्रियांच्या मनाबद्दलही मी असेच म्हणेन; पण आमची सौभाग्यवती आणि आपण यांच्या मूर्ती डोळ्यांपुढे उभ्या राहून लेखणी अडते.

आता इकडल्या काही किरकोळ गोष्टी लिहून पत्र पुरे करतो. गोष्टी किरकोळ आहेत; पण कुटुंबातल्या माणसांना त्या सांगाव्याशा वाटतात म्हणून लिहितो.

मी शाळेत अस्पृश्यांना शिवतो आणि घरी आल्यावर आंघोळ करीत नाही म्हणून घारूअण्णा नागे, कृष्णंभट फुरशे वगैरे सनातनी ब्राह्मण गुंडांचा माझ्यावर रोष होता तो आता बळावत चालला आहे. मला वाळीत टाकण्याच्या ते विचारात आहेत. ब्राह्मणांच्या आळीत मला भाड्याचे सोईचे घर मिळाले आहे ते त्यांना पाहावत नाही, आणि म्हणून ते घरमालकाला सांगून मला तेथून हुसकावून लावू पाहात आहेत. या मालकाच्या मुलीला पटकी झाली होती. तेव्हा रात्रीच्या रात्री जागून व अंथरुणाजवळ बसून मी तिला औषधपाणी दिले आणि बरी केली आणि तो गरीब असल्यामुळे पैसे नावापुरतेच घेतले, म्हणून त्या मालकाला मला घरातून निघून जा असे एकदम सांगवत नाही. तथापि तो गरीब भिक्षुक असल्यामुळे घर सोडावे लागेल आणि गावात कोठेही घर मिळावयाचे नाही अशी थोडीशी भीती आहे.

घर न मिळण्याचे दुसरे कारण असे की, राजकारणात मी थोडासा गांधींचा अनुयायी झाल्यामुळे येथील काही टिळकभक्त माझे शत्रू झाले आहेत. (बऱ्याच लोकांचा आदर आहे, पण काही थोडे कट्टर टिळकभक्त दुष्टावा करतात, आणि ते गुंड असून त्यांना लोक भितात.) सरकारी अधिकाऱ्यांचा तर रोष आहेच, कारण भातशेतावरच वार्षिक धारा देणे दिवसेंदिवस लोकांना परवडत नसल्यामुळे सत्याग्रह करण्याशिवाय गत्यंतर नाही, असे मी भाषणात बोलू लागलो आहे. एकंदरीत परिस्थिती कठीण आहे. पाहू या काय होते ते! काहीही झाले तरी मी आपले ध्येय

सोडणार नाही, हे निश्चित.

शाळेतली एक अस्पृश्य मुलगी चिंगी नावाची आहे. ती नऊ दहा वर्षांची असेल. पण इतकी चुणचुणीत आहे की, ब्राह्मणांच्या मुलींनाही तिच्यापुढे लाजावे लागेल. जराशी गबाळी आणि गलिच्छ आहे, पण स्वभावाने फारच चांगली आहे. सौभाग्यवतीची ती मोठी लाडकी झाली आहे. ती आमच्या घरी पुष्कळदा येते आणि सौभाग्यवतीला लाघवीपणाने हरतऱ्हेच्या कामात मदत करते. एक चाळीस वर्षांच्या वरील पाटील शाळेत येऊ लागला आहे. कारण वाचता येत नसल्यामुळे एका मारवाड्याने त्याला कसे नागवले हे त्याच्या आता चांगलेच ध्यानात आले आहे. शाळेत एक मराठा मुलगी आहे आणि चिंगीशिवाय दुसरी एक अस्पृश्य मुलगी आहे. ब्राह्मणांच्या काही मुलींहून त्या गोऱ्या आणि सुंदर आहेत. बुद्धीने सामान्यच आहेत. त्यांचेकडे पाहिले म्हणजे मला घारूअण्णा नागे आणि कृष्णंभट फुरशे यांची आठवण होते, इतके त्यांच्या चेहऱ्यांत साम्य आहे. काहीतरी येथे पाणी मुरत असले पाहिजे म्हणून चौकशी केली, तेव्हा त्यांच्या आयांची चालरीत कशी आहे ते कळले आणि सर्व उलगडा झाला! आणि हे नागे-फुरशे लोकांना 'सनातनी धर्म' शिकविणार!! मुली मात्र स्वभावाने फार चांगल्या आहेत. एक तर इतकी भाबडी आहे की तिच्या मनात स्त्री-पुरुष हा भेदच नसावा. ती माझ्याशी इतक्या लडिवाळपणाने वागते आणि इतकी जवळ येऊन बोलते-चालते की मला लाजल्यासारखे होते आणि असला देखावा पाहून लोकांना काय वाटेल अशी भीती वाटते. बरे, इतका लाडिकपणा आणि इतकी सलगी करू नये हे तिला सांगणेदेखील माझ्या जिवावर येते. किंबहुना तिला हे सांगणे पाप वाटते. कारण जिच्या मनात कपट नाही, कामवासना काय पदार्थ आहे हे समजतही नाही, तिच्या मनात अकाली खोटी लाज आणि कपट उत्पन्न करणे मला पाप वाटते. असल्या प्रसंगांतून कशी तरी वाट काढून मी वेळ मारून नेतो. पण कामात्मक मोहाचा प्रसंग या कामरहित लडिवाळपणाच्या प्रसंगापेक्षा कमी कठीण आहे असे अनुभवावरून मी सांगतो.

मराठे आणि अस्पृश्य मुलग्यांपैकी काही फार चांगले आहेत, काही अत्यंत गलिच्छ आणि वाईट आहेत. त्यांची शिवीगाळ ऐकून आणि त्यांचे हातवारे वगैरे पाहून त्यांना शाळेतून घालवून द्यावेसे वाटते. पण असे करून कसे चालेल? सौभाग्यवती त्यांना घालवून देण्याबद्दल आग्रह धरते, पण मी ऐकत नाही. कारण वाईट लोकांना सुधारणे हाच माझा शाळा काढण्यातला हेतू आहे. सौभाग्यवतीही मी मुलींशी फार बोलतो म्हणून मधून मधून मला बोलते आणि संशयखोरपणा दाखविते. (सगळ्याच बायका संशयखोर असतात का?) तिच्या भलत्या संशयांना अर्थात मी फारशी भीक घालीत नाही, कारण तिचे संशय क्षणभरच टिकतात.

(आणि पुष्कळ वेळ टिकले तरी भलत्या संशयांना भलते महत्त्व देऊन ध्येय कसे सोडता येईल?)

सौ. ची प्रकृती किंचित नादुरुस्त आहे. काम फार पडते आणि खाण्यापिण्याची आबाळ होते हे एक कारण असले पाहिजे. मुलांचीही प्रकृती जेमतेमच आहे. मी आपल्या ध्येयाकरिता कुटुंबाचा होम तर करीत नाही? प्रश्न बिकट आहे. असो.

विनायकराव भोळे

भांडखोरपणाचा प्रश्न?

पुणे

ता. १५/९/२५

रा. रा. विनायकराव भोळे यांस इंदुमती काळे हिचा नमस्कार वि. वि.

आपले पत्र पावले. आपला उपदेश वाचला व शेवटल्या किरकोळ गोष्टीही वाचल्या. किरकोळ गोष्टींच्या शेवटी आपण लिहिले आहे की, सौभाग्यवतीने भलते संशय घेतले तरी मी आपले ध्येय सोडणार नाही. निश्चय उत्तम आहे, पण पतीने जर का भलते संशय घेतले तर पत्नीने मात्र आपले ध्येय सोडावे असे आपले मत दिसते. असा फरक का? प्रश्न जरा भांडखोरपणाचा आहे, पण खरा आणि जिव्हाळ्याचा आहे म्हणून विचारला आहे.

सौ. च्या प्रकृतीकडे दुर्लक्ष करू नये. सरलावन्संच्यासारखी पत्नी पुन्हा मिळणार नाही. मुलांची आई गेली तर त्यांनी काय करावे? पैसे अधिक लागतील ते मी पाठवीन. (आजच पाठविते.) माझे प्रेमाचे धन कमी होत असले तरी सोन्यारुप्याच्या नाण्यांची तूट नाही. पैशांची रास माझ्यापुढे आणून एकदा टाकली म्हणजे काम झालं अशी घरातली स्थिती आहे. एखाद वेळेस मला मोटारीत घालून बाजारात नेतात आणि कापडचोपड वगैरे श्रीमंत थाटाने घेऊन देतात, पण पोटात प्रेमाचा ओलावा नाही. दिखाऊ प्रेमाच्या या नाटकात मीही आपला पार्ट उत्तम करते! पण क्लबातून रात्री उशिरा येणं आणि पैसा व कपडालत्ता देण्याशिवाय माझ्याशी संबंध न ठेवणं, जेवताना उगीच काहीतरी प्रश्न विचारून खऱ्या प्रेमाचा अभाव लपवू पाहणं, वगैरे गोष्टींचा अर्थ मला समजतो. पतिप्रेम माझ्या नशिबीच नसावं. एरवी त्यांच्यासारख्या थोर मनाचा माणसाची वृत्ती अशी झाली नसती. अपत्य-सुखही नशिबी नसावं. एरवी छोटीसारखी मुलगी देऊन लगेच ती देवाने परत नेली नसती! बाकी विशेष काही नाही. कळावे.

इंदुमती काळे

स्त्रिया लतांसारख्या; पुरुष वाघांसारखे

पाचबावडी
ता. २५/९/२५

सौ. इंदुमती काळे यांना विनायकराव भाळे यांचे नमस्कार वि.वि.

आपल्या मागील पत्रातील प्रश्न बोचक आणि मार्मिक (व मर्मभेदकही!) होता. पतीकरिता तुम्हाला ध्येय सोडण्यास सांगतो आणि मी स्वत: पत्नीकरिता आपले ध्येय सोडण्यास तयार नाही, यात विसंगती दिसते खरी. माझ्याही ती ध्यानात आली होती, पण म्हटलं की तुमच्या ध्यानात येणार नाही, उगीच कशाला खोलात शिरा?

हल्लीच्या समाजात (आणि पुढेही कित्येक शतके) स्त्रियांचे ध्येय संसार करणे हे असणार; म्हणून त्यांनी पतीला नापसंत असलेली, अतएव या ध्येयाच्या आड येणारी गोष्ट टाळावी. पुरुषांचे ध्येय याहून भिन्न आहे, म्हणून त्यांनी पत्नीच्या इच्छेला जरा बाजूला ठेवले तरी हरकत नाही, असे माझे थोडक्यात उत्तर आहे. स्त्रिया या लतांप्रमाणेच आकुंचित क्षेत्रातच राहण्यात आनंद मानणाऱ्या असतात. पुरुष हे वाघांप्रमाणे गुहेबाहेर जाऊन पराक्रम करण्यात आनंद मानतात. लतांना अडचणींना तोंड द्यावेसे वाटत नाही, तर त्या अडचणींना वळसा घालून कोठूनतरी जीवनरस घेऊन टवटवीत राहतात, फुलाफळांनी आपले अंग सुशोभित करतात आणि इतरांना या फुलाफळांनी आनंद देतात. वाघांना सिंह हत्ती पाहिले म्हणजे चेव येतो आणि मग ते मादीची किंवा पिलांची पर्वा न करता शत्रूच्या अंगावर तुटून पडतात आणि मरतात किंवा मारतात. सामान्यत: स्त्रियांना सुंदर कौटुंबिक संसार पाहिजे असतो; पुरुषांना कौटुंबिक संसारातल्यापेक्षा उच्चतर पराक्रम हवा असतो. या नियमाला अपवाद आहेत, पण सामान्यत: हा नियम बरोबर आहे.

तुम्ही 'कला-प्रेम', 'कला-प्रेम' म्हणून कितीही म्हटलंत तरी भाऊरावांचे प्रेम तुम्हाला खरोखर पाहिजे आहे; असे नसते तर भाऊरावांच्या वागणुकीबद्दल तुम्ही तक्रारच केली नसती! तसेच तुम्हाला छोटी गेली म्हणून फार वाईट वाटत आहे. तुम्हाला मुलांची खरी भूक आहे. माझ्याविषयी म्हणाल तर मला माझी सौभाग्यवती आणि माझी मुले कितीही प्रिय असली तरी समाजकारणातील आणि राजकारणातील संकटांना धैर्याने तोंड देण्यात मला खरे पौरुष आहे असे वाटते. तुमचे व माझे प्रकृति-धर्म वेगवेगळे असल्यामुळे, तुमचे ध्येय निराळ्या प्रकारचे असणार आणि माझे निराळे असणार. अर्थात कर्तव्येही भिन्न होणार. तुमच्या खोचदार प्रश्नाचे हे असे उत्तर आहे.[बाकी हे प्रश्न खरोखर सामान्य तत्त्वाच्या दृष्टीने सोडविण्याचा प्रयत्न करण्यात विशेष अर्थ नाही. व्यक्ती, स्थिती व प्रसंग पाहून व्यवहारदृष्ट्याच ते

सोडविले पाहिजेत. एखाद्याने लग्न करावे का नाही या प्रश्नाचे उत्तर देणे कठीण आहे. पण अमुक मुलीशी लग्न करावे का नाही हा प्रश्न कठीण असला तरी वरच्या प्रश्नापेक्षा तो सोपा. ज्ञानोत्तर कर्म का अकर्म हा तात्त्विक प्रश्न जितका कठीण आहे तितका ''अमक्या परिस्थितीत असलेल्या अमक्या अमक्याने कर्ममार्गाने जावे का नाही.'' हा व्यावहारिक प्रश्न तेवढा कठीण नाही.]

पत्नीने घेतलेल्या संशयाला किती महत्त्व द्यावे हा प्रश्न सोडून माझ्या पुढच्या प्रत्यक्ष व्यावहारिक प्रश्नासंबंधी मी तुम्हाला असे सांगतो की, माझ्याबद्दलचा तिचा संशय मधून मधूनच डोकावतो आणि माझ्यावरच्या प्रेमाचे भाराने तो दडपून जातो, आणि म्हणूनच मी तिकडे दुर्लक्ष करतो. खरोखरीच तो प्रबळ झाला तर मला काय करावे हा विचार पडेल. आपल्या पतीचा आपल्याबद्दलचा संशय दृढ व प्रबळ होत चालला आहे, म्हणून आपण हटवादीपणा करू नये, असे माझे म्हणणे. शिवाय बिंदुमाधवांना सोडणे म्हणजे ध्येय सोडणे कसे? पुण्यास गायनशिक्षक दुसरे थोडे आहेत?

◆

राष्ट्रकार्याची गंगा

देशसुधारणेची हजारो अंगे आहेत; मनुष्याची शक्ती मात्र मर्यादित आहे. तेव्हा देशहित करू पाहणाराला कोणते ना कोणते तरी एक अंग किंवा फार तर दोन-तीन अंगे घेऊन त्या बाबतीत देशाची प्रगती कशी होईल, या दिशेने स्वशक्त्यनुसार खटपट करावी लागते. 'कोणत्या दिशेने आपण खटपट करावी' याचा ज्याचा त्याने आपल्याशी विचार करावा आणि आपली आवड, आपला कल, आपला स्वभाव, आपली परिस्थिती व आपली शक्ती इत्यादी गोष्टी पाहून त्याप्रमाणे काय ते ठरवावे. मला राजकीय सुधारणा अधिक महत्त्वाची वाटली म्हणून ती दुसऱ्यास तशी वाटेलच असे नाही. बरे, दुसऱ्यासही जरी ती अधिक महत्त्वाची वाटली तरी तेवढ्यामुळे, इतर गोष्टी अनुकूल नसल्यास, त्याने राजकारणात पडावे असे होत नाही. सारांश, ज्याची ज्याला आवड असेल, ज्याची ज्यात गती असेल, आणि जे ज्याला परवडेल ते त्याने उत्साहाने व स्वार्थत्यागपूर्वक करावे, म्हणजे कोणत्याही देवाला केलेला नमस्कार जसा केशवाला जाऊन पोहोचतो तसा त्याचा प्रयत्न राष्ट्रकार्याच्या गंगेला जाऊन पोहोचेलच पोहोचेल.

सामाजिक सुधारकाने राजकीय सुधारकास पाण्यात का पाहावे हे समजत नाही. एखाद्याला विधवाविवाह आवडत नसला म्हणून तो स्वार्थी निष्ठुर समजावयाचा काय? एखाद्याला महाराच्या पंक्तीला बसणे कसेसेच वाटत असले म्हणून त्याची राजकीय कामगिरी कुचकामाची ठरते की काय? विधवांचे विवाह लावणे, महार-मांगांच्या पंक्तीला बसणे, सहकारी संस्था स्थापणे, ठराव पास करणाऱ्या राजकीय परिषदा व सभा भरविणे या अशाच गोष्टी काही मतलबी अधिकाऱ्यांच्या पसंतीस उतरतात, म्हणून तेवढ्याच गोष्टी करणारा तो खरा व 'जबाबदार' देशाभिमानी आणि बाकीचे सर्व बेजबाबदार देशबुडवे म्हणावयाचे? देशसेवेचा मार्ग एकच आहे काय? हल्ली रेल्वे झाल्यामुळे काही मुलांना जसे वाटते की, पुण्याहून मुंबईला जाण्याचा

एकच मार्ग - खडकी, तळेगाव, वडगाव, लोणावळे, कर्जत वगैरे स्टेशने वाटेत आहेत तो - तसेच काही सामाजिक सुधारकांना वाटते की, देशसुधारणेचा मार्ग एकच आणि या मार्गातील वाटेतली स्टेशने म्हटली म्हणजे विधवा-विवाह, मिश्रजाति-भोजन, सहकारी संस्था, स्त्री-शिक्षण, वर्षातून तीन दिवस तोंड उघडणारी राष्ट्रीय सभा, वगैरे वगैरे. पण पुण्याहून मुंबईला जाण्याचा रेल्वेचा तेवढाच काय तो एक मार्ग असे नाही. ज्याला घाटावरची वनश्री व सृष्टिशोभा पाहावयाची असेल, पायी चालण्याची मेहनत केल्याने आपली शक्ती वाढेल असे ज्याला वाटते, वाटेतली खेडी दुरून बाहेरून पाहण्यापेक्षा त्यांत प्रत्यक्ष राहून तेथील रहिवाश्यांशी निकट संबंध यावा अशी ज्याची इच्छा असेल, घाटावरचे कडे, तेथील निसरड्या वाटा, तेथील काटे-कुटे इत्यादिकांना न डगमगता खडतर मर्गाने चालण्यास जो तयार असेल त्यानेदेखील पायरस्त्याने न जाता रेल्वेनेच जावे आणि रेल्वे अधिकारी ज्या डब्यात बसवतील त्या डब्यात मुकाट्याने बसावे, हा आग्रह का?

राष्ट्राची प्रगती एका तऱ्हेच्या प्रयत्नानेच होते असे नव्हे. राष्ट्र ही नाव आहे असे कल्पिल्यास कोणाला हातात वल्हे घ्यावे लागेल, कोणाला सुकाणू धरावे लागेल, तर कोणाला भेगेतून येणारे पाणी टंबरेलाने बाहेर टाकून द्यावे लागेल; कोणाला बांबू पाण्यात घालून त्याच्या नेटाने प्रसंगविशेषी नावेची दिशा फिरवावी लागेल तर कोणाला वल्हे उलटे मारावे लागेल! राष्ट्रनौका पैलतीरावर न्यावयाची असल्यास या सर्व गोष्टी केल्या पाहिजेत; अणि या जर केल्या पाहिजेत, तर ज्या कामाला जो योग्य असेल आणि ज्याची ज्याला विशेष हौस असेल त्यालाच ते देण्यात आले तर त्यात सर्वांचाच फायदा नाही काय?

आता कोणी म्हणतील की, नावेला जर मोठे भोक पडले तर सुकाणूवाल्याने, वल्हे मारणाराने, डोलकाठीवरच्या माणसाने – सर्वांनी – एकच काम करण्यास आरंभ केला पाहिजे, अर्थात पाणी काढून टाकून भोक बुजविण्याच्या कामास लागले पाहिजे. तद्वतच राष्ट्रावर असा एखादा प्रसंग येतो की, त्या वेळी, सर्वांनी आपले धंदे व आपापली आवडीची कामे सोडून देऊन त्या प्रसंगास तोंड देण्यासंबंधाने जे बरेवाईट काम पडेल ते केले पाहिजे. शहराला शत्रूचा वेढा पडला असता भास्कराचार्यांनी आपली गणिताची पाटी बाजूस सारावी, पाणिनीने 'ख फ छ ट' – मधून आपले डोके काढावे, तुकारामाने टाळ सोडावी, तानसेनाने ताना बंद कराव्या आणि सर्वांनीच शहराच्या रक्षणास धावून जावे, हे तत्त्वत: खरे मानले तरी वेढा कोणी व कशा प्रकारे घातला आहे आणि तो कसा उठवावा याविषयी मतभेद होण्याचा संभव आहे. प्रस्तुतच्या उदाहरणात एक म्हणणार, दारिद्र्य हाच हिंदुस्थानचा शत्रू; दुसरा म्हणणार, धर्मग्लानी हाच खरा शत्रू; तिसरा म्हणणार, शरीरसंपत्तीचा ऱ्हास; चवथा म्हणणार, विधवाविवाहप्रतिबंध; पाचवा अस्पृश्यजाती; सहावा शिक्षणाचा अभाव; सातवा राजकीय

परतंत्रता; आठवा स्वाभिमानाचा व कर्तव्यदक्षतेचा अभाव; इत्यादी, इत्यादी, इत्यादी. अशी ही यादी कितीतरी लांबविता येईल!

राष्ट्राला कधी कधी शरीराची उपमा देतात. आपणाला साधा ताप आला तरीदेखील निरनिराळे डॉक्टर किंवा वैद्य लोक त्याची निरनिराळी चिकित्सा करतात व निरनिराळी औषधयोजना करतात, आणि यदाकदाचित रोगाची चिकित्सा एकच होऊन एकच औषधयोजना झाली, तरी औषधाच्या प्रमाणात, अनुपानात, पथ्यात ,हरएक बाबतींत निरनिराळ्या डॉक्टरांची व वैद्यांची निरनिराळी प्रवृत्ती! ही झाली एका तापासंबंधाने गोष्ट. आणि एखाद्याला जर एकाच वेळी दोनतीन रोग असले आणि त्यांपैकी काही जुनाट असले, मग तर विचारावयासच नको. आपले हे आर्यावर्तरूपी राष्ट्रशरीर केवढे अवाढव्य आणि त्याला कितीकतरी रोग आहेत! अशा स्थितीत समाजशरीरचिकित्सकांत मतभेद नाही झाला तरच नवल! आपल्या देशाला कोणता रोग नाही? त्याचा एक तरी अवयव निकोप आहे का? आर्यावर्ताला त्रिदोष नव्हे तर शतदोष झाला आहेच असे कधी कधी वाटते. व्यापार नाही, पैसे नाहीत, खाण्यापिण्यास पुरेसे नाही; देशांतरी जाण्याची उमेद नाही व त्याला अवसर नाही; देशातल्या देशात मान नाही; मानहानी पुष्कळ वर्षे होत गेल्यामुळे तेजही कमी झालेले; नीतिधैर्य बेताचेच; धर्माचा उत्साह तात्पुरताच; विद्येची आवड परंपरागत, पण तीही अवसर नसल्यामुळे मंदावलेली; शास्त्रीय शोध नाहीत; ललितकलांमध्ये प्रगती नाही; जुन्या कलाही बऱ्याच विसरलेल्या; सर्व गोष्टींत परावलंबित्व- उष्टे खाण्याशिवाय गत्यंतर नाही; शाळेतली बीजगणिताची वगैरे क्रमिक पुस्तकेसुद्धा दुसरीकडून आणावयाची; स्त्रिया अशिक्षित आणि कोत्या दृष्टीच्या म्हणजे अर्धांग विकलित झालेले; शूद्रादी वर्गांना पायाचा दाखला दिला तर हे पाय कमजोर झालेले व पोटाशी आणि डोक्याशी भांडण्यास तयार झालेले; बाहू लुळे; डोके गांगरून गेलेले! बरे, परिस्थिती अशी की, स्वत:ला जे औषध घ्यावेसे वाटते ते घेण्याची सोय नाही. कारण हे अवाढव्य राष्ट्रशरीरच पराधीन! अशा अर्धांग-विगलित, अनेक-रोगग्रस्त, आंधळ्या, लुळ्या, पांगळ्या, थोट्या, दरिद्री, परावलंबी शरीराला कोणते औषध किती प्रमाणात द्यावयाचे हे मलाच तेवढे समजते, दुसऱ्या कोणाला समजत नाही, हे म्हणणे किती धाडसाचे आहे? आणि तसे म्हणवते तरी कसे? यास्तव एखाद्याला विटकुराने पाय शेकावेसे वाटले तर त्याला ते खुशाल करू द्यावे; एखाद्याला डोके चेपावेसे वाटले तर त्याने ते करावे; ज्याला जो उपाय सुचेल त्याने तो करावा. पाहिजे तर आपणाला मदत करण्यास इतरांना बोलवावे; रोग्याची शुश्रूषा करण्याबद्दल चुकार किंवा आळशी लोकांची 'दादा बाबा' करून विनवणी करावी, आडमुठेपणाने सेवा करणारास प्रसंगी दाबावे; पण सद्बुद्धीने सेवा करणाऱ्याची कधीही अवहेलना करू नये, द्वेष करू नये. रोग इतके आहेत आणि रोग्याची स्थिती इतकी भयंकर आहे की,

चिकित्सक कितीही हुशार किंवा दूरदर्शी असला तरी अमुक उपचार आणि अमुक औषधच लागू पडेल, असे म्हणणे समंजस होणार नाही; व एखादी म्हातारी आई, भोळसर भाऊ आणि प्रेमळ मित्र ही जर हातपाय चेपीत असली किंवा शेकीत असली तर 'अहो, तुम्ही वेडे आहात, हातपाय चेपून काय होणार आहे, रोग पोटात (नाही तर डोळ्यांत, नाही तर डोक्यात) आहे, माझेच औषध घ्या, आणि मी सांगेन तीच सेवा करा' असे शब्द त्याच्या तोंडून निघू नयेत! आणि रोग्याच्या हिताकरिता असली भोळसर सेवा करू देणे योग्य नसले, तर कठोरपणा त्याने स्वीकारावा, पण आईचा किंवा बापाचा दांडग्या मुलासंबंधाने जो क्षणिक व अंशत: कृतक कठोरपणा असतो तो स्वीकारावा, कसायाचा निष्ठुरपणा नसावा व सूड घेण्याची इच्छा तर मुळीच नसावी.

एका फ्रेंच प्रहसनात असे दाखविले आहे की, नुकत्याच श्रीमंत झालेल्या एका गृहस्थाचे मनात 'शिष्ट' (gentleman) बनण्याचे आले व त्याने 'शिष्टता' शिकविणाऱ्या गुरूबद्दल वर्तमानपत्रात जाहिरात दिली. त्याबरोबर दुसरे दिवशी अनेक लोक त्याचेकडे गुरू म्हणून आले. नृत्य शिकविण्याचा नेहमी धंदा करणारा त्याचेकडे गेला व म्हणाला की, ''वागणुकीत केव्हाही पाऊल न चुकणे – वाकडे पाऊल न पडणे – याच्यात शहाणपण व शिष्टता आहे. पाऊल कसे टाकावे हे नृत्यकला शिकल्याने समजते; तेव्हा तुमचा गुरू होण्यास मीच योग्य.'' पण गवई त्याला पुढे बोलू देईना. तो म्हणाला, ''गायनाशिवाय शिष्टता यावयाचीच नाही. गायनकलेत सर्व जीवितरहस्य आहे; कारण तालबद्धता, मेळ, मिलाफ (Harmony) यांत गायनाची गुरुकिल्ली आहे; व तीच व्यवहाराची, राजकारणाची, किंबहुना सर्व आयुष्याची गुरुकिल्ली आहे. वर्तनात 'ताळतंत्र' संभाळावे लागते, परिस्थितीशी मेळ घालावा लागतो; तेव्हा तुम्ही मजजवळ गायन शिका म्हणजे तुमचे काम होईल.'' गवयाचे म्हणणे पुरे होते न होते तोच एका विद्वान पण दरिद्री ग्रंथकाराने त्याला अडविले व त्या श्रीमंत गृहस्थाकडे वळून म्हटले, ''या सगळ्यांना सोडून मलाच तुम्ही गुरुस्थानी नेमा; कारण जगात आपले म्हणणे काय आहे ते उत्तम रीतीने सांगता येणे आणि लोकांवर आपल्या भाषणाने छाप बसविता येणे, हे फार उपयुक्त आहे आणि हे ज्ञान शास्त्रग्रंथांचे परिशीलन केल्याने येते. मी तुम्हाला काव्य, अलंकार वगैरे सर्व शिकवितो, तेव्हा मला तुम्ही गुरू नेमा. इतर सर्व लोक कुचकामाचे आहेत.'' इतर धंदेवालेही तेथे आलेच होते. जो तो आपले घोडे पुढे ढकलू लागला. तेव्हा त्यांचे एकमेकांमध्ये मोठे भांडण जुंपले. इतक्यात एक लष्करी अंमलदार तेथे आला. त्यानेही आपल्या कलेची थोरवी गायली व 'शिष्टतेचे गुरू होण्यास आपण लायक' असे प्रतिपादिले. लगेच इतर सर्वजणांनी त्याच्याविरुद्ध ओरड केली; पण त्याने गवयाला, ग्रंथकाराला, नर्तकाला व इतरांना घालवून दिले व शिष्टतेचे गुरुत्व बळजबरीने आपल्याकडे घेतले!

स्मरणावरून वर्णन केलेल्या या प्रहसनप्रसंगाचे कार्य तात्पर्य विस्ताराने सांगण्याची

विशेष जरूर नाही. हिंदुस्थानची सुधारणा करू पाहणारी अशीच नानाविध मंडळी पुढे येते. विधवाविवाहनिषेधाच्या विरुद्ध बंड करणारी मंडळी म्हणते की, राष्ट्राचा उद्धार या चालीचा बीमोड झाल्याशिवाय होणार नाही. आपल्या पक्षाला जो येऊन मिळणार नाही तो समाजाचा शत्रू असे यांपैकी काहीजण समजतात. 'राजकीय चळवळ'वाला, 'शारीरिक सुधारणा'वाला, उद्योगधंदेवाला, अस्पृश्योद्धारवाला, इतिहाससंशोधनवाला, पैसाफंडवाला, गोरक्षणवाला इत्यादी मंडळी लोकांच्या परिचयाचीच आहेत.

आपल्या आवडीच्या विषयाचा अभिमान बाळगणे, किंवा त्याविषयी विशेष उत्साहाने व कळकळीने काम करणे काही वावगे नाही; पण त्याच्याशिवाय दुसरा महत्त्वाचा विषयच नाही हा समज चुकीचा आहे. पण हा समज एक वेळ पत्करेल; परंतु आमच्या पक्षाच्या बाहेर खरा देशाभिमान नाही, खरी दूरदृष्टी नाही, खरा स्वार्थत्याग नाही, अशा प्रकारचा समज फारच घातुक आहे. हा दोषही कदाचित चालू शकेल; पण 'माझ्या मताचे जे नाहीत ते माझे शत्रू' अशा प्रकारची भावना मात्र सर्वांत वाईट. स्वत:चे मत खरे समजणे साहजिक आहे. प्रत्येक मनुष्याला आपण स्वत: फार शहाणे असे वाटतच असते, पण दुसऱ्याचे मतात दोष आहे असे समजणे आणि त्या मनुष्याचा द्वेष करणे याच्यात फार अंतर आहे. दुसरा पक्ष सदोष आहे, असे समजणे स्वाभाविकच नव्हे तर इष्टही असेल – 'आहे' असेही एक वेळ म्हणण्यास हा लेखक तयार होईल; परंतु 'सदोष' पक्ष 'द्वेषार्ह' असलाच पाहिजे असा काही कोठे न्याय नाही. जो तो मनुष्य स्वत:ला शहाणाच समजतो; पण शहाणपणाचा सर्व मक्ता आपल्याकडेच आहे, स्वार्थत्याग आपल्याच घरी पिकतो, देशाभिमान आपल्या हृदयातच स्फुरतो, राष्ट्राच्या प्रगतीची मखखी आपल्यालाच ठाऊक आहे, इतर सर्वांनी माझ्या मार्गानेच चालावे, नाही तर ते स्वत: खड्ड्यात पडतील व देशाला रसातळाला नेतील, अशा प्रकारची भावना अस्वाभाविक व अनिष्ट आहे. आपली मुले आणि आपली मते जशी आपणाला प्रिय असतात तशी लोकांनाही आपापली मुले आणि मते प्रिय असतात. आपणाला जसा स्वाभिमान व देशाभिमान आहे तसा लोकांनाही असतो. इत्यादी इत्यादी साध्या गोष्टीदेखील महाराष्ट्र विसरला आहे असे काहीजणांना वाटते. याच्यात पाहणाऱ्यांच्या दृष्टीचा दोष आहे का दुसरीच काहीतरी याची उपपत्ती आहे?

काही लोक येथे एक असा आक्षेप घेतील की, दुसऱ्याचे मत चुकीचेच नव्हे तर घातुक आहे, असे प्रामाणिकपणे ज्याला वाटते त्याने त्या मताचा निषेध करणे आणि त्या मताचा पुरस्कार होऊ न देणे, शक्य तेवढा त्याला विरोध करणे, हे इष्ट आणि आवश्यक नाही काय? तर दिलेल्या रोग्याचा दाखला घेऊन असे म्हणता येणार नाही का की रोग्यास भ्रमाने औषध देणाऱ्यांचा निषेध करणे आणि त्यास प्रतिबंध करणे डॉक्टरचे कामच आहे?

आक्षेप बरोबर आहे. पण उत्तर असे की डॉक्टराने निषेध, विरोध, किंवा प्रतिबंध करू नये असे मी म्हणत नाही; तर डॉक्टराने दुसऱ्याला कटू शब्दांनी दुखवू नये, दुसऱ्यावर भलभलते आरोप करू नयेत एवढेच मला सुचवावयाचे आहे. भलते औषध देण्यास किंवा देणाऱ्यास विरोध करावा, पण देणाऱ्याची कुचेष्टा करू नये. त्याला निंद्य ठरविण्याचा प्रयत्न करू नये. पापाबद्दल एकाने म्हटले आहे की, Hate the sin but not the sinner. भलते औषध देऊ पाहणाऱ्याबद्दल मला हेच सुचवावयाचे आहे. विरोध करावा, प्रतिबंध करावा वेळप्रसंगी झगडा, झुंज, युद्ध करण्यासही हरकत नाही. पण हे युद्ध 'धर्म्य' असावे 'सद्धर्म' न सोडता ते करावे. ही गोष्ट चुकीची किंवा अशक्य कोटीतली आहे काय?

◆

केतकरांच्या कादंबऱ्या

केतकरांच्या कादंबऱ्यांनी मराठी कादंबरीवाङ्मयात एकंदर कोणती भर घातली याचा विचार करू लागल्यावर दोनतीन गोष्टी ध्यानात येतात त्या अशा:- (१) त्यांच्यापूर्वीच्या कादंबऱ्या बव्हंशी 'सदाशिवपेठी' होत्या आणि त्यांनी त्यांचे क्षेत्र विस्तृत केले. (२) त्यांच्या कादंबऱ्यांमध्ये मनुष्यस्वभावावर व वर्तनावर सभोवतालच्या परिस्थितीचा व सामाजिक रचनेचा सूक्ष्म पण अत्यंत प्रबळ असा परिणाम होतो, हे तत्त्व पटविलेले आहे; व स्त्रीपुरुषांच्या हृदय-दरीतील ज्या काही भाव-भावनांकडे पूर्वकालीन कादंबरीकारांनी दुर्लक्ष केले होते त्यांकडे त्यांनी लक्ष वेधले आहे. (३) त्यांच्या कादंबऱ्या केवळ मनोविनोदनार्थ नाहीत, तर त्या विचारप्रवर्तक आहेत. (आणि सद्पोषकही आहेत असे मी म्हणेन, पण हे काही वाचकांना मान्य होणार नाही.)

[१] केतकरपूर्व कादंबऱ्या 'सदाशिवपेठी' होत्या याचा सामान्यत: समजण्यात येणारा अर्थ असा की, त्यांत सदाशिवादी ब्राह्मणी पेठांत राहणाऱ्या व तत्सम अशा मध्यमवर्गीय पांढरपेशा वर्गाचेच वर्णन होते. केतकरांनी हे निंदगर्भ विशेषण लाविले तेव्हा त्यांच्या मनातील अर्थ अधिक व्यापक होता. 'सदाशिवपेठी' मध्यमवर्गाची व त्यातील बुद्धिमान व पुढारी गणलेल्या लोकांची ही जी विशिष्ट दृष्टी, विशिष्ट मनोरचना, विशिष्ट विचारपद्धती (ही त्यांच्या मते अत्यंत संकुचित व अशास्त्रीय होती) ती या विशेषणाच्याद्वारे व्यक्त करण्याची त्यांची इच्छा होती. हरिभाऊ आपट्यांच्या कादंबऱ्यांत विविधजातीय पात्रे आली नाहीत असे नाही; परंतु ती थोडी आहेत व विशेष महत्त्वाची नाहीत. केतकरांच्या कादंबऱ्या आपणापुढे महाराष्ट्रीय व मध्यमवर्गीय पांढरपेशा, अशिक्षित व सुशिक्षित स्त्रीपुरुषांचे वर्णन करूनच थांबत नाहीत, तर त्या नागपुरी, बंगाली, पंजाबी इत्यादी लोकांशी आपला परिचय करून देतात; त्या यहुदी, शीख, ख्रिश्चन लोकांत आपणाला नेतात; नायकिणी, रखेल्या व त्यांच्या मुली यांच्याकडे नेण्यास कचरत नाहीत; इंग्लंडात गेलेल्या विद्यार्थ्यांचे विनोदी संवाद आपणास ऐकवितात; तिकडे गेलेल्या अर्धवट स्थायिक झालेल्या

बंगाली वगैरे प्रौढ स्त्रियांचे अंतरंग आपणास दाखवितात; तेथील तरुणींच्या हृदयातील अंत:प्रेरणा व अंत:करण याबद्दल सहानुभूती उत्पन्न करितात. अमेरिकेत गेलेल्या नव्याजुन्या हिंदी स्त्रीपुरुषांची ध्येये व त्यांच्या विचारसरणी यांतील भेद स्पष्ट करून दाखवितात; तेथील हिंदी राजकारणातील सौम्य कॉंग्रेस पक्षीय व ज्वलज्जहाल 'गदर' पक्षीय लोकांची मनोवृत्ती समजावून देतात; इंग्लंडातील व अमेरिकेतील परिस्थिती प्रत्यक्ष पाहूनआलेल्या विचारवन्त 'ब्रुवा'शी ओळख करून देतात — ही यादी लांबविण्यात अर्थ नाही. तात्पर्यार्थ वाचकांना कळलाच आहे. केतकरांच्या कादंबऱ्यांनी पात्रांची क्षेत्रव्याप्ती व विविधता यांत वृद्धी केली, यावर विशेष भर द्यावासे मला वाटत नाही. केतकरांनी जी मराठी कादंबऱ्यांत भर घातली आहे, ती सदाशिवपेठी वृत्ती व दृष्टी सोडून त्यात जे नावीन्य आणिले त्यात आहे. सदाशिवपेठी समाजाचे प्रश्न, त्यांच्या अडचणी, त्यांच्या आकांक्षा, त्यांची ध्येये यांतच गुरफटलेल्या मराठी कादंबरी वाङ्मयाला महाराष्ट्रातील मध्यमवर्ग म्हणजे महाराष्ट्र नव्हे, महाराष्ट्र म्हणजे हिंदुस्थान नव्हे. बालविवाह, पुनर्विवाह, तरुण-तरुणी विवाह, जातिभेद, इंग्रजांचा जुलूम इत्यादी प्रश्न हेच सध्याच्या पिढीने सोडविण्याचे प्रश्न नव्हेत; रूढ नीती किंवा सुशिक्षित समाजाने इंग्रजी वाङ्मयावरून घेतलेली नीती म्हणजेच त्रिकालाबाधित व सर्व समाजाला सारखी लागू पडणारी नीती नव्हे; समाजाचा विचार करावयाचा म्हणजे सर्व प्रवृत्तीचा विचार करावा लागतो, केवळ शिष्टसंमत प्रवृत्तींचाच विचार करून चालत नाही; इत्यादी अनेक गोष्टी त्यांच्या कादंबऱ्यांवरून जशा प्रतीत होतात तशा तत्पूर्व कादंबऱ्यांवरून होत नाहीत हे कोणीही कबूल करील.

[२] हरिभाऊंनी मराठी कादंबरीला अद्भुततेच्या बालोचित कल्पनाविहारापासून परावृत्त करून वास्तवतेच्या भूमिकेवर आणून तेथील रमणीय, चिन्तनीय व लक्षणीय दृश्यांचा तिला नाद लाविला, आणि तिच्या क्रीडेला व्यवस्थित, कलायुक्त व विचारगर्भ स्वरूप दिले. नंतर 'रागिणी'ने तिला काहीसे अंतर्मुख करून किंचित गंभीर स्वरूपाच्या अंत:कलहाकडे मधून मधून लक्ष देण्याचा थोडासा नाद लाविला. प्रो. फडक्यांनी तिची सुशिक्षित श्रीमंतांशी ओळख करून देऊन सुसंस्कृत प्रेमलीला तिला शिकविल्या आणि त्यांनी तिची कलादृष्टी विशेष जागरूक व आग्रही केल्याने कलानैपुण्यामुळे उत्पन्न होणारी 'जादुगिरी' तिच्या डोळ्यांमध्ये चमकू लागली. खांडेकरांनी उपमा-उत्प्रेक्षादी अलंकारांनी तिला सजविली, पण अलंकारोन्मत्त न करता तिला जीवनाकडे केवळ क्रीडादृष्टीनेच नव्हे, तर हळुवार चित्ताने पाहण्याची सवय लावली. ना.ह. आपटे यांनी तिला संसारविषयक सदुपदेशाचे पाठ दिले. 'विभावरी शिरूरकर'ने तिला लालित्ययुक्त औद्धत्याभास मधून मधून आकर्षक होतो हे एक विलोभन-तत्त्व शिकविले. अशा रीतीने अनेकांनी - प्रौढ तरुणांनी - स्त्री-पुरुषांनी - कादंबरीच्या वाढत्या वयाला अनुसरून तिचे जीवन सुविनीत व कलापूर्ण

करण्याचा प्रयत्न केला आहे. डॉ. केतकरांनी १९२६ मध्ये या क्षेत्रात प्रवेश करून तिला हरतऱ्हेचे वेष-देश दाखविले, आणि बऱ्यावाईट रूढ कल्पनांचे, विचारांचे व भावनांचे अंतरंग सर्वांत अधिक सूक्ष्मतेने व व्यापक दृष्टीने ओळखण्यास शिकविले. समाजात निरनिराळ्या जाती व धर्म, चालीरीती व रूढ कल्पना, प्रवृत्ती व आकांक्षा असल्यामुळे संमिश्र स्वरूपाचे प्रश्न कसे उत्पन्न होतात व ते सोडविण्याचे भांडारकर, आगरकर प्रभृतींचे प्रयत्न कितीही सद्हेतुयुक्त असले तरी ते कसे अपुरे आणि (त्यांच्या मताने अशास्त्रीय) आहेत, हेही त्यांनी सोदाहरण दाखवून दिले. केतकरांच्या पूर्वी समाजाच्या विविध आणि संमिश्र स्वरूपाच्या अंतरंगाचे इतक्या व्यापक दृष्टीने कोणी फारसे निरीक्षण केले नव्हते. आणि निरीक्षण करून जी अनुमाने निघतील ती इतक्या धैर्याने आणि निर्भीडपणाने सांगणारे तर फारच थोडे धर्माचा आणि विवाहाचा काही संबंध नाही, रखेली ठेवणे हेही कित्येक वेळा समर्थनीय ठरते, कलानिपुण स्त्रियांना प्रचलित विवाहबंधने लागू नसावीत, तरुण-तरुणींनी प्रेमसंशोधनाच्या किंवा प्रेमदर्शनाच्या बाबतीत संकोच किंवा भिडस्तपणा बाळगू नये, अशा प्रकारची मते समर्थनीय असोत किंवा नसोत, ती निर्भयपणे समाजापुढे मांडणे हे काम कोणीतरी केव्हातरी करावयासच पाहिजे होते; त्याशिवाय त्यांची आमूलाग्र व संपूर्ण छाननी होणे शक्य नव्हते. त्याचप्रमाणे एखाद्या विशिष्ट जातीचा किंवा वर्गाचा किंवा धर्माचा विचार करून हिंदुस्थानचा प्रश्न सुटणार नाही हा सिद्धान्त बाजूला ठेविला आणि कादंबरीकाराने स्वभाववर्णन व प्रसंगवर्णन एवढेच आकुंचित ध्येय डोळ्यांपुढे ठेविले, तरीदेखील स्वभावांचे व प्रसंगांचे रहस्य कळण्यास सामाजिक परिस्थितीची किती छाननी करावी लागते, मन:सागरात किती खोल बुडी मारावी लागते, आणि या मानसशास्त्रीय पाणबुड्याने आपले मन किती उदार, ज्ञानसंपन्न, निर्विकार व निर्भय ठेवावे लागते, हे केतकरांच्या कादंबऱ्यांतून जसे स्पष्ट होते तसे इतर कादंबऱ्यांतून होत नाही, हे कोणालाही मान्य करावे लागेल.

[३] कादंबऱ्या ज्या लिहावयाच्या त्या जीवनविस्मृतीकरिता 'for escape from life' की जीवनोन्नतीकरिता, या वादात येथे शिरण्याचे कारण नाही. काही कादंबऱ्या वर्तमान जीवनाची विस्मृती पडावी आणि काल्पनिक जीवनात मन रममाण व्हावे एवढ्याकरिता प्राधान्येकरून लिहिलेल्या असतात आणि तशाच हेतूने त्या वाचल्याही जातात हे खरे आहे; आणि त्यात वावगे असे काही नाही. पण काही कादंबऱ्या वर्तमानाची विस्मृती उत्पन्न करून जीवनाचा खरा व खोल अर्थ सुचवितात, आत्मोन्नतीच्या व समाजोन्नतीच्या मार्गाचे दिग्दर्शन करून त्या मार्गाने जाण्याबद्दल आवड व उत्साह उत्पन्न करितात, हेही खरे आहे. आनंददानाचे कलेचे कार्य साधून हे दुसरे कार्य साधले तर त्यातही वावगे असे काही नाही. केतकरांच्या कादंबऱ्यांमध्ये काही कलातत्त्वांकडे दुर्लक्ष झाले आहे यात शंका नाही. त्यांनी याबाबतीत थोडे

अधिक लक्ष दिले असते तर विचारप्रवर्तक व उदार भावनांचे पोषण या दृष्टीने त्यांच्या कादंबऱ्यांची जी योग्यता आहे ती अनेक पटींनी वाढली असती. आहे त्या स्थितीतदेखील त्यांचे कार्य डोळ्यांत भरण्यासारखे आहे. त्यांची भाषाच घेतली तर ती रुक्ष व खडबडीत आहे असे आपण म्हणतो, पण तीतही त्यांचे धाडस आणि विचारप्रवर्तकत्व दिसून येते. 'सदाशिवपेठी', 'परीक्षा-मोजू' (वृत्ती), 'बाहेर-जाव' (walk-out) इत्यादी शब्द असंस्कृत वाटतील, पण ते परिणामकारक आहेत. 'करती झाली', 'विचारते झाले' इत्यादी सकर्मक क्रियापदांचे भूतकाळाचे कर्तरी प्रयोग त्यांनी अनेक ठिकाणी वापरले आहेत, ते प्रथमदर्शनी हरदासी थाटाचे वाटतात. पण ही प्रथा सुरू झाली तर मराठीच्या सोइस्करतेत आणि सामर्थ्यात भर पडेल असे वाटते. ती प्रथा लोकप्रिय करण्याचा धाडसी प्रयत्न यशस्वी होण्यास कालावधी लागेल, पण जेव्हा तो होईल तेव्हा यशस्वितेचे थोडेसेतरी श्रेय केतकरांकडे जाईल. कथानकाची पात्रे निवडण्यातही त्यांनी धाडस व कल्पकता दाखविलेली आहे. वेश्यांच्या मुलींना कथानकात गोवण्याचे काम अलीकडील पुष्कळच लेखकांनी केलेले आहे; पण हे काम करणाऱ्याला जी माहिती, जी विचारप्रवणता व जी व्यापक दृष्टी लागते तिचा अभाव बहुतेक ठिकाणी दिसून येतो. केतकरांच्या कादंबऱ्यांमध्ये गरीब मजुरांच्या परिस्थितीचा व त्यांच्या प्रश्नांचा फारसा विचार केलेला नाही, ही काहींना उणीव भासेल. अलीकडच्या काही 'भाई' लोकांना समाजशास्त्राचे खोल ज्ञान नाही असे केतकरांचे मत होते असे त्यांच्या कादंबऱ्यांतील काही उल्लेखांवरून दिसून येते. मजुरांचा प्रश्न सोडविण्याचे 'भाईं'चे मार्ग चुकीचे आहेत असे सांगून न थांबता खरे मार्ग केतकरांनी सोदाहरण दाखविले असते, तर बरे झाले असते. पण त्यांना तेवढे आयुष्य लाभले नाही. दुसरी गोष्ट अशी की, प्रत्येक कादंबरीकाराने हे प्रश्न हाती घेतलेच पाहिजेत हा केवळ दुराग्रह होय. त्याने जे प्रश्न हाती घेतले ते त्याने कसे सोडविले आहेत एवढे आपण पाहावे अणि गुणदोषचर्चा करावी यातच औचित्य आहे. 'कलात्मकते'च्या नावावर विचारशून्यता लपविण्यापेक्षा कलात्मकतेकडे थोडेसे दुर्लक्ष करून संसारातील विविध दृश्ये जी सामान्य लोकांच्या नजरेला आली नसती ती दाखविणे, त्यांतील खोल मर्म सुचविणे, त्यांच्या दर्शनाने सुविचारांत, सद्भावनेत आणि सात्त्विक आनंदात भर घालणे हे अधिक श्रेयस्कर आहे. हे कार्य करताना भाषेची ठाकठिकी साधली नाही, कथानकाची बांधणी शिथिल आणि मांडणी अव्यवस्थित झाली, काही ठिकाणी अकालपांडित्यदर्शन झाले व काही ठिकाणी कंटाळवाणा पाल्हाळ झाला, तर हे दोष दोषस्वरूपच आहेत; परंतु ते पत्करतील. 'कले'चे नाव एकसारखे घेऊन विचारशून्य उखाणे घेत बसणाऱ्यांपेक्षा वरील दोष करून विचारप्रवर्तन व सद्भावनापोषण करणाऱ्या केतकरांमध्ये उच्चतरदृष्ट्या कलात्मकता अधिक आहे असे मला वाटते. ऋतुमात्रजीवी सुंदर फुलांचे ताटवे मांडणीमुळे

रमणीय वाटतात आणि असतातही; परंतु बेडौल दिसणाऱ्या कलमी आंब्यांच्या झाडांवर, फणशीवर व उंच गेलेल्या माडांवर शेकडो फळे लटकत आहेत, समुद्रावरून वादळी वारे वाहत आहेत, सुंदर पाण्याचे वाकडेतिकडे पाट चालले आहेत, अशा देखाव्यांतदेखील आनंददायकत्व आहे असे मला वाटते!

◆

देशभक्त मेला, शाळेला सुट्टी

पुणे
१६/१/३४

प्रिय मित्र भाऊराव काळे, मुक्काम सुरत, यास नारायणराव पाठक हल्ली मुक्काम पुणे, याचा नमस्कार वि. वि.

जरुरीच्या कामाकरिता आपण सुरतेस गेल्याचे येथे आल्यावर कळले म्हणून आपला तेथला पत्ता विचारून घेऊन त्या पत्त्यावर पत्र धाडीत आहे. आता पाचबावडी येथील शेवटल्या दिवसाचीच हकीकत राहिली आहे!

सरलेने तिसऱ्या दिवशीच कागदपत्रे आणि भांडीकुंडी यांची आवराआवर धीरोदात्तपणे केली आणि उद्या पहाटे ५ वाजता निघणाऱ्या मोटारलॉरीने पुण्यास जाण्याचा आपला निश्चय झाल्याचे सांगितले. रदबदलीदाखल बोलण्यातला त्यांनी अवकाशच काही ठेवला नाही, इतका त्यांचा आवाज निर्धाराचा होता. 'एका स्पेशल मोटारीने आपण सर्वजण जाऊ' अशी उपसूचना मात्र आम्ही करू शकलो आणि सरलाबाईंनी ती मान्य केली.

डॉक्टर-वैद्य, औषध-पाणी, दूधवाला, वाणी वगैरेंचे बिल आपण देऊन ठेविलेल्या पैशांतून देऊन टाकले होते. तेव्हा मागे काही ओढ नव्हती आणि आम्ही पहाटेस ४-४॥ वाजता स्पेशल मोटार आली तीत ५ वाजता बसलो. जाताना कोणाच्या तोंडून काहीही शब्द निघत नव्हता; निघाला असता तरी मोटारीच्या आवाजामुळे तो स्पष्टपणे ऐकू आला नसता. पेट्रोलची का कसलीशी घाण येतच होती आणि प्रत्येकाची मने तर दुःखमग्न. शिवाय प्रत्येकाला काहीतरी बोलावे अशी इच्छा जरी होती तरी अशा वेळी भलताच शब्द तोंडून जाऊ नये म्हणून प्रत्येक जण ओठावर आलेले शब्द गिळीत होता. "आज फार थंडी नाही." "मोटार फार जोरात चालली आहे." यापलीकडे कोणी काही बोललेच नाही. सृष्टीला आमच्या दुःखाची किंवा

संकोचाची जाणीव होती असे दिसले नाही; कारण कोंबड्याचे आरवणे, कावळ्यांची कावकाव, कुत्र्यांचे भुंकणे, पूर्वीसारखेच चालले होते. आभाळात आज ढग काही अधिक आले नाहीत, सूर्य वेळच्या वेळी उगवला, उजेड नेहमीसारखाच क्षणाक्षणाला अधिक अधिक स्पष्ट होऊ लागला, उष्णता रोजच्याप्रमाणेच हळूहळू वाढू लागली आणि विनायकराव भोळ्यांसारखा महात्मा मृत्युवश झाला याची जणू काही दखलगिरीच नाही अशा भावनेने गाढवे, गुरेढोरे, बैलगाडीवाले, मोटारवाले, भाजीविक्ये, दूधविक्ये वगैरे लोकांचे व्यवहार चालू झाले. आठ वाजण्याच्या सुमारास आम्ही पिंपळगावला आलो आणि मोटारवाल्याने एका चहाकॉफीच्या ब्राह्मणी दुकानासमोर गाडी थांबविली आणि तो दुकानात शिरला. चहा पिण्याची सगळ्यांना इच्छा उत्पन्न झाली, पण संकोचामुळे कोणी काही बोलेना. मी धीर करून जणू काही हवेतच म्हटले, ''कोणाला चहा घ्यायचा आहे का?'' पण कोणीच काही बोलेना. अखेर मी निलाजऱ्या माणसाचे सोंग आणून म्हटले की, ''मला थकल्यासारखं झालं आहे. मी चहा पितो बाबा.'' तरीदेखील कोणी काही मोटारीतून उठेना तेव्हा सरलेनेच चाणाक्षपणे सगळी परिस्थिती ओळखून निश्चयाच्या स्वराने म्हटले, ''नारायणराव, मलापण पाहिजे चहा. तुम्ही आणि मी पिऊ या.'' असे म्हणून ती खरोखरीच उठली आणि मोटारीतून उतरून दुकानात जाऊ लागली. तिच्या पाठोपाठ दुसरी मंडळीही गेली. दुकानात चहा घेणार इतक्यात तिच्या मनात कल्पना आली असावी की, आपण या आसपासच्या खेड्यात काहीजणांना तरी अस्पृश्यासारखे वाटतो, तेव्हा दुकानात शिरलो असता अपमान व्हायचा आणि इतरांना चहा मिळावयाचा नाही. हा विचार आल्याबरोबर ती लगेच मोटारीत चढली आणि तेथेच तोंड धुण्याकरिता पाणी मागून घेतले आणि चहाचा घोटच घेतला; कारण बशीतला चहा निवला होता या निमित्ताने त्यांनी बशीतला चहा फेकून दिला आणि कपातल्या चहाचा घोट घेतला असेल नसेल तोच हुंदका येऊन सगळा चहा मोटारीत सांडला! हे मीच तेवढे पाहिले, इतरांना दुकानात गेल्यामुळे हा प्रकार दिसला नाही. हा प्रकार पाहिल्यावर माझ्या डोळ्यांतही अश्रू आले. पण दुकानात गेलेली मंडळी बोलावू लागली तेव्हा मन घट्ट करून मीही दुकानात गेलो आणि आधीच बेचव आणि कडवट असलेला चहा कडू तोंड करून घेतला.

मोटारीत येऊन बसल्यावर त्या गावी एका देशभक्ताने चालविलेल्या एका राष्ट्रीय शाळेतल्या प्राथमिक वर्गातली गांधीटोपी घातलेली लहान मुले दिसली. ती शाळेतून परत येत असावीत; कारण ''ए गोप्या, शाळेकडे कशाला चाललास? आज शाळेला सुट्टी आहे'' असे त्यांपैकी एकजण म्हणाला. ''कसली रे सुट्टी?'' असे गोप्याने विचारल्यावर ''कुणी काळे का भोळे देशभक्त मेला अशी बातमी आली आहे. अरे आज सुट्टी आहे, चल विटी-दांडू खेळू या.'' असे तो म्हणाला आणि

गोप्याला घराकडे ओढू लागला.

मोटारीत बसलेले जे आम्ही त्यांना हा संवाद ऐकून काय वाटले असेल? आणि सरलेला काय वाटले असेल? कोण कसे सांगणार? तिने पदराने तोंड झाकून घेतले आणि आतल्या आत ती हुंदके देऊ लागली एवढे मात्र मला ठाऊक आहे. पुढील प्रवासात विशेष काही घडले नाही.

आम्ही पुण्यास घरी वेळेवर पोहोचलो. तेथे आप्पाची गाठ पडल्यावर त्यांना आणि सरलेला, इंदूताईना, मला आणि इतरांना काय झाले असेल हे विस्ताराने हे सांगत नाही. पहिल्याने जो आकांत झाला तो ओसरल्यावर शोक गिळून टाकण्याचा सगळ्यांचा धीराचा प्रयत्न चालला असतादेखील जे दु:खावेग, जे मुळूमुळू रडणे, जे डोळे पुसणे, जो दुसऱ्यांच्या समाधानाचा अश्रुयुक्त प्रयत्न, जो ओढूनताणून केलेला वेदान्तोपदेश झाला, त्याचे वर्णन करणे माझ्या शक्तीच्या पलीकडचे आहे आणि स्वभावाच्या विरुद्धही आहे.

आप्पांची कंबरच खचलेली आहे. म्हातारपणी हा फारच मोठा आघात झाला. त्यातून निभावून जाणे कठीण दिसते.

सरलेने बाह्यत:तरी शोक गिळलेला दिसतो. ती घरातले काम करू लागली आहे आणि लोकांनाच उपदेशाच्या गोष्टी सांगू पाहते. पण आतले दु:ख कसे लपणार? आणि हे प्रयत्न कितीसे सफल होणार!

"माझ्याबद्दल शोक करू नका, मी शिक्षकीण होऊन जनसेवेचे त्यांचे व्रत पुढे चालवीन" असे मधून मधून सरला डोळे पुशीत आणि हुंदके देत म्हणत होती.

आपला
नारायण पाठक

मुलांची हसरी सृष्टी

माझ्यापासून फार अपेक्षा करू नका. मी रागिणी लिहिली वगैरे माझी ओळख करून देण्यात येते. परंतु माझे व्याख्यान ऐकल्यावर म्हणतील, "आजचे व्याख्यान काही नीट जमले नाही." असे होते. मुलावरून जनकाची परीक्षा करू नये. विक्रमोर्वशीयं हे कालिदासाचे नाटक आहे. त्यात उर्वशी ही नारायण ऋषीपासून जन्मली असे विधान केले आहे, यावर कसा विश्वास ठेवावा असा श्लोक आहे. उर्वशीच्या सौंदर्यावरून तिला प्रत्यक्ष वसंत ऋतूने, मदनाने जन्म दिला असेल असे वाटते. उर्वशीवरून तिचा बाप कोणी वेदाभ्यासजड नारायण ऋषी असेल, असे कोणी सांगितले तरी खरे वाटत नाही. त्याप्रमाणे हेच का रागिणीकर्ते, असे व्याख्यान ऐकून कदाचित खरे नाही वाटणार. म्हणून फार अपेक्षा नका करू. मी येथे आलो. येथे येण्यात माझाही एक स्वार्थ आहे. मुलांत आल्याने उत्साह व आनंद मिळतो. बाहेरच्या जगात वावरताना, सर्व परिस्थिती पाहून एक प्रकारची निराशा वाटते. परंतु तुमच्यात आले म्हणजे नैराश्याला रजा मिळते. मुलांत खेळण्याची संधी मिळाली म्हणजे मोठा आनंद असतो. मी तुमची कवाईत पाहिली. तुमचा गणवेष पाहिला, खूप आनंद झाला. मुले एकत्र खेळत आहेत, सुंदर पोषाख करीत आहेत, हसत आहेत, नाचत आहेत. मग निराशेचे काय कारण?

माझ्या वेळची शाळा आठवली म्हणजे तुम्ही किती भाग्यवंत आहात असे मनात येते. आज विशाल क्रीडांगणे, शिक्षणाची अनेक साधने, निरनिराळ्या शिक्षणपद्धती. आज तुम्हास मार नसेल मिळत. आमच्या वेळेस पाळी चुकली की, छडीचा खुराक असे. मी मानेवर खडा ठेवून लिहायला शिकलो आहे, मानेवरचा खडा पडला की, छडी बसायची. घोडीवर चढवून मिरच्याची धुरीही म्हणे देत. मला वर्गातील पेटीत कोंडून ठेवले होते!

ते शिक्षेचे प्रकार आज गेले. आणि शाळागृहेही किती सुंदर, हवाशीर. तळेगावच्या समर्थ विद्यालयात मी शिकवीत असे. तेथे त्या पत्र्यांच्या झोपड्या पावसात गळायच्या.

तुम्ही किती सुखी. आणि ही ड्रिल, बॉयस्काउट वगैरे प्रकार. मी ड्रिल शिकलो असतो तर पोषाखात अधिक व्यवस्थित राहिलो असतो. वाटते पुन्हा लहान व्हावे, बॉयस्काउट व्हावे. तुमच्याकडे पाहून खरोखरच आनंद होतो.

परंतु, तुमची स्थिती अशी असली तरी तुमचा भविष्यकाळ आमच्यापेक्षा कठीण आहे. माझ्या वेळेस बी.ए. वगैरे झाला की, हटकून नोकरी मिळायचीच. विष्णुशास्त्री बी.ए. च्या वर्गात असतानाच त्यांना फर्स्ट असिस्टंट म्हणून मागणी आली. मास्तर किंवा रेव्हिन्यू खात्यात नोकरी मिळणे कठीण नसे; परंतु आज ती स्थिती नाही. आज किती तरी बेकार बी.ए. पडलेले आहेत; म्हणून तुमचे भविष्य कठीण वाटते. ते उज्ज्वल दिसत नाही. परंतु ते उज्ज्वल आहे व दिसण्यात उज्ज्वल नसले तरी ते उज्ज्वल आहे हे विसरू नका.

कॉलेजमध्ये मुले गेली म्हणजे ही बेकारी समोर दिसून त्यांच्याने अभ्यास करवत नाही, अभ्यासात लक्ष लागत नाही, कोण देणार नोकरी, का शिकावे असे मनात येते. तुम्ही निरनिराळे विचार करू लागता, सामाजिक राजकीय विचारही तुमच्या मनात येतात.

अशा या परिस्थितीसंबंधी मी दोन शब्द आता सांगणार आहे. मला उपदेश करायचा नाही. उपदेशावर माझा विश्वास नाही. जे मूर्ख असतात, त्यांना उपदेशाचा काय उपयोग? आणि जे शहाणे आहेत त्यांना जरूरच नसते. पुष्कळ वक्ते मुलांना उपदेश देऊ लागतात. "मुलांनो, शील बनवा, चारित्र्यवान व्हा, वेळेचा सदुपयोग करा," वगैरे सांगतात. परंतु, वक्त्यांनी वेळेचा सदुपयोग कितपत केलेला असतो? जगात सारे उपदेश करीत असतात. इंग्रजीत एक उखाणा आहे, "जी वस्तू सारेजण देऊ इच्छितात, परंतु घेऊ कोणी इच्छित नाही, तर ती कोणती?" उत्तर "उपदेश." मुलेसुद्धा एकमेकांस उपदेश करितात! परोपदेशे पांडित्य. उपदेशाप्रमाणे वागतो कोण? मोठमोठे ऋषी, तत्त्वज्ञानी, व्यवहारविद् लोक हे जगाला कितीतरी सांगत आहेत. लायब्ऱ्या भरलेल्या आहेत. परंतु पुस्तके वाचून कोणी काही कृती करतो का? उपदेशाचे आपण ग्रहण केले असते तर समाज फार निराळा दिसला असता. म्हणून उपदेश करण्याची मला इच्छा नाही; अधिकारही नाही. परंतु बरेवाईट अनुभव थोडे सांगतो.

ज्ञानासाठी वाचावे लागते. मी पुष्कळ वाचले व काही लिहिले. काही लिहिणे मान्यही झाले आहे. परंतु मी कसे वाचीत असे? विद्यार्थिदशेत पांगारकर, शंकरराव लवाटे, करंदीकर वगैरे थोर शिक्षक मला लाभले होते. लो. टिळकांच्या व्याख्यानांस वगैरे आम्ही जावयाचे. शिक्षक जी पुस्तके वाचायला सांगत ती मी हातांत घेत असे. परंतु आवडले नाही तर दूर ठेवीत असे. शिक्षक आपल्या आवडीप्रमाणे सांगतात; मुलांची आवड तीच असते असे नाही. कोणती पुस्तके वाचावी वगैरे विचारावे;

आवडतील ती वाचावी. जे आवडते ते समजते. एखादे पुस्तक वाचण्यात आपण तन्मय झालो असलो, तर आईने ५/६ हाका मारल्या तरी आपण जात नाही. तो विद्यार्थी चांगला, जो एकदम हाक मारताच चहा प्यायला जात नाही. हातात पुस्तक आहे किंवा गणित सोडवीत आहे. त्यापुढे चहा त्याला फिका वाटतो. याचा अर्थ आईने हाक मारताच जायचे नाही, असा नाही हो. नाहीतर आईला सांगाल, वामनरावांनी पाच हाकांशिवाय जायचे नाही सांगितले. सांगण्याचा हेतू असा की, जे आवडले त्यात आनंद असतो; त्यात लक्ष लागते. ते पुस्तक संपल्याशिवाय, तो प्रश्न सोडविल्याशिवाय चैन पडता कामा नये. अशी बेचैन वृत्ती होणाऱ्याला ज्ञान मिळते, त्याची प्रगती होते.

ज्ञानासाठी दुसरे साधन म्हणजे प्रश्न विचारले पाहिजेत. मी विद्यार्थी असताना फार प्रश्न विचारीत असे. मी उत्तरेही देत असे. उत्तरे चुकतात, मुले हसतात, परंतु आपले अज्ञानही कळून येते. उत्तरे चुकायचीच. कधी कधी मी असे प्रश्न विचारीत असे की, मास्तर हसत. माझ्या शंकांची उत्तरे देणे त्यांना बरे वाटत नसे; मग, "गुरोस्तु मौनं व्याख्यानम्" असे व्हायचे. पुष्कळ मुले प्रश्न विचारायला लाजतात. मुलींचे तर विचारूच नका. लाजून कसे होणार? विचारावे. कारण आजचेच समजले नाही, तर उद्याचे कसे समजणार? मग १५ दिवसांनी आपण म्हणतो, "हे नाही समजत." मास्तर म्हणतात, "पूर्वीच का नाही विचारलेस? १५ दिवस झाले. आता का पहिल्यापासून समजावून देऊ? बस खाली." आपण मग शिक्षकावर रागावतो. त्यांच्यावर रागावण्यात काय अर्थ? मी कॉलेजमध्ये होतो. प्रो. बेन यांना गंभीरपणे प्रश्न विचारला. ते हसले व निघून गेले. मागून माझा प्रश्न वेडेपणाचा होता असे मला कळले. प्रो. सेल्बी फारच कर्तव्यपरायण. प्रश्न विचारून त्यांना मी भांडवायचा. ते घरी गेल्यावर माझे सर्व प्रश्न लिहून काढीत व त्यांची उत्तरे लिहून मला देत. मला लाज वाटे, आपण यांना किती त्रास देतो! परंतु त्यांचा आनंद होता तो. खऱ्या शिक्षकास प्रश्नांचा कंटाळा नाही येत. प्रश्न विचारावे, उत्तरे द्यावी. त्यातून आपले अज्ञान प्रकट होईल म्हणून भिऊ नये. अज्ञान घालवण्यासाठी तर शाळेत जायचे. अज्ञान लपवल्याने ते लपत नाही. खरूज असेल तर ती लपवून काय फायदा? ती धू, डॉक्टरला दाखव, आणि शिक्षकाला काय तुझे अज्ञान माहीत नसते? त्याच्यापासून काय लपवणार? वर्षभर तुला तो बघतो आहे. कोण पास वा कोण नापास होईल सारे त्याला माहीत असते. प्रश्न विचारा. मुलांनी प्रश्न विचारले तर मला शिकविण्यास उत्साह येतो. शिकविणे म्हणजे व्याख्यानबाजी नव्हे. वाटते की, आपलीही आता परीक्षा आहे. मुलांच्या प्रश्नांना उत्तरे देता आली म्हणजे आनंद वाटतो. मुलांचे प्रश्न ऐकून मुलांच्या मनातील कल्पना कळतात. त्यांतील चुकीच्या दूर करायच्या, तो एक आनंद आहे. भुकेलेल्यास अन्न द्यावे. जागृत जिज्ञासेला ज्ञान द्यावे. मुलांनी प्रश्न

विचारूनच ज्ञान मिळवायचे असते. आईला हे विचार, ते विचार, असे करून ती ज्ञान मिळवितात. आई शेवटी रागावते. म्हणते पुरे रे. परन्तु आईला उत्तर देता येत नसले म्हणजे ती रागावते. मुले विचारतात, "चांदोबा का पडत नाही?" याचे उत्तर मीसुद्धा नीट देऊ शकणार नाही. त्याला गुरुत्वाकर्षण कसे समजावून देऊ? मला आधी विचार करावा लागेल. सारांश, प्रश्न विचारीत जा. मास्तर जर म्हणाले, "तुला काही कळत नाही." तर सांगा, "कळत नाही म्हणून तर शाळेत आलो. कळते तर येथे येण्याची जरूर काय?" भगवान श्रीकृष्णांनीसुद्धा ज्ञान मिळविण्यासाठी "परिप्रश्नेन सेवया" असे मार्ग सांगितले. अर्जुनाने प्रश्न विचारून पिच्छा पुरवला त्याचा, परन्तु कृष्ण रागावला नाही. "प्रज्ञावादांश्च भाषसे" अशी आरंभी जरा गंमत केलीन; परंतु पुढे सर्व शंका उत्कृष्टपणे त्याने दूर केल्या.

आता तुमच्या समोरच्या बिकट भविष्यासंबंधी सांगतो. जुनी व नवी पिढी यांच्यात विसंगती आहे. जुन्या व नवीन कल्पना यांच्यात विरोध येतो. सामाजिक राजकीय अशा अनेक प्रश्नांत तुमचे व वडील मंडळीचे मतभेद होतात. तुमची मते सोडा असे नाही मी म्हणत. तुम्ही तुमच्याच डोळ्यांनी पाहा. तुमच्याच कानांनी ऐका. आपल्या बुद्धीने प्रत्येकाने चालावे; परंतु मोठी माणसे, वडील माणसे काय म्हणतात ते ऐकावे. आज वडील मंडळीचे कोणीच ऐकत नाही. म्हणतात, यांची बुद्धी बुरणुसली, साठी बुद्धी नाठी! असे करू नये. ऐकायला काय जाते? शेवटी कृती करायची वेळ येईल, तेव्हा स्वतःच्या बुद्धीप्रमाणे वागावे. आज तुम्ही सर्वांचे ऐकून घ्यावयाचे. नाना मते ऐकावी. विरुद्ध पक्षाचे तर आधी ऐकावे. आज एकदम कृती करू लागू नको. ज्या वेळेस जीवनाची सर्व जबाबदारी स्वतःवर घेशील त्या वेळेस स्वतःच्या विचाराप्रमाणे वाग.

मी जेव्हा थोडे राजकारण करीत होतो, तेव्हा टाइम्स आधी वाचीत असे. एक आयरिश पुढारी म्हणत असे, "आमचे धोरण ठरलेले आहे. सरकारच्या विरुद्ध आमचे धोरण." तसे आमचे मत इंग्रज सरकारच्या विरुद्ध, टाइम्सच्या विरुद्ध, असे आम्ही म्हणत असू. परन्तु टाइम्स काय म्हणतो, आपल्या काय चुका दाखवितो, त्यांना उत्तरे देता येतील की नाही, हे मी पाहात असे.

एका इंग्रज लेखकाने म्हटले आहे, "He does not know England who only England knows" -जो फक्त इंग्लंड जाणतो, त्याला इंग्लंड समजले नाही. इंग्लंड समजायला हवे असले तर आधी जग समजून घे. इतर देश कसे आहेत, तेथे व्यापार, राज्यशासन, शिक्षण कसे आहे, चालीरीती, संस्कृती कशी आहे ते बघ. त्यांची स्वतःच्या देशाशी तुलना कर. इतर देशांत तुझ्या देशाबद्दल काय म्हटले जाते तेही ऐक. अशा रीतीने तुझे ज्ञान अधिक यथार्थ होईल. सारांश, विरुद्ध बाजूंची मते ऐकावी. त्यांच्या सभांस मुद्दाम जावे. नाना ग्रंथ वाचावे आणि

आपली मते हळूहळू निश्चित करावी. आज तुम्ही वागता त्याची फळे तुमच्या वडिलांस भोगावी लागतात. त्यांना तुमच्या कृतीवर पांघरूण घालावे लागते, तुमचा सांभाळ करावा लागतो. पालकांना आज दु:ख होते. तुम्ही बी.ए., एम्.ए. व्हा. स्वत:वर जबाबदारी घ्या. जे कराल, त्याचे बरेवाईट परिणाम स्वत: भोगण्यास सिद्ध व्हा. आणि मग वागा स्वत:ला योग्य वाटेल तसे!

आजकाल दुसऱ्याचे ऐकूनच घेत नाहीत. मी विद्यार्थ्यांच्या सभेस अध्यक्ष होतो. एका विद्यार्थ्यास बोलायचे होते; परंतु त्याला बोलूच देत ना. तो जर अश्लील बोलू लागला, कंटाळवाणे चऱ्हाट वळू लागला, तर हुटहुट करून बसवा खाली; परंतु त्याला बोलूच द्यावयाचे नाही हे काय?

तुम्ही का सर्वज्ञ झालात? कितीसे तुमचे अनुभव? कितीसे ज्ञान? तुमच्यापैकी पुष्कळ खानदेशाच्या बाहेरसुद्धा गेले नसतील. मी तिकडे महिलाविद्यालयात आहे. एक मुलगी जी.ए. झाली; परंतु ती मागील वर्षापर्यंत आगगाडीत बसलीसुद्धा नव्हती. कुरुंदवाडची होती ती. मोटारने पुण्यात येई, जाई. तिने मुंबई पाहिली नव्हती. मुंबई पाहिली नाही; दिल्ली, कलकत्ता तर दूरच राहिली. कसले ज्ञान नि कसला अनुभव! अधीर नका होऊ. जगात किती घडामोडी, गुंतागुंती नि नाना व्यवहार. उगीच पोकळ विधाने ठोकून का काम होते? १९०८ मधील गोष्ट आहे. एक दहा-बारा वर्षांचा मुलगा मजकडे आला व म्हणाला, ''बॉंब तयार केल्याशिवाय काही नाही. कधी होणार तुमची तयारी? शस्त्रास्त्राशिवाय कोणाला मिळाले का स्वराज्य? केव्हातरी आरंभ केलाच पाहिजे, मग आजच का करू नये?'' मी म्हटले, ''तू लहान आहेस, थांब. अनेक मोठे कार्यकर्ते काय म्हणतात ते एक. घाई नको करू.''

घाईने पश्चात्ताप करण्याची पाळी येते. आज काही कराल, तर तुमच्या घरातील इतरांस त्रास होतो. आज तुम्ही शिकत असता. आईबापांस दु:ख व्हावे हे मला मान्य नाही. मोठे व्हा, जबाबदारी अंगावर घ्या, मग वागा स्वतंत्रपणे! मग कम्युनिस्ट व्हा, कॉंग्रेससभासद व्हा किंवा नोकरी करा. नोकरी केलीत, उद्योग करून पैसे मिळवलेत, सुखोपयोग घेतलात तरी वाईट नाही. आपण श्रम करून मिळवावे, आपण श्रम करून भोगावे, मात्र श्रम न करता केवळ बापाच्या पैशावर चैन मारणे मला पसंत नाही.

सारांश, आज एकदम मनात येईल तसे वागू नका. पुढे विरोध येणारच आहेत. आईबापाशी भांडावे लागेल; पण त्या वेळेस आपली मते निश्चित असतील. जीवनात ज्यांच्याबद्दल आपणांस प्रेम व आदर वाटतो त्यांच्याशी झगड्याची वेळ येते. मोठा उद्वेगजनक प्रकार असतो हा. अर्जुनाला भीष्मावर, गुरु द्रोणावर बाण सोडावे लागतात! काय हा प्रसंग! खरी ट्रॅजिडी-शोकान्तप्रकार आहे हा. ज्या पुढाऱ्यांबद्दल, नेत्यांबद्दल आपल्यास अलोट आदर व प्रेम, त्यांच्याविरुद्ध जावे लागते. बाप हिंदुमहासभावाला, तर मुलगा कॉंग्रेसवाला; बाप कॉंग्रेसवाला, तर मुलगा कम्युनिस्ट.

असे हे प्रकार होतात. परंतु या प्रकारांनी भिऊन जायचे नाही. मग कसे वागायचे; परंतु आजच नका गर्दी करू. मीही माझ्या वडिलांच्याविरुद्ध वागलो. सरकारी नोकरी धरली नाही. परंतु जबाबदारी अंगावर घेऊन मग वागलो. तसे पुढे वागणे अपरिहार्य होते.

आज मला मुली प्रेमाने म्हणतात, "ते तुमचे दिवस गेले. तुम्ही शिकविलेत ते सारे फुकट. अशाने जगाचे प्रश्न सुटणार नाहीत. नवीन उपाय पाहिजेत." "मला त्या म्हणण्याचा राग नाही येत, उलट आनंद व अभिमान वाटतो." तुम्ही निर्भयपणे मला हे सांगता, शिकवलेत ते फुकट असे म्हणता; यानेच माझे शिकवणे कृतार्थ झाले.

तुम्हाला मी तीनचार गोष्टी सांगितल्या. आवडेल ते वाचा. सर्वांचे ऐका. विरुद्ध पक्षाचे आधी ऐका. विद्यार्थी आहात तोपर्यंत प्रत्यक्ष कार्यात पडू नका. पालकास त्यामुळे त्रास होतो. पुढे मोठे झालात, जबाबदारी अंगावर आली, म्हणजे मग वडिलांस दुःख झाले तरी तुमच्या मताप्रमाणे वागा. त्यांना म्हणा, "मला पराक्रम करायचा आहे. मला माझे कर्तृत्व दाखवायचे आहे. माझा कोंडमारा मी कसा करू?" परन्तु आज नको.

विद्यार्थ्यांस मी अनुभवाच्या या गोष्टी सांगितल्या, शिक्षकांस काय सांगू? आज समाजात मान नाही, आदर नाही, एक दगड मारला तर १० आंबे पडतात, त्याप्रमाणे १ प्रोफेसर काढला तर १०० त्यासाठी येतात. परन्तु शिक्षकांस मला सांगायचे आहे की, समाजात मान असो नसो; आपण तरी स्वतःला मान द्यावा. "मला पगार कमी असला म्हणून मी तुच्छ नाही. मी उत्तम कार्य करीत आहे," असे आपण म्हटले पाहिजे. मान वर करून, छाती पुढे करून आपण चालले पाहिजे. श्रीमंताकडे जायचे असले तर ऐटीत सरळ जावे. आपणच जर स्वतःला कमी लेखले, तर जग का कमी लेखणार नाही? असली नम्रता व विनय नको. आजच्या काळी ती उपयोगी नाहीत. आज आपली मान आपण वर ठेवली पाहिजे. पगार अधिक मिळावा म्हणून मागणी करावी. असेल तर मिळेल; परन्तु कमी पगार म्हणून आपणांस कमी समजू नये. हे पवित्र कार्य आहे, उदात्त आहे, मग पगार अधिक कशाला - असे मी म्हणणार नाही. पवित्र काम आहे म्हणूनच अधिक पगार द्या. उगीच थापा नका मारू! संस्थेजवळ पैसे नसतील तर देऊ नका; परन्तु खोटा उपदेश नका करू.

असो. मला एकंदरीत खूप आनंद झाला. लायक शिक्षक, उत्साही मुले, सुंदर क्रीडांगण, सारे पाहून उत्साह वाटला. तुम्ही माझे व्याख्यान शांतपणे ऐकलेत, चुकचुक् शुक्शुक् केले नाही. यावरून तुम्ही सद्गुणीही आहात असे मी अनुमान काढतो. मी आगगाडीतून येत असता हिरवी सृष्टी पाहून मन कसे प्रफुल्लित झाले होते. तशी मुलांची नवीन उत्साही हसणारी खेळणारी ही सृष्टी पाहून खूप आनंद झाला. मुले पाहून आनंद होतो. शाळेचा ३१ वा हा वाढदिवस. १०१ वा आपण

पाहणार नाही. परंतु १०१ वाच काय, १००१वा वाढदिवस येवो अशी मी आशा करतो. इंग्लंडमध्ये ऑक्सफर्ड, केंब्रिज, कधी शतकानुशतके परंपरा चालते. हा हॅरोचा विद्यार्थी, हा ईटनचा असे सांगतात. एकेका संस्थेची परंपरा असते, वैशिष्ट्य असते. वेलिंग्टनने वॉटर्लूची लढाई ईटनशाळेच्या क्रीडांगणावर जिंकली असे नेहमी म्हणतात. तसे आपल्याकडे झाले पाहिजे. मुलांना पाहून त्यांच्या वर्तनावरून हा अमक्या संस्थेतील असे म्हटले गेले पाहिजे. मुलांना पाहून त्यांच्या वर्तनावरून हा अमक्या संस्थेतील असे म्हटले गेले पाहिजे. ही हिंगणेछाप विद्यार्थिनी, हा अमळनेरच्या हायस्कूलच्या विद्यार्थी असे उमटून आले पाहिजे. अशी परंपरा निर्माण झाली पाहिजे. तुमच्या शाळेतून असे पुढारी निघोत. सच्छील, सरळ असे कार्यकर्ते अमळनेरच्या हायस्कुलातून निघतात असे झाले पाहिजे. तुमची शाळा त्या ईटन, हॅरो वगैरे इंग्लंडमधील शाळांप्रमाणे उत्कृष्ट नागरिक देणारी होवो, अशी मी इच्छा करतो.''

◆

शत्रू? छे, मित्र!

'ज्ञानान्मोक्षः' असे आपण म्हणतो खरे, पण जसजशी समाजाची ज्ञानामध्ये प्रगती होत गेली आहे, तसतशी धर्मावरील श्रद्धा कमी होत गेली आहे असे सकृद्दर्शनीतरी वाटते, हे कबूल केले पाहिजे. अलीकडे अलीकडे तर आधिभौतिक व इतर शास्त्रांमध्ये प्रगती बरीच झाल्यामुळे लोक धर्मशून्य नाहीत तरी अश्रद्ध व अज्ञेयवादी होत चालले आहेत असे आपातत: दिसते, हेही खरे आहे. युरोपियन व अमेरिकन लोकांच्या अलीकडील चालीरीतींकडे व विचार-पद्धतीकडे पाहिले असता जुन्या धर्मकल्पनांचा व नीतिकल्पनांचा तिकडे ऱ्हास होत चाललेला दिसतो, हे सगळे मी कबूल करतो; पण माझे म्हणणे एवढेच आहे की, बाह्य देखाव्याकडेच न पाहता, सूक्ष्म दृष्टीने विचार केला असता, खऱ्या धर्माची व नीतीची हानी अलीकडे झाली आहे किंवा होत चालली आहे, असे मानण्यास मुळीच आधार नाही.

चारपाच हजार वर्षांपूर्वीचा वैदिक धर्म किंवा १९२५ वर्षांपूर्वीचा ख्रिस्ती धर्म हे आजकाल मूळ स्थितीत दृग्गोचर होत नाहीत, हे आंधळ्यालादेखील दिसते आहे. पण याचा अर्थ जग धर्महीन बनत चालले आहे असाच का करावा? धर्मासंबंधी आपल्या कल्पना बदलत आणि सुधारत चालल्या आहेत, असा त्याचा अर्थ का करू नये, असा मी तुम्हाला नम्रपणे प्रश्न विचारतो. इतर बाबतींत जसा विकास (Evolution) झाला आहे, त्याप्रमाणेच धर्माचाही विकास होऊन रूपांतर झाले आहे, असे मला वाटते. वैदिक कालाचाच विचार केला, तर त्या कालातदेखील धर्माचे एकच स्वरूप होते, असे दिसत नाही. ऋग्वेदातील ऋचांवरून पाहता, त्या काली देखील अनेक देवतांची पूजा मागे पडत जाऊन एक देव मानण्याकडे पुढे पुढे प्रवृत्ती होऊ लागली होती, असे दिसते. "एकं सद्विप्रा बहुधा वदन्ति" या वचनाची तुम्हाला येथे आठवण होईल. 'नासदीय' सूक्तावरून तर हल्लीच्या अज्ञेयवाद्यांची पूर्वपीठिका वेदकालापर्यंत जाते असे म्हणावे लागते. मनुष्याची विचारशक्ती जसजशी वाढत जाईल, त्याला अनुभव जसजसे निराळे निराळे येऊ लागतील, त्याची

परिस्थिती जसजशी बदलेल, त्याप्रमाणे धर्मासंबंधी व नीतीसंबंधी त्याच्या कल्पना बदलावयाच्याच; त्या बदलल्या तर त्यात आश्चर्य नाही, न बदलल्या तर मात्र आश्चर्य खरे! 'गीता' हे आपण एक धर्म पुस्तक मानतो. पण गीतेतच 'वेद-वाद-रतां'ची निंदा करून श्रुतींच्या पलीकडे जो श्रेष्ठ मार्ग श्रीकृष्णाला दिसला तिकडे अर्जुनाचे मन वळविण्याचा प्रयत्न केलेला आहे ना? आद्य शंकराचार्य यांना तर कोणी अधार्मिक म्हणणार नाही ना? ते तर धर्माचा उद्धार करणारे म्हणून आपण मानतो. त्यांनी तरी कोठे यज्ञयागात्मक जुना वैदिक धर्म कायम ठेविला? आम्ही अलीकडचे लोक कदाचित अश्रद्ध व धर्मशून्य असू, पण ज्ञानदेव-तुकाराम-एकनाथादी साधुसंत तरी अधार्मिक नव्हते ना? त्यांनी जुन्या धार्मिक समजुतींत व चालीरीतींत फरक करण्याचा प्रयत्न केला की नाही? युरोपमध्येही ल्यूथर, कॅल्व्हिन, वेस्ले इत्यादिकांनी आपापल्या कल्पनांप्रमाणे धार्मिक चालीरीतींत व विचारपद्धतींत परिवर्तन करण्याचा आपापल्या परीने प्रयत्न केलेला आहे. मग आधुनिक कालातल्या विचारवंत लोकांना हल्लीच्या ज्ञानाला, अनुभवाला व परिस्थितीला अनुसरून धार्मिक चालीरीतींत वगैरे बदल करावासा वाटला, तर त्यांनाच का दोष देण्यात यावा? आणि त्यांना धर्मशून्य का म्हणण्यात यावे? धर्म हा वाढत्या वृक्षाप्रमाणे आहे; त्याचे मूळचे बीजस्थितीतले स्वरूप अंकुरावस्थेत राहणार नाही आणि अंकुरावस्थेतले स्वरूप वृक्षावस्थेत राहणार नाही. मोठा वृक्ष झाल्यावरही जुनी पिकलेली पाने गळून पडणार, काही फुले व फळेही त्या ऋतूत आपापली कार्ये करून गळून पडणार. आहे त्या स्थितीतच सदा राहणे यात त्यांचे चिरंजीवित्व किंवा सनातनत्व नाही, तर परिस्थितीप्रमाणे पानांत वगैरे बदल करण्यातच त्यांचे सनातनत्व आहे.

तुम्ही कदाचित म्हणाल की, धर्माच्या मूळ तत्त्वातच बदल करण्यात आला, तर मग धर्म-हीनत्व हा आरोप बरोबर होईल किंवा नाही? तुमचे म्हणणे कबूल; पण 'धर्माचे तत्त्व' म्हणजे तरी काय? ख्रिस्ती धर्म खरा, का हिंदुधर्म, का मुसलमानी, का बौद्ध? आणि त्यातली 'खरी तत्त्वे' किंवा 'खरे तत्त्व' कोणते?

''श्रुतिर्विभिन्ना स्मृतयश्च भिन्ना
नैको मुनिर्यस्य वचः प्रमाणम्।''

हा श्लोक तुम्हाला ठाऊकच आहे. 'धर्मस्य तत्त्वं निहितं गुहायाम्' असे सांगून आपल्या प्रश्नाची टाळाटाळी मला करावयाची नाही, तर आपल्या प्रश्नाचे उत्तर देणे किती कठीण आहे, हे सूचित करावयाचे आहे. धर्माच्या व नीतीच्या तत्त्वासंबंधाने मी 'नीतिशास्त्रप्रवेशा'त आणि 'विविधज्ञानविस्तारा'च्या जुबिलीप्रीत्यर्थ निघालेल्या 'निबंधसंग्रहा'त विस्ताराने ऊहापोह केलेला आहे. त्याचा पुनरुच्चार करण्याचे हे स्थळ नव्हे व वेळही सध्या आपणाला नाही. सर्व लोकांना मान्य होईल अशा प्रकारचे

धर्माचे तत्त्व म्हटले म्हणजे

"न हि सत्यात्परो धर्मः"

किंवा 'परोपकार हाच धर्म;' किंवा

"ज्यासी आपंगिता नाहीं। त्यासी धरी जो हृदयीं।
तोचि साधु ओळखावा। देव तेथेंचि जाणावा।।"

अशा प्रकारचे तत्त्व होय. 'भूतमात्रांच्या ठिकाणी प्रेमबुद्धी ठेवणे' असे त्याचे रूपांतर करता येईल, किंवा अधिक विस्तार करून व तपशील देऊन धर्माचे तत्त्व असे सांगता येईल:-

"धृतिः क्षमा शमोऽस्तेयं शौचमिन्द्रियनिग्रहः।
धीर्विद्या सत्यमक्रोधो दशकं धर्मलक्षणम्।।"

यांपैकी कोणतेही सर्वसामान्य लक्षण घेतले, तर धर्माचा अलीकडे अधःपात होत आहे आणि तो ज्ञानाच्या प्रगतीमुळे होत आहे, या दोन्ही विधानांना काही एक आधार नाही असे दिसून येईल, अशी माझी खात्री आहे. **'न हि सत्यात्परो धर्मः'** हे लक्षण उदाहरणार्थ घ्या. अलीकडच्या ज्ञानबुद्धीमुळे हरतऱ्हेचे 'सत्य' अधिक कळू लागले आहे, आणि सत्यजिज्ञासा आणि सत्याबद्दलची आसक्तीदेखील वाढत आहे. राजकीयदृष्ट्या 'सत्याग्रह' यशस्वी असो किंवा नसो, बौद्धिकदृष्ट्या अलीकडच्या काळात सत्याग्रहाबद्दलचा आग्रह अधिकाधिक होत आहे, -इतका की, या सत्यामुळे परंपरागत समाजरचनेची व नीतिकल्पनांची वगैरे वाताहत झाली तरी हरकत नाही, अशी या काळातील बौद्धिक सत्याग्रही लोकांची वृत्ती आहे! कॉलऱ्याचे जंतू शोधून काढणाऱ्या मेचनिकॉफ (Mechnikoff) या शास्त्रज्ञाला किती प्रयास पडले व शेवटी तर त्याने शोधून काढलेल्या जंतूंच्या विषाचा अर्क त्याने स्वतः व त्याच्या काही शिष्यांनी प्राशन करून, जीव धोक्यात घालून, आपले मत सिद्ध केले! रेडिअम शोधून काढणाऱ्या क्यूरी पति-पत्नींची, आपल्या इकडील बोस, रॉय वगैरेंची व अशा अनेक शास्त्रज्ञांची सत्यशोधनार्थ चाललेली धडपड, त्यांची चिकाटी, त्यांचा स्वार्थत्याग, इत्यादी गोष्टींचा विचार केला असता, 'सत्य'रूपी नारायणाची पूजा अलीकडे श्रद्धेने, निष्काम बुद्धीने व निश्चयाने होत आहे, हे कोणालाही प्रांजलपणे कबूल करावे लागेल.

'भूतदया हाच धर्म' असे लक्षण केले, तरीदेखील हा भूतदयात्मक खरा धर्म दिवसेंदिवस प्रवृद्ध व उन्नत होत आहे, असे दिसून येईल. परोपकार, दान, धृती, क्षमा, अक्रोध -कोणताही धर्ममूलक सद्‌गुण घ्या, अलीकडे त्याची अभिवृद्धी दिसेल. दान पूर्वीच्या स्वरूपात होत नसेल, पण त्याचे कारण 'सात्त्विक दान

कोणते' याबद्दल आपण अधिक विचार करू लागलो आहोत व आपले दान 'सात्त्विक' असावे याबद्दल आपण अधिक दक्ष आहोत. जो मागेल त्याला जे मागेल ते देणे याला आपण आता सात्त्विक दान समजत नाही, तर ज्याला जरूर असेल त्याला जरूर तेवढेच द्यावयाचे व तेदेखील अशा रीतीने द्यावयाचे की, त्याचे सामर्थ्य वाढून याचना करण्याची त्याला जरूरच राहू नये, अशा प्रकारची आपली दानकल्पना आहे, आणि तिला अनुसरूनच आपण वागण्याचा प्रयत्न करतो. पूर्वीचे पेशवाईतले 'रमणे' जरी गेले असले, बडोद्यातली रोजची खिचडी जरी आता बंद झाली असली, हव्यकव्य कमी होऊन भिक्षुकांना जरी कमी दक्षिणा व आमंत्रणे मिळत असली, किंवा पुराणिकांच्या चौरंगावर तांदुळाची जरी आता पूर्वीएवढी रास होत नसली, तरी एकंदरीत खरा दानधर्म कमी झाला आहे असे मानण्याचे कारण नाही. हल्लीच्या विश्वविद्यालयांत वगैरे मिळणाऱ्या हरतऱ्हेच्या शिष्यवृत्त्या, जिकडे तिकडे चालू असलेल्या आणि लोकाश्रयावर जगलेल्या नाना प्रकारच्या संस्था, त्यांचे नानाविध निधी व त्यांच्या वर्गण्या, या सर्वांचा विचार करता, समाजात परोपकार किंवा दान कमी होत आहे असे मानण्याचे मुळीच कारण नाही. 'क्षमा' पाहिली असता, अलीकडे तीत ज्ञानामुळे फारच प्रगती झालेली दिसेल. युरोपमध्ये पूर्वी धार्मिक मताबद्दल कित्येकांचा छळ झाला आहे. बायबलमधील 'जेनेसिस'च्या विरुद्ध पृथ्वीची व मानवजातीची उत्पत्ती प्रतिपादण्याबद्दल आधिभौतिक शास्त्रज्ञांना त्रास सोसावा लागला आहे. चोरीसारख्या लहान अपराधाबद्दल अठराव्या शतकात फाशी देण्यात येत असे. या प्रवृत्तीचा अवशेष एकोणिसाव्या शतकाच्या पूर्वार्धातही मधूनमधून दृष्टीस पडे. उदाहरणार्थ, १८१८ मध्ये बारा लोकांना लहानशा चोरीबद्दल फाशी देण्यात आले होते.* १८३० मध्ये एका लहान मुलाने गवताच्या गंजीला कोलीत लावले म्हणून त्याला फाशी देण्यात आले! हल्लीच्या काळात असले न्यायाधीशकृत मनुष्यवध शक्य आहेत काय? स्त्रियांसंबंधी, मुलांसंबंधी, गुन्हेगारांसंबंधी, मजुरांसंबंधी आपली वर्तणूक पूर्वीपेक्षा अधिक माणुसकीची, अधिक न्यायाची आणि दयेने व क्षमाबुद्धीने अधिक प्रेरित झालेली नाही काय? दया व न्याय या दृष्टीने पाहता

* *"On March 7, 1887 at the Lincolnshire Lent Assizes the Right Honourable Sir Vicary Gibbs, the Honourable Sir William Farrow, and John Charles Lucas Calcraft Esquire, all pillars of the Church and State, murdered in cold blood by hanging twelve unfortunate men, guilty of petty theft or small offences."*

'Times of India' 7th Oct. 1925.

पांढरपेशा वर्गातील स्त्रियांची - विशेषत: विधवांची - स्थिती मला तरी पूर्वीपेक्षा सुधारलेली वाटते व दिवसेंदिवस ज्ञानाचा व विचारांचा फैलाव जसजसा जास्त होईल, तसतशी त्यांची स्थिती सुधारत जाईल, यात शंका नाही. 'धृती' आणि इतर सद्‌गुण घेऊन ज्ञानवृद्धीबरोबर या सद्‌गुणांची वृद्धी कशी झालेली आहे, हे मला दाखविता येईल; पण दिशा दाखवून दिलेली आहे, अधिक विस्तार करण्यात अर्थ नाही.

पण तुम्ही कदाचित येथे मला असा प्रश्न विचाराल की, 'ईश्वराविषयी आस्तिक्यबुद्धी कमी झालेली नाही काय?' कमी झालेली आहे हे कबूल, पण ईश्वराविषयी आस्तिक्यबुद्धी धार्मिकतेला आवश्यक असल्यास, ती कोणत्या अर्थाने, ते आपणांस पाहिले पाहिजे. कपिलमुनीने प्रचलित केलेल्या सांख्यवादाच्या अनुयायांपैकी काही निरीश्वरवादी होते, पण त्यांना आपण अधार्मिक मानीत नाही. अद्वैतवेदान्ती हे वास्तविक निरीश्वरवादीच. बौद्धही तसेच. पण त्यांना सर्वांना अधर्मनिष्ठ म्हणणे धाडसाचे होईल. बरे, 'ईश्वर' शब्दाने अमुक गुणधर्मसमुच्चय सूचित होतो असा विचार करू लागलो, तर 'व्यक्ती तेवढे ईश्वर' मानण्याची पाळी येईल आणि हिंदुस्थान देशातील तेहतीस कोटी लोकांना तेहतीस कोटी देव आहेत, ते या अर्थाने यथोचित होतील! त्यातील खरी गोष्ट अशी आहे की, देवाची कल्पना मनुष्याने आपल्या समाधानाकरिता उत्पन्न केलेली आहे. अर्थात ज्याच्या त्याच्या मानसिक विकासाला व प्रवृत्तींना अनुरूप असाच त्याचा देव असणार. ज्यू लोकांचा देव कोपिष्ट, सूड घेणारा, बली घेण्यास उत्सुक, पक्षपाती होता, त्याला तशीच कारणे होती. रानटी लोकांचे देव रानटीच असावयाचे! मनुष्य सुसंस्कृत झाला म्हणजे त्याचा देव सुंसस्कृत होतो. मग त्या देवाला पक्षपात आवडत नाही, त्याला कोणाचा तरी बळी घ्यावासा वाटत नाही, त्याला अमुक मनुष्याकरिता सृष्टीचे नियम बाजूला सारून जादूगाराप्रमाणेच चमत्कार करून दाखवावेसे वाटत नाहीत, तर तो न्यायी, दयाळू, प्रेमळ असा होतो. मन अधिक सुसंस्कृत झाले म्हणजे सगुण ईश्वरापेक्षा निर्गुण ईश्वराची -ब्रह्माची कल्पना आवडू लागते! या ब्रह्माचा अर्थ कसा करावयाचा, हेदेखील ज्याच्या त्याच्या ज्ञानावर, स्वभावावर, प्रवृत्तीवर, परिस्थितीवर अवलंबून असते. कोणी पूर्वीचा अर्थ घेऊन त्यात समाधान मानून राहतील, कोणी हेगेल (Hegel) याच्या 'निरपेक्षपूर्ण' प्रमाणे ('Absolute' प्रमाणे) त्याचे लक्षण करतील, कोणी त्या त्या मनुष्याला अत्यंत आदरणीय, पूज्य, रम्य वाटणारे ध्येय, असा त्याचा अर्थ करतील! "देवपूजा म्हणजे ध्येयपूजा" असे या शेवटी निर्देश केलेल्या लोकांचे म्हणणे पडेल. माझे स्वत:चे असेच म्हणणे आहे, पण "माझा धर्म तोच खरा धर्म" (My doxy is orthodoxy) असे मानणाऱ्यांपैकी मी नाही! गीतेत सांगितल्याप्रमाणे, पण किंचित निराळ्या अर्थाने, प्रत्येकाचा 'स्वधर्म' - म्हणजे त्याला पटलेला धर्म - त्याला श्रेष्ठ होय, असे मानणारा मी आहे. प्रत्येकाची

ईश्वराची कल्पना निराळी असते व असण्यात हरकत नाही, आणि प्रत्येकाने आपआपल्या ईश्वराची आपआपल्या पद्धतीने पूजा करावी असे कबूल केल्यास, ईश्वराविषयी आस्तिक्यबुद्धी हे धर्माचे एक प्रमुख अंग आहे, असे मी आनंदाने मान्य करीन. कोंट (Comte), मिल ब्रॅडलॉ, आगरकर इत्यादिकांना 'सत्य', 'आदर्शभूत मानवजाती', 'समाजसेवा' किंवा अशाच प्रकारचे ध्येय ईश्वराच्या ठिकाणी होते व या ईश्वराची दृढश्रद्धेने, निष्कामबुद्धीने, स्वार्गत्यागपूर्वक निरंतर पूजा करीत होते; अर्थात ते नास्तिक नव्हते, - हे जर तुम्ही कबूल करीत असाल, तर ईश्वराविषयी आस्तिक्यबुद्धी ही धार्मिकतेला आवश्यक नाही, असे म्हणण्याचे कोणालाच कारण नाही. पण असा जर अर्थ मान्य नसेल, आणि आपल्या आवडत्या लोकांकरिता त्यांच्या शत्रूचे निर्दालन करणारा, किंवा सोमपान करणारा, किंवा सूड उगवणारा, किंवा सृष्टीचे नियम झुगारणारा, किंवा नवसाला पावणारा, किंवा भक्तांची दळणे दळणारा देव मानला पाहिजे असाच तुमचा आग्रह असेल, तर मात्र ''आमची अधार्मिकांत गणना झालेली पुरवली; आम्हाला असला चमत्कारिक, लहरी, पक्षपाती, आकुंचित दृष्टीचा देव नको'', असे म्हणण्याची कित्येकांना पाळी येईल! अलीकडच्या सुसंस्कृत माणसाला सरळपणा, न्याय, समता, दया, क्षमा, शान्ती इत्यादी गुण प्रिय व पूज्य आहेत; हे गुण समाजात जितके प्रिय व पूज्य होतील तितके त्याला बरे वाटेल; या गुणांच्या इष्टतेबद्दल आणि पूज्यतेबद्दल त्याची श्रद्धा असते व त्यांच्या अभिवृद्ध्यर्थ तो शक्य तेवढा निष्ठापूर्वक प्रयत्न करीत असतो. सनातनीयांची परंपरागत आस्तिक्यबुद्धी खरी असेल, त्यांची भक्ती चांगली असेल, त्यांचा धर्म खरा असेल; पण आता सांगितलेल्या वृत्तीत खरी भक्ती व खरा धर्म अजिबात नाही, ही वृत्ती धर्मशून्यतेची आहे, असे म्हणणे धाडसाचे आहे. आधिभौतिक शास्त्रांच्या किंवा इतर शास्त्रांच्या प्रगतीमुळे परंपरागत आस्तिक्यबुद्धीला धक्का बसला आहे यात शंका नाही, पण खऱ्या धार्मिकतेचा किंवा नीतिनिष्ठेचा नाश व्हावा, असे या शास्त्रात काहीच नाही. पदार्थविज्ञानशास्त्राने व रसायनशास्त्राने पदार्थांचे, अणूंचे व परमाणूंचे कितीही पृथक्करण केले आणि त्यांना कार्यकारणभावाच्या नियमरज्जूंनी बांधले, तथापि मन हेदेखील एक परमाणूचेच कार्य आहे, असे अद्यापितरी ती दाखवू शकत नाहीत; ते ती पुढेमागे दाखवू शकली तर शकतील, पण तशी आशा करण्यास फारसा आधार नाही. किंबहुना आधुनिक आधिभौतिक शास्त्रीय शोधांचा विचार करता Purpose ची म्हणजे सहेतुकतेचीच भाषा जीवशास्त्र, व मानसिक शास्त्रांतही काही बाबतीत अधिक यथार्थ वाटू लागली आहे. 'सहेतुकते' वरून कोणी तरी 'ईश्वरा'ने जग निर्माण केले असे समजावयाचे नाही, तर एवढेच समजावयाचे की, रासायनिक भाषेपेक्षा हेतुसूचक भाषा अधिक उचित आहे - हा हेतू कोणत्या मनाचा किंवा व्यक्तीचा आहे, हा केव्हा व कसा उत्पन्न झाला, वगैरे गोष्टी मुग्धच ठेवावयाच्या. बरे, घटकाभर आपण असे

धरले की, मन हे एक खडू किंवा पाणी याप्रमाणेच जड परमाणूंचे कार्य आहे, तरीदेखील मानसिक व्यापार म्हणून काहीतरी अस्तित्त्व आहेत, गुणधर्म आहेत, त्यांत विशिष्ट भाव-भावना आहेत, त्यांमध्ये विशिष्ट आशाआकांक्षा, आवडी-निवडी गर्भित आहेत; याही गोष्टी तितक्याच खऱ्या व अनुभवसिद्ध आहेत. अर्थात सुसंस्कृत मनाला विशिष्ट गोष्टी खऱ्या किंवा सुंदर, उचित किंवा नीतिदृष्ट्या चांगल्या वाटल्या, तर त्यांचे खरेपण, सौंदर्य, औचित्य किंवा सत्त्व ही त्याच्यापुरतीतरी खरी मानली पाहिजेत, आणि तो ती तशी खरी धरून चालला, तर त्यात अस्वाभाविक किंवा गैर काही नाही. वनस्पतीची फुले व फळे मातीपासून उत्पन्न झालेली असली, ती जरी जड परमाणूंची पूर्णपणे कार्ये असली, तरी त्यांना सुवास, गोडी किंवा त्यांचे सौंदर्य खोटे किंवा टाकाऊ, अप्रिय किंवा अनादरणीय का व्हावे? मनाचीही गोष्ट तशीच आहे. ते कसेही उत्पन्न झालेले असो, आज ते असे असे आहे, त्याच्या अशा अशा प्रवृत्ती व आवडीनिवडी आहेत, अर्थात आज त्या सर्व खऱ्या धरून त्यांना अनुसरूनच वागले पाहिजे. सुसंस्कृत माणसाचे मन मातीपासून उत्पन्न झाले आहे असे ठरले, तरी त्या मनाला घाणीत लोळावेसे वाटणार नाही, आणि त्या मनाने घाण टाळली किंवा लोकांना टाळण्यास सांगितली, तर त्यात तर्कदृष्ट्या वावगे काय आहे? माझी सौंदर्याभिरुचीच किंवा सदभिरुची कशीही उत्पन्न झालेली असो, आज मला अमुक अमुक गोष्टी कुरूप, हिडीस, अनुचित किंवा अनीतीच्या वाटत आहेत, अर्थात त्या तशा मी मानल्या, तर त्यात चूक कोठे आहे? मला जोपर्यंत माझे मन जास्त विश्वसनीय वाटत आहे, (आणि ते प्रत्येकाला वाटतेच) तोपर्यंत त्या मनाला प्रिय-अप्रिय, पूज्य-अपूज्य, सुंदर-असुंदर, वाटणाऱ्या गोष्टी मी ग्राह्य किंवा त्याज्य समजाव्यात व लोकांनाही त्या तशा आहेत, असे सांगावे, आणि शक्य असल्यास तसे वागण्यास सांगावे किंबहुना भागही पाडावे, हे माझ्या दृष्टीने न्यायप्राप्त व यथोचितच आहे. सुसंस्कृत समाजामध्ये सौंदर्याच्या, नीतीच्या वगैरे ज्या कल्पना शिष्टसंमत असतात त्या, - अर्थात त्या शिष्ट जनांच्या दृष्टीने - मनाच्या उत्पत्तीची कोणतीही मीमांसा स्वीकारली, तरी आदरणीयच राहणार आणि त्या त्यांनी आदरणीय का मानू नयेत, याला सबळ कारण काही नाही.

इच्छाशक्ती [Will] स्वतंत्र नाही, ती मूलभूत द्रव्यांच्या गुणधर्मांनी किंवा पूर्वजन्म-कर्मांनी निबद्ध आहे असे जरी सिद्ध झाले (सिद्ध झालेले नाही; तरीपण घटकाभर सिद्ध झाले आहे असे गृहीत धरले), तरी नैतिक भाषा, कर्तव्य-अकर्तव्य याबद्दलचा उपदेश, व्यर्थ व अनुचित आहे असे नाही. सिजविक साहेबांनी या बाबतीत आपल्या "Methods of Ethics" मध्ये जे विवेचन केलेले आहे, ते मननीय आहे. मन हे नियमांना वश आहे म्हणून तर विशिष्ट प्रकारचे शिक्षण द्यावयाचे, सवयी लावावयाच्या, शिक्षेची दहशत घालावयाची; नियमांना ते वश नसते तर त्यावर मात्र परिणाम होईल

अशा रीतीचे शिक्षण देण्याचा, सवयी लावण्याचा, उपदेश करण्याचा किंवा दहशत घालण्याचा प्रयत्न वेडेपणाचा झाला असता, हा त्यांचा कोटिक्रम विचारणीय आहे.

"इतिहास-शास्त्र, समाजशास्त्र, मानसशास्त्र, इत्यादिकांच्या अध्ययनाने जात्यभिमान, देशाभिमान, वगैरे गुण आकुंचित दृष्टीचे वाटू लागतात,'' असे पूर्वपक्षी जे म्हणतो, ते एका अर्थी खरे आहे. इतिहासाला आपलाच धर्म सनातन, आपलीच ज्ञाती शुद्ध बीजाची व रक्ताची, आपल्याच देशाकडे, जातीकडे किंवा धर्माकडे सर्व जगाला सुसंस्कृत करण्याचे काम ईश्वराने दिलेले आहे, या व अशा कल्पना खुळचट वाटू लागतील, यात शंका नाही; पण यात बिघडले कुठे? दुरभिमान गेला तर त्यात वाईट काय आहे? आपल्या देशात, धर्मात, जातीत जर काही खरोखरीच अभिमानास्पद गोष्टी असतील, तर त्याबद्दल योग्य प्रमाणात अभिमान बाळगण्याच्या आड इतिहासादी शास्त्रे येतील असे वाटत नाही. अभिमानास्पद गोष्टी नसल्या तर इतिहासादी शास्त्रे उत्तेजन देऊन सांगतील की, "गत गोष्टींचा विचार न करता स्वपराक्रमाने अभिमानास्पद गोष्टी करून दाखवा, कोणतेही राष्ट्र पृथ्वीच्या पोटातून एकदमच पराक्रमी किंवा सुसंस्कृत असे बाहेर पडलेले नाही, तर त्या त्या देशातील लोकांनी प्रयत्न करून त्याला 'राष्ट्र' बनविले व त्याचे नाव अभिमान बाळगण्यासारखे केले.''

आपली जाती किंवा आपले लोक तेवढे शुद्ध बीजाचे किंवा वीर्यशाली किंवा सर्वांत पुरातन संस्कृती असलेले, हे जर इतिहासाने सिद्ध झाले तर ठीकच; बरे, नाही सिद्ध झाले, तर विषाद मानून मान खाली घालून हताश होण्याचे कारण काय? एखाद्याच्या दहा वीस हजार वर्षांपूर्वीच्या पूर्वजाने, उत्तरध्रुवाजवळ, किंवा इतर कोठे वसती असेल तेथे, एखाद्या रानटी स्त्रीशी विवाह केला असला, किंवा चार पाच हजार वर्षांपूर्वी सिंधुप्रदेशाच्या आतबाहेर असताना एखाद्या शूद्रीशी विवाह केला असला, किंवा तदनंतर विंध्य पर्वत ओलांडून आल्यावर दंडकारण्यात वसाहत करताना एखाद्या अनार्य स्त्रीशी विवाह केला असला, म्हणून त्या गृहस्थाने का उगीच विशेष विषाद मानावा? तसेच पाहू गेले असता, आपले पूर्वज वानरसदृश कोणीतरी अज्ञात नर होते, असे डार्विन वगैरेंचा विकासवाद सांगतो; मग आपण या हीनतम योनीबद्दल शोक करावा किंवा विषाद मानीत बसावे काय? नाही, कारण आपले पूर्वज वानरसदृश होते का कसे होते, हा मुख्य प्रश्न नाही, तर आपण आपल्या इष्टमित्रांशी वानरोचित चेष्टा करतो की काय, ही मात्र महत्त्वाची गोष्ट आहे; आणि याबाबतीत जर मान खाली घालण्याजोगी आपली स्थिती नसेल, तर आपल्या वानरसदृश योनीची क्षिती बाळगण्याचे कारण नाही. वानरसदृश जातीच्या अगदी पूर्वीच्या आपल्या पूर्वजांकडे पाहिले तर ते सूक्ष्मदर्शक यंत्रातून दिसतील न दिसतील एवढे सूक्ष्म जंतू किंवा जीवपेशी या स्वरूपात दिसतील असे जीवशास्त्र सांगते; पण या आपल्या मूळ योनीबद्दल आपण कोठे विषाद मानतो? याच न्यायाने आपले पूर्वज

क्षत्रिय होते का ब्राह्मण होते, त्यांनी वैश्याशी किंवा शूद्राशी विवाह केला होता किंवा नाही, हे प्रश्न विशेष महत्त्वाचे नाहीत. आपण आज वैश्य-शूद्रांप्रमाणे वागतो किंवा काय, म्हणजे त्यामध्ये विशिष्ट प्रतिकूल परिस्थितीमुळे सामान्यत: आजकाल जे दोष दिसतात तशा प्रकारचे दोष आपल्यामध्ये आहेत किंवा काय, हा मुख्य प्रश्न आहे. मी शुद्ध ब्राह्मणबीजाचा असेन, पण मी आपल्या विद्येची व सामर्थ्याची क्षुद्र वैश्यवृत्तीने विक्री करीत असेन, किंवा शूद्राप्रमाणे मी गलिच्छ रीतीने वागत असेन, तर माझ्या शुद्ध ब्राह्मणबीजाचा मी पोकळ अभिमान बाळगण्यात विशेष अर्थ नाही. बरे, माझे पूर्वज कोणत्याही वर्णाचे असले, तरी त्यात मला लज्जास्पद असे काय आहे? तात्पर्य, इतिहास व समाजशास्त्र ही जातिविषयक आणि वर्णविषयक अभिमानाला काट मारतील, पण खऱ्या पौरुषाच्या, पराक्रमाच्या किंवा सद्गुणाच्या अभिवृद्धीला ती मारक होऊ शकत नाहीत.

खऱ्या देशाभिमानाला ही शास्त्रे पोषक नाहीत, असे पूर्वपक्षाने दाखविण्याचा जो प्रयत्न केला आहे, तोदेखील चुकीचा आहे. आपलाच देश सर्वश्रेष्ठ, अशा प्रकारची भावना या शास्त्रांच्या अध्ययनाने बाधित होईल, हे मला कबूल आहे. आपण आपल्याच लोकांचे हित पाहावे, इतरांना पादाक्रांत करावे, त्यांनी आपणांस जिंकले असल्यास त्यांचा द्वेष करावा, अशा प्रकारच्या वृत्तीला इतिहासादी शास्त्रे उत्तेजन देणार नाहीत, हेही मला मान्य आहे; पण खऱ्या देशाभिमानाला अशा भावना किंवा वृत्ती आवश्यक नाहीत. तत्त्वदृष्ट्या पाहिले असता कोणत्याही देशातला सज्जन मनुष्य मला प्रिय असला पाहिजे आणि दुर्जन माझ्या देशातला असला तरी मला तो अप्रिय झाला पाहिजे. गीतेतला स्थितप्रज्ञ 'सर्वभूतहिते रत' असतो; केवळ 'हिंदुजनहिते रत' किंवा 'ब्राह्मणजनहिते रत' नसतो. सर्व मनुष्यजातीचे हित, हे आपले ध्येय असले पाहिजे. हे ध्येय देशाभिमानाशी किंवा जात्यभिमानाशी अत्यंत विरोधी किंवा विसंगत आहे, असे समजण्याचे कारण नाही. उलट शांतपणे खोल विचार केला असता हे ध्येय मर्यादित आणि यथोचित देशाभिमानाने व जात्यभिमानाने अधिक सुसाध्य होईल, असे दिसून येईल. नीग्रो, पोर्च्युगीझ, बेल्जिअन, स्पॅनिश किंवा अमेरिकन लोक यांचे हित हिंदुस्थानातील सामान्य मनुष्य साधणार कसा? त्याला त्यांची भाषा येत नाही; त्यांची विशेष माहिती नाही; त्यांच्या जरुरी-अडचणी काय आहेत हे ठाऊक नाही; बरे त्यांनाही याची विशेष माहिती नाही. अशा स्थितीत या हिंदी गृहस्थाने अपरिचित परकी लोकांचे हित साधावयाचे कसे? सामान्य मनुष्याला आपल्या कुटुंबाचे रक्षण व पोषण करणेच कठीण पडते. त्याचे ज्ञान व त्याचे सामर्थ्य आपल्या कुटुंबाचे हित साधण्यास जेमतेम समर्थ असते. थोडेबहुत अधिक सामर्थ्य असल्यास, गावातील एखाद्या संस्थेचे थोडेबहुत हित साधू शकेल, त्याहून अधिक असल्यास गावाचे, त्याहून अधिक असल्यास प्रान्ताचे. सबंध देशाचे हित

साक्षात साधण्याचे सामर्थ्य फारच थोड्यांमध्ये असते. अप्रत्यक्षपणे आपल्या संस्थेचे किंवा गावाचे हित आपल्या मतीप्रमाणे व संधी मिळेल त्याप्रमाणे साधणे हेदेखील पुष्कळांना कठीण पडते. कारण कशामध्ये हिताहित आहे हे आधी समजत नाही, समजून घेण्याला फुरसत नाही, समजले तरी संस्था किंवा गाव यांत आपले तेवढे वजन नसते, वजन असले तरी आपले सामर्थ्य मर्यादितच असल्यामुळे आपले साहाय्यदेखील मर्यादित स्वरूपाचेच असते. अशा स्थितीत सबंध प्रान्ताचे किंवा देशाचे जे सामान्य मनुष्य हित साधणार ते अप्रत्यक्षपणेच - आपल्या गावाचे, संस्थेचे, व कुटुंबाचे हित साधण्याचा प्रयत्न करूनच साधणार. अशा मनुष्याने, ज्या देशाची आपणांस विशेष माहिती नाही, त्या देशाचे हित साधण्यास कंबर कशी बांधावी? बरे, ज्याचे सामर्थ्य टिळक, गोखले, गांधी यांच्याप्रमाणे असेल त्यांना तरी परकी देशाचे हित साधणे शक्य असेल असे नाही. टिळक, गोखले, गांधी झाले तरी त्यांचे ज्ञान, त्यांची माहिती, त्यांचे वजन, त्यांचे सामर्थ्य या देशापुरतेच बव्हंशी असते. ते पोर्च्युगालचे किंवा बेल्जमचे हित कसे साधणार? त्यांना त्या देशाची खरी स्थिती, त्या देशाच्या खऱ्या अडचणी, वगैरे गोष्टी ठाऊक नसतात, आणि ठाऊक आहेत असे क्षणभर गृहीत धरले, तरी टिळक, गांधींना पोर्च्युगाल किंवा बेल्जममध्ये कोण विचारतो? अर्थात या थोर महात्म्यांनादेखील आपले सामर्थ्य आपल्या देशाचा आपापल्या दिशेने व आपापल्या कल्पनेप्रमाणे उद्धार करण्यात खर्च करावे लागणार. परकीय लोक कमी योग्यतेचे, त्यांचा उद्धार करण्यात पाप आहे, असे नव्हे, तर त्यांचा उद्धार करणे या थोर व्यक्तींनादेखील सुसाध्य नसते, म्हणून त्यांनी आपले शक्तिसर्वस्व व मतिसर्वस्व आपल्या देशाची उन्नती करण्याचे कामी खर्च केले तर त्यात वावगे काही नाही. प्रत्येक देशातील थोर थोर माणसांनी काय, किंवा लहानसहान माणसांनी काय, आपापल्या देशाची आपल्या हातून प्रत्यक्ष व अप्रत्यक्ष जेवढी सुधारणा होईल तेवढी करण्याचा प्रयत्न करणे, यातच मानवजातीचे कल्याण आहे. आता ही गोष्ट खरी की, वेडरबर्न, ह्यूम, सी. एफ. अँड्र्यूज, इत्यादिकांसारख्यांना परदेशाचे हित साधता येते व ते त्यांनी आपल्या परीने साधावेही. पण अशी मंडळी थोडी. हे लोक टिळक, गोखले, गांधी यांहून अधिक योग्यतेचे आहेत, असे मला भासवावयाचे नाही. कारण खरी गोष्ट अशी आहे की, वेडरबर्न, ह्यूम इत्यादिकांना हिंदुस्थानाचे प्रत्यक्षपणे कल्याण करण्याची सुसंधी मिळाली, तशी टिळक-गोखले इत्यादिकांची स्थिती नव्हती आणि त्याहून अधिक खोल विचार करावयाचा म्हणजे हिंदुस्थानचे हित साधण्यातच इंग्लंडचेही खरे कल्याण आहे असे वेडरबर्न, ह्यूम इत्यादिकांना व टिळक, गोखले, यांना वाटत होते व गांधी यांना वाटत आहे. 'इंग्लंडचे खरे कल्याण' असे शब्द मी वापरले आहेत, 'इंग्लंडचा फायदा' असे शब्द मी वापरले नाहीत हे येथे ध्यानात धरावे. खऱ्या कल्याणाच्या म्हणजे निःश्रेयसाच्या

दृष्टीने पाहता हिंदुस्थानचे कल्याण म्हणजे इंग्लंडचेही कल्याण. आर्थिक किंवा व्यावहारिक फायद्याच्या बाबतींत दोन व्यक्तींचा किंवा देशांचा विरोध होऊ शकतो; निःश्रेयसाचे बाबतींत केव्हाही अविरोधच असतो. महात्म्यांना सर्व लोक व सर्व देश सारखेच असतात.

"अयं निजः परो वेत्ति गणना लघुचेतसाम् ।
उदारचरितानां तु वसुधैव कुटुंबकम् ।।"

महात्मे हे 'सर्वभूतहिते रत' असतात, असे मघाशी सांगितलेच. या दृष्टीने पाहता आकुंचित 'देशाभिमाना'ला अवकाश नसला, तथापि परकी लोकांचे किंवा देशाचे कल्याण साधण्याची प्रत्यक्ष संधी थोर थोर महात्म्यांनादेखील मिळत नाही, परदेशांची त्यांना विशेष माहिती नसते, तेथे त्यांचे वजन नसते, इत्यादी गोष्टींचा विचार करता ज्याने त्याने आपल्या देशाची उन्नती करण्याचा प्रयत्न करून, त्याद्वारेच इतर देशांची अप्रत्यक्ष उन्नती होईल तेवढ्यावरच समाधान मानून राहणे प्राप्त आहे. सामान्य माणसालातर परकी लोकांबद्दल काहीच माहिती नसते आणि त्याचे मन त्याविषयी स्नेहार्द्र तर मुळीच नसते. अर्थात त्यांनी भलती उडी मारण्याचा प्रयत्न न करता, आपल्या सामर्थ्यानुरूप आपल्या कुटुंबाची, जातीची, संस्थेची, गावाची वगैरे उन्नती करण्याचा प्रयत्न करावा; यातच त्यांचे, त्यांच्या जातीचे, देशाचे आणि जगाचेही कल्याण आहे.

इतिहास, समाजशास्त्र इत्यादी शास्त्रे वाचली असता, मनुष्याचे सामर्थ्य मर्यादित आहे, राज्ये उदयास येतात व अस्तास जातात — खाल्डिअन, असिरअन संस्कृतीप्रमाणे संस्कृतीच्या संस्कृती नामशेष होतात, इत्यादी गोष्टी कळून मनुष्य निरुत्साह होईल असे पूर्वपक्षाचे म्हणणे होते ते थोडेसे खरे आहे. कारण असा परिणाम कित्येकांच्या मनावर होतो यात शंका नाही. पण असा परिणाम झालाच पाहिजे, विचारी माणसांच्याही मनावर न्यायतः असाच परिणाम होणार, हे मात्र खोटे. समाजाची उन्नती एका दिवसात होऊ शकत नाही, एका मनुष्याची किंवा समाजाची सुधारणा झाली, तरी मनुष्याप्रमाणे समाजालाही मरण येण्याचा संभव असतो, इत्यादी गोष्टी समाजशास्त्रावरून कळल्या, तरी शक्य तेवढी सुधारणा करण्याचा प्रयत्न करू नये, असे ठरत नाही; समाजाची सुधारणा हळूहळू होते, अनेक लोकांनी अनेक रीतींनी अनेक वर्षे सतत प्रयत्न करावा लागतो, या तत्त्वाचा निष्कर्ष, न्यायतः पाहिले तर असाच निघतो की, प्रत्येकाने आपल्या परीने आपल्या प्रयत्नांची शिकस्त करावी. एक वर्षात स्वराज्य मिळविण्याची आशा समाजशास्त्र नष्ट करील, पण स्वराज्य मिळविण्याची खटपट करू नये असे कोणते समाजशास्त्र शिकवील? भलत्या आशा व आकांक्षा यांना इतिहासादी शास्त्रांकडून पायबंद पडेल, पण यात वाईट काहीच नाही. उलट आशा-

आकांक्षा प्रथमपासूनच शक्य कोटीतल्या ठेवण्यास या शास्त्रांनी शिकविल्यामुळे निराशेचे दु:ख व त्यामुळे येणारा निरुत्साह या आपत्ती टळतील. देश, समाज, संस्कृती यांमध्ये हळूहळू फरक होत जातो व कालांतराने मूळ स्थिती अगदी बदलून जाते आणि कित्येक वेळा देश, संस्कृती वगैरेंना मरण येते, ही गोष्ट जरी इतिहासाने शिकविली तरीदेखील आपण आपल्या देशाच्या वगैरे उन्नतीचा प्रयत्न करू नये, असे अनुमान यावरून कसे निघते? शंभर वर्षांच्या आत आपण मरणार ही गोष्ट आपणास ठाऊक आहे तरी आपण हरतऱ्हेचे स्वसुधारणेचे प्रयत्न करतोच ना? अमक्या अमक्या कारणाने अमुक अवस्थेत मरण येते, ही गोष्ट कळली तर नैराश्य तर येऊ नयेच, उलट ही कारणे शक्य तेवढी टाळण्याविषयी दक्षता बाळगावी, असाच त्यावरून बोध घ्यावयाचा असतो. दुसरी गोष्ट अशी की, उद्या किंवा एका घटकेनंतर किंवा एक मिनिटानंतर मला फाशी देणार, हे जरी मला किंवा तुम्हाला निश्चित कळले, तरी आपण मुद्दाम घाणीत बसू का? मुद्दाम अभद्र भाषण करू का? मुद्दाम सदभिरुची सोडू का? नाही. एक क्षणानंतर मी मरणार असलो किंवा तुम्ही मरणार असला, तरी आपण कोणी घाणीत बसावे किंवा अद्वातद्वा बालावे किंवा भरमसाट वागावे हे न्यायत: प्राप्त नाही व आपण कोणी असे वागणारही नाही. त्याचप्रमाणे देश, समाज, संस्कृती यांचा पुढे केव्हातरी अध:पात होणार असला तरी आजचे आपले कर्तव्य आपण करू नये असे होत नाही. उलट आपण ती आपत्ती शक्य असल्यास टाळण्याचा आटोकाट यत्न केला पाहिजे, हेच खरे अनुमान त्यावरून निघते. बरे पूर्वी अनेक देशांचा, समाजांचा व संस्कृतींचा नाश झाला म्हणून पुढेही असाच होणार, हा सिद्धान्तही निश्चित नाही, उलट समाजाच्या वगैरे अध:पाताची कारणे अधिकाधिक कळू लागल्यामुळे ही आपत्ती टाळणे पुढेमागे शक्य होईल, अशी आशा बाळगण्यास जागा आहे. कसेही पाहिले तरी इतिहासादी शास्त्रे नैराश्य किंवा निरुत्साह उत्पन्न करतील, असे मानण्यास तर्कदृष्ट्या मुळीच आधार नाही.

वैवाहिक व इतर चालीरीतींसंबंधी भिन्न समाजातील भिन्न प्रकार समजल्यामुळे या चालीरीतींचे बंधनकारकत्व शिथिल होईल, त्याबद्दल आदर कमी होईल व एकंदरीत समाजशास्त्रादी शास्त्रांच्या अध्ययनाने नैतिक सदभिरुचीचे निर्णय अनिश्चित व धरसोडीचे होतील, आणि नीतिनियम पाळलेच पाहिजेत असा दंडक राहणार नाही, सगळीकडे शैथिल्य आणि स्वेच्छाचारित्व यांचा पगडा बसेल, ही भीतिदेखील चुकीची आहे. भिन्न देशांतल्या भिन्न चालीरीती कळल्या म्हणजे आपल्या चालीरीतींत जर काही दोष असतील तर ते दिसून येतील, व या अर्थाने त्यांचे बंधकत्व व मान्यत्वही कमी होतील हे मला कबूल आहे. पण भिन्न चालीरीतींचा वगैरे समाजशास्त्र, नीतिशास्त्र इत्यादिकांच्या आधारे सांगोपांग व साधक-बाधक ऊहापोह करून, ज्या चालीरीती उत्तम ठरतील त्यांचे उत्तमत्व केव्हाही अबाधित राहणार. खुंटा हालवून जसा बळकट

होतो त्याप्रमाणे आपल्या चालीरीतींची इतरांच्या चालीरीतींशी तुलना करून आणि हरतऱ्हेचा तद्विषयक ऊहापोह करून, ज्या चालीरीती आपण उत्तम ठरवू त्याबद्दलची आपली निष्ठा दृढ होईल. अज्ञानजन्य श्रद्धा लहानसा धक्का लागल्याबरोबर डळमळते किंवा ढासळते; पण ज्ञानाचा आणि विचाराचा आधार असलेली निष्ठा स्थिर व अचल असते. अर्थात शास्त्रे ही खऱ्या नीतिमत्तेला स्थैर्य देतात, आकुंचित दृष्टीच्या नैतिक कल्पनांनामात्र त्यापासून कंप सुटतो व त्यांचे भय वाटते!

लहान मुलांवर वगैरे अलीकडे मानसशास्त्रज्ञांकडून जे प्रयोग होत आहेत त्यांतून निष्पन्न झालेल्या तत्त्वांवरून मुलांचे हसणे, रुसणे, बोलणे, चालणे वगैरे सर्व विशिष्ट कारणांची विशिष्ट कार्ये होत असे कळू लागून, मातापित्यांना आज आपल्या आपत्यांबद्दल जे कौतुक वाटते व जो प्रेमाचा पान्हा फुटतो तो फुटणार नाही, अशा प्रकारचे पूर्वपक्षाने जे प्रतिपादन केले होते ते कसे सदोष आहे हे थोडक्यात दाखवून मी पुढील मुद्द्याकडे वळणार आहे. ज्ञान जसजसे वाढत जाईल, तसतशा बाल्याविषयीच्या ज्या काही भ्रामक कल्पना आहेत त्या जाऊ लागतील, हे उघडच आहे. ' लहानपण मोठे रम्य आहे' 'रम्य ते बालपण देइ देवा,' इत्यादी कल्पना ज्ञानाच्या प्रकाशापुढे टिकावयाच्या नाहीत. लहानपण आपणांला रम्य वाटते, — लहान मुलांना तसे वाटत नाही, आणि आपणाला तरी काय, 'रम्य ते बालपण देइ देवा' हे बोलण्यापुरते व गाण्यापुरतेच ठीक आहे; खरोखरीच मोठेपणा सोडून लहानपण स्वीकारण्याचा प्रसंग आला, तर 'दुसरे बालपण' म्हणजे म्हातारपण जितके आपणांस नकोसे वाटते, तितकेच पहिलेही वाटेल यात शंका नाही! वर्डस्वर्थला आत्म्याच्या अमरत्वाला काही खुणा लहानपणीच्या आठवणीत दिसल्या व लहान मुले ही ईश्वराच्या घरून नुकतीच आल्यामुळे ईश्वराच्या घरच्या-दिव्य लोकांच्या त्यांच्या आठवणी ताज्या असतात, असे वाटले; पण कविकल्पना म्हणून ही मते चांगली आहेत; तत्त्वदृष्ट्या त्यांची किंमत बेताचीच! आईला आपले चार महिन्यांचे मूल हसलेले पाहून असे वाटते की, 'गुलामाला माझं बोलणं सगळं समजतं,' आणि ती त्याचे मटामट मुके घेते. पण त्याच्या हसण्याचा बहुधा आईच्या बोलण्याशी काहीएक संबंध नसतो, दुसऱ्या काहीतरी कारणाने ते स्मित उत्पन्न झालेले असते! आणि त्या हसण्यामध्येही विसंगतिदर्शन वगैरे काही नसते, तर ते अर्धवट यांत्रिक असते! लहान मुले आपणाला जितकी चांगली वाटतात तितकी ती नसतात. त्यांना आपण नि:स्वार्थी, निष्पाप, गरीब, सालस समजतो, पण हे बरेचसे भ्रममूलक आहे. त्यांचे मलमूत्रात लोळणे हे जसे वेदान्तज्ञानाचे लक्षण नव्हे, तसेच त्यांचे रुपयांकडे वगैरे दुर्लक्ष असणे हे नि:स्वार्थीपणाचे लक्षण नव्हे. लहान मुलांमध्येही आपल्याप्रमाणेच बऱ्यावाईट प्रवृत्ती असतात, ती स्वार्थी असतात, इत्यादी गोष्टी कळू लागल्यावर, लहान मुलांभोवती जो एक आपल्या कल्पनेने अनेकरंगी सुरम्य परिवेष निर्माण केला

असतो, तो सूर्यकिरणामुळे धुके जसे नष्ट होते त्याप्रमाणे नष्ट होऊ लागतो. इतर अनेक गोष्टींबद्दल मुलांचे आपण कौतुक करतो, पण यांपैकी काही गोष्टी प्रेममोहमूलक होत, असे मानसशास्त्रावरून कळून येईल. या सगळ्या गोष्टी मी कबूल करतो पण मानसशास्त्रामुळेच प्रेमाचेच निर्मलून होईल, मुलांविषयीच्या आपल्या सर्व कोमल भावना ज्ञानाग्नीत होरपळून जातील आणि मुलांविषयीची आपली कर्तव्यबुद्धी शिथिल होईल, असे मानण्यास कारण नाही. खरा प्रकार असा आहे की, मानसशास्त्राच्या अध्ययनाने बालमनाच्या विकासाची दिशा, तद्विषयक नियम, विकृतीची कारणे, सवयीचे महत्त्व, चांगल्या उदाहरणांची आवश्यकता, शिस्त केव्हा, कशी व कोणी लावावी याविषयीच्या यथार्थ कल्पना, या सर्व गोष्टी कळून मुलांबद्दल आपण अधिक दक्षतेने वागू! आईचे 'आंधळे खुळे मन' जसे बालकाकडे पाहते, तसेच केवळ आपण बाल-मानसशास्त्र शिकल्यावर त्याकडे पाहणार नाही. पण आईच्या प्रेमाचा झरा त्यामुळे आटेल असेही मानण्याचे कारण नाही; उलट आईला आपली जबाबदारी अधिक वाटू लागेल, आपले कर्तव्य काय हे अधिक यथार्थत्वाने कळू लागेल आणि एकंदरीत मुलांच्या शिक्षणाविषयी ती अधिक दक्ष होईल. 'या दक्षतेबरोबर रुक्षताही येण्याचा संभव नाही काय?' असे मला कोणी येथे विचारील; पण मला तर वाटते की, रुक्षतेऐवजी बालसंगोपनाच्या व शिक्षणाच्या बाबतीत शास्त्राध्ययनाने अधिक जिज्ञासाविषय, अधिक आस्था-विषय, अधिक कौतुक-विषय, (Interests) उत्पन्न होतील, अधिक गोष्टी मनोरंजन-विषय बनतील, अधिक गोष्टीकडे लक्ष लागेल, आणि मूल हे एक आपल्याजवळ ठेवलेली मोठी मौल्यवान ठेव आहे, हा एक Trust आहे, याकडे यत्किंचित दुर्लक्ष करणे पाप आहे अशी अधिक तीव्र जाणीव उत्पन्न होईल. 'मूल हे स्वर्गातून ईश्वराच्या घरून आले आहे,' ही वर्डस्वर्थची कल्पना नष्ट झाली, तरी तिच्याऐवजी मुलाचा भविष्यकाळ उज्ज्वल करणे, त्यामध्ये ईश्वरी गुण उत्पन्न करणे हे आपल्या हातात आहे ही भावना तेथे अधिक जागृत होईल.

◆

निरपेक्ष सात्त्विक प्रेम

श्रीगणेशाय नम :। धौम्यमुनींनी दीर्घ श्वास टाकून पुन: म्हटले 'हिरण्यगर्भराजा, या गोष्टीला सात आठ वर्षे होऊन गेली. मध्यन्तरीची हकीकत पाल्हाळपणे मी सांगत नाही. कारण त्यात सांगण्यासाखे विशेष काही नाही. अरण्यातील गुहेत माझी तपश्चर्या चालू होती. इकडे आश्रमात काय गोष्टी झाल्या आहेत, याची मला कल्पनाही नव्हती. 'दिङ्नागराजा मरण पावल्याशिवाय मी जिवंत असल्याची वार्ता कोणास कळू देणार नाही' असे मातंगांना दिलेले वचन मी अक्षरश: पाळले. त्या दुष्ट राजाच्या मरणघटकेची मी वाट पाहात होतो. अखेर करता करता आठ वर्षांनंतर तो राजा मृत्यू पावल्याची वार्ता मला समजली. लगेच मी ती गुहा व ती तपश्चर्या सोडली, व १५ दिवसांच्या आत आश्रमाजवळ आलो. आश्रमाच्या आसपासचे डोंगर, तेथील वृक्ष,तेथील विहीर, फार काय, तेथील डबकीसुद्धा पाहून मला अवर्णनीय आनंद झाला. पण मी प्रिय पत्नीच्या व प्रिय मित्राच्या दर्शनास अत्युत्सुक झालो असल्यामुळे वरील गोष्टींकडे मी विशेष लक्ष दिले नाही. अखेर संध्याकाळच्या सुमारास माझे उटज व मी लावलेले अगस्त्याचे, बकुळीचे वगैरे वृक्ष दिसू लागले. हे जड वृक्ष पाहूनदेखील मला किती आनंद झाला याचे नारदा, मी वर्णन करीत नाही. कारण नारदा, हा आनंद फार वेळ टिकला नाही. मी आपल्या उटजाजवळ जातो तो एक तीन-चार वर्षांची मुलगी उटजाबाहेरील अल्पशा पुष्पोद्यानात खेळत आहे, असे मी पाहिले. मला येताना पाहून चकित हरिणीप्रमाणे ती माझ्याकडे पाहात उभी राहिली. पुष्पोद्यानाचे द्वार उघडण्यास तिला मी सांगितले, पण ती घाबरून गेलेली दिसली. ती आपल्या जागेवरच स्वस्थ उभी राहिली. तिच्या मुखाकडे पाहून मला सुलोचनेच्या बालपणाची आठवण झाली व 'तिची तर ही मुलगी नसेल ना?' अशी शंका आली. ही कल्पना आल्याबरोबर माझे धैर्य खचले, व पाय गळले; सर्व अंगाला घाम सुटला. घाबरता घाबरत मी त्या मुलीला म्हटले, 'मुली, घाबरू नकोस, तुझं नाव काय? तू कोणाची मुलगी?'

'आईची,' म्हणून तिने उत्तर दिले. 'आईची' या उत्तराने मला त्या स्थितीतही जरा हसू आले. पुनः मी तिला म्हटले, 'मुली, तू आईची खरी; पण तुझ्या आईचे नाव?'

'आईचे नाव, आई.' ती म्हणाली. या उत्तराने मला अधिकच हसू आले; पण ते क्षणिकच होते. तिच्या मुखाकडे निरखून पाहता तिची आई कोण असावी, याची मला चांगली कल्पना आली. कदाचित दुसऱ्या कोणाची ती मुलगी असेल, अशी आशाजनक कल्पनाही आली. इतक्यात त्या उटजाजवळून एक लहानसा मुलगा जात आहे असे पाहून मी त्याला विचारले, 'बाळा, हे उटज कोणाचे? व येथे कोण राहतो?'

'आमचे गुरू गभस्तिगती व त्यांची पत्नी सुलोचनामाता येथे राहतात' असे तो म्हणाला. हे शब्द मी ऐकले असतील नसतील तोच माझी पत्नी –माझी नव्हे, गभस्तिगतीची पत्नी –दीड दोन वर्षांच्या एका लहान मुलाला कडेवर घेऊन देहलीवरील दीप लावण्याकरिता आली. तिला तसे पाहिले मात्र; मला वेड लागल्यासारखे होऊन मी तेथून जो धावू लागलो तो कुलपतीच्या आश्रमापाशी गेलो.

त्यांचे दर्शन झाल्याबरोबर मी त्यांचे चरण धरले. त्यांनी मला पाहिल्यावर अत्यन्त आश्चर्य व्यक्त केले. मातंगांनी मला कोणते वचन घेऊन जिवंत ठेवले वगैरे सर्व गोष्टींचा उलगडा केल्यावर ते मला म्हणाले, 'धौम्य, तुम्ही आपल्या उटजापाशी जो प्रकार पाहिलात त्याचे तुम्हाला आश्चर्य वाटले असेल व तुम्हाला रागही आला असेल.'

मी काहीच बोललो नाही. त्यांचे 'तुम्हाला' हे बहुमानदर्शक शब्द मला काही बरे वाटले नाहीत, आणि मी तसे बोलूनही दाखविले.

'बाल धौम्य,' ते म्हणाले, 'तू विवाह केलास तो आपल्या सुखासाठी का तिच्या सुखासाठी?'

'बाल धौम्य' हे एकेरी संबोधन मला कितीतरी सुखदायक झाले! पण, त्यांना उत्तरादाखल मी काही बोललो नाही. माझे मन त्या वेळी इतके गोंधळले होते की, त्या स्थितीत काही बोलणेच शक्य नव्हते. त्या स्थितीत मी काय बोलणार?

'धौम्य, शांत हो,' ते सौम्यतेने म्हणाले, 'तू अरण्यात राहून आठ वर्षे तपश्चर्या केलीस, तरी विषयसुखाची इच्छा तुला आहेच ना? विषयसुखात सुख आहे, असे तुला अद्यापि वाटते काय?'

'नाही. पण माझी पत्नी –'

'तिने पुन: विवाह केला, याच्यात तिचा दोष नाही. मीच तिला ही गोष्ट करण्यास सांगितले.'

'आपण या गोष्टीला कशी अनुमती दिलीत?

'धौम्य, तुला मी सर्व सांगतो. शांतपणे विचार कर. सुलोचना ही सच्छील आहे. परंतु तिचे गभस्तिगतीवर लहानपणापासून प्रेम होते, व राजस प्रेमाने अंध होऊन व पितामहाची इच्छा ही 'आज्ञा' मानून तुझ्याशी विवाह केल्यानंतर हे प्रेम सुप्त झाले. तुझ्या निधनाची वार्ता ऐकल्यानंतरही तिने विवेक करून हे प्रेम काही काळ सुप्त ठेवले. पण धौम्य, काही वर्षांनंतर यौवनाने व या प्रेमाने फार उचल केली. मनोनियमन करण्यासाठी तिने हर प्रयत्न करून पाहिले. परंतु गभस्तिगतीची मूर्ती तिला जळी, काष्ठी, पाषाणी जेव्हा दिसू लागली, व तिचा निद्राभंग होऊन नित्य धर्माचरणाकडेही तिचे जेव्हा लक्ष लागेनासे झाले, तेव्हा मनोनिग्रह करणे अशक्य वाटून तिने प्राणत्याग करण्याचे योजिले. मला ही गोष्ट कळल्यावर मी तिचे निवारण केले व प्राणत्याग करण्यापेक्षा त्याच्याशी विवाहच केलेला बरा, असा तिला उपदेश केला. धौम्य, वासना जिवंत असता, केवळ देहनाश केल्याने आत्मशुद्धी होत नाही, हे तू जाणत आहेस. तिची आत्मशुद्धी तुला जर प्रिय असेल, तर तिला तू दोष देऊ नये. तुझ्याशी एकदा तिने विवाह केला, म्हणून तिने आपला देहनाशच नव्हे तर आत्मनाशही करून घ्यावा काय?'

'पण अन्य पती केल्याने आत्मनाश होत नाही का?' मी जरा रागाने म्हटले.

'नाही.' ते आवेशाने म्हणाले. 'या सर्व गोष्टी सारासार विचाराने पाहिल्या पाहिजेत. धौम्य, तुझे मातापित्यांवर प्रेम होते की नाही? जर होते तर मग ते निधन पावल्यावरही तू आपल्या पत्नीसमवेत सुखोपभोग का घेत होतास? मातापिता मरण पावले म्हणून सर्व–सुखसन्यास तू का केला नाहीस? मी तुला दोष देत नाही; पण माझे तुला एवढेच सांगणे आहे की, मानवमात्राची सुखप्रवृत्ती काही काळ दुर्निवार आहे. प्रेमाचे एक माणूस निधन पावले म्हणून सर्वदा दुःखी राहण्यास एखाद्याला सांगणे असमंजसपणाचे आहे. आपल्या मागे राहिलेल्या माणसांनी आपल्याकरिता जन्मभर दुःखी राहावे, अशी त्या मृत माणसाचीसुद्धा इच्छा नसते. मरताना मातेला असे का वाटत असते की, आपल्या मुलांनी आपल्याकरिता आजन्म शोक करीत राहावे? मरताना पत्नीला असे का वाटत असते की, आपल्या पतीने सर्व जन्म आपल्याविषयी शोक करण्यात घालवावा? मग पतीनेतरी अशी इच्छा का धरावी? पत्नीला सुख व्हावे, तिची आत्मोन्नती व्हावी, अशी जर पतीची इच्छा असेल तर आपण मरण पावल्यावरही आपल्या अल्पवयस्क पत्नीने त्या वयातच सर्वसंगपरित्याग करावा असे दयार्द्र अंत:करणाच्या विवेकी पतीस तरी वाटू नये.'

'पुन: विवाह केल्याने तिला सुखप्राप्ती होईल; पण तिची आत्मोन्नती होईल असे मला वाटत नाही.' मी म्हटले.

'आत्मोन्नतीही होईल.' ते आवेशाने म्हणाले, 'अन्य पती केल्याने पातिव्रत्यभंगाचा दोष प्रथमदर्शनी येतो हे मला ठाऊक आहे; पण कित्येक अबलांचे मन त्यांच्या

स्वाधीन नसते. त्यांनी किती केले तरी प्रबल व गीतेत म्हटल्यामाणे 'प्रमाथि' असलेली इन्द्रिये त्यांचे मन विकारवश करतात. विवेकाने त्या आपल्या कृतीचे नियमन करू शकतात; पण मनाचे नियमन करणे अत्यंत दुर्घट. त्या कर्माने शुद्ध राहू शकतात; पण मनात त्यांना विवाहेच्छा होतेच. जन्मभर त्यांचे शरीर शुद्ध, पण मन पापी असते; मनाची पापवासनेकडे ओढ अनावर वाहू लागली म्हणजे खुशाल पापे करावीत, असे मी म्हणत नाही; आणि कोण म्हणेल? पण 'पाप' कोणते व कोणते नाही, हे पाहिले पाहिजे. पुनर्विवाह हा नित्य पापात्मक आहे असे तुला वाटते काय? प्रथमविवाह ज्या कारणांकरिता शुद्ध, पवित्र व आत्मोन्नतिकारक वाटतो ती सर्व कारणे उपस्थित असता व पूर्वी एकदा विवाह केला होता व आपण आता विधवा आहोत या जाणिवेशिवाय परिस्थितीत महत्त्वाचा फरक नसता पुनर्विवाह अशुद्ध, अपवित्र व अधःपातकारक का मानण्यात यावा हे मला समजत नाही.'

'तर्कदृष्ट्या तुमचे म्हणणे बरोबर आहे.' मी उत्तर दिले, 'पण भावना म्हणून काही पदार्थ आहे किंवा नाही?

'भावनांना मी महत्त्व देतो.' कुलपती म्हणाले, 'पण भावना कशा उत्पन्न होतात, त्यांना केव्हा किती महत्त्व द्यावे, याचाही विचार केला पाहिजे, व असा विचार करता सुलोचनेच्यासारख्या परिस्थितीत पुनर्विवाह हा व्यक्तीच्या व समाजाच्या उन्नतीला प्रतिकूल नसून अनुकूल आहे असे माझे मत आहे.'

'अन्य पती केल्याने आत्मोन्नती होते असे का आपले म्हणणे?' मी जरा उपरोधिक स्वराने म्हटले.

'होय.' ते म्हणाले. 'क्षुद्र सुखाविषयी खरे वैराग्य प्राप्त होऊन सर्व जगताकडे समतेने व प्रेमदृष्टीने पाहणे व तदुन्नतीकरिता उत्साहपूर्वक अहर्निश प्रयत्न करणे याचेच नाव आत्मोन्नती. मनात अहर्निश सुखोपभोगाचे विचार चालले असून देहदृष्ट्या स्वीकारलेले वैराग्य खरे वैराग्य नव्हे. सर्व विश्व ज्याला कुटुंबाप्रमाणे वाटू लागले, व सर्व भूतांच्या ठायी समदृष्टीने व प्रेमदृष्टीने जो पाहू शकेल, त्याचेच खरे वैराग्य. ही स्थिती प्राप्त होण्याचे अनेक मार्ग आहेत. विवाह वगैरे न करता संन्यस्त वृत्तीने राहणे, हा एक मार्ग आहे. पण हा मार्ग फार कठीण आहे. हा कंटकमय व मोहगर्तामय आहे. या मार्गाने जाऊन यशःप्राप्ती करून घेणारे साधू किंवा साध्वी धन्य होत, यात शंका नाही. पण याशिवाय सुसाध्य एक मार्ग आहे. ज्याच्या सद्गुणांवर आपले सात्त्विक प्रेम जडले आहे, ज्याच्या समागमात आपणास पवित्र विचार सुचतात, ज्याचे उदार अंतःकरण आपणांसही उदार होण्यास प्रेमाने शिकविते, ज्याची निःस्वार्थपरहितबुद्धी आपल्या स्वार्थबुद्धीस लाजवते, ज्याचे ज्ञान आपले अज्ञानपटल दूर करते, ज्याची धर्मप्रवृत्ती आपल्या उच्छृंखल मनास आवरून धरण्यास सांगते, ज्याचे परहितार्थ अहर्निश चाललेले उत्साहपूर्ण प्रयत्न आपणांसही तसे करण्यास

प्रवृत्त करतात, ज्याची परसुखाने आनंदित होणारी सात्त्विक वृत्ती आपणांस या उच्चतम आनंदाची गोडी लावते, अशा प्रेमपूर्ण सात्त्विक पुरुषाशी विवाह करण्याचे एखाद्या कोमल स्वभावाच्या अज्ञान अबलेने मनात आणले, तर तिला पापिणी म्हणण्यास मी तयार नाही.'

'तात्त्विकदृष्ट्या मला वाद करावयाचा नाही.' मी शांत होऊन म्हटले, 'आपण म्हणता हे सर्व खरे असेल; पण माझे अद्यापि पूर्ण समाधान होत नाही.'

'होईल, कालान्तराने तुझेही समाधान होईल.' कुलपती म्हणाले, 'धौम्य, ईश्वरी नेमानेम फार विलक्षण आहेत. मनुष्य मात्र 'माझे' धन, माझी भार्या, इत्यादी गोष्टींचा वृथाभिमान बाळगून स्वत:स उगीच दु:खी करून घेत असतो. मनुष्य आज आहे नि उद्या नाही. 'माझे गृह,' 'माझी पत्नी, असे म्हणण्यात अर्थ काय? सुलोचना ही तुझ्या सुखाकरिता का ईश्वराने निर्माण केली आहे? तिच्या आत्म्याला स्वतंत्र अस्तित्व नाही का? धौम्य, पूर्वी गभस्तिगतीने तुझ्याकरिता सुलोचनेचा नाद सोडून दिला. त्याने हा प्रेमत्याग त्या तरुण वयात केला. तू आता तपश्चर्या केली आहेस. या वयात तू सुलोचनेवरचा अधिकार सोडण्यास तयार झाला नाहीस, तर तुझे मत अनुदार व क्षुद्र आहे, असे मी म्हणेन. सुलोचनेला तू जर आता दु:ख दिलेस तर सुलोचनेवरील तुझी प्रीती सात्त्विक नव्हती, ती स्वसुखार्थ होती, असेच मी म्हणेन. 'न वाऽऽरे जायाया: कामाय जाया प्रिया भवति । आत्मनस्तु कामाय जाया प्रिया भवति ।' हे उपनिषदातील वाक्यच अखेर खरे म्हणावयाचे ना? धौम्या, तूसुद्धा या वाक्याला अपवादभूत होत नाहीस ना? जगात उच्च व निरपेक्ष प्रेम मुळीच नाही, असेच ना म्हणावयाचे?'

गुरुजी, मी सुलोचनेला दर्शन देऊन तिला दु:ख देणार नाही व गभस्तिगतीच्याही सुखात मी माती कालवू इच्छित नाही. त्या दोघांनी सुखात नांदावे हीच माझी इच्छा आहे. क्षुद्र अहंकार मी आजपासून सोडला. जगात अहेतुक उच्च सात्त्विक प्रेम आहे, हे मी आज सिद्ध करून दाखविणार. आपल्या उदात्त उपदेशास व उदार उदाहरणास अनुरूप असेच मी चरित्र ठेवीन.

◆

वाङ्मयविषयक माझी दृष्टी

प्रो. फडके यांनी साहित्याचे दोन प्रकार मानिले आहेत. एक शिकविणारे साहित्य आणि दुसरे रिझविणारे साहित्य. शिकविणारे साहित्य रिझविणारे होऊ शकेल. उदाहरणार्थ मेकॉलेचे निबंध, विष्णुशास्त्री चिपळूणकरांची निबंधमाला, शिवरामपंत परांजपे यांचे काही निबंध, इत्यादी. त्याचप्रमाणे रिझविणाऱ्या साहित्याला शिकविण्याचे वावडे नाही, त्याने शिकविले तर ते पाप आहे असे प्रो. फडके कधीही म्हणाले नव्हते आणि म्हणत नाहीत. 'कलेकरिता कला' असे ज्या वेळी ते म्हणतात त्या वेळी त्यांच्या म्हणण्याचा भावार्थ एवढाच असतो की, कलावन्ताने कलाकृती करताना आपल्या कलेचे नियम आपण पाळतो किंवा नाही आणि आपली कृती सुंदर होते किंवा नाही याकडे मुख्यत: लक्ष द्यावे. आणि यात गैर काय आहे? साधी घरगुती उदाहरणे घेऊन बोलावयाचे म्हणजे टेनिस खेळणाऱ्याने टेनिसचे नियम सांभाळून डाव कसा जिंकता येईल इकडे लक्ष द्यावे. प्रतिपक्षाचा पराभव झाला तर त्याला वाईट वाटेल की काय, त्याला हूल दाखवून चेंडू दुसरीकडे मारणे हे पाप आहे की काय, असल्या गोष्टींचा विचार करू नये हे म्हणणे सरळ आहे. जेवताना अन्न स्वच्छ, रुचकर, पचण्यासारखे आणि बलवर्धक आहे की नाही ते पाहावे, इतर गोष्टींचा फारसा विचार करू नये, यात गैर असे फारसे काही नाही. तसेच कलावन्तानेही आपल्या कलेच्या दृष्टीने विचार करावा; इतर असंबद्ध विचारांच्या भोवऱ्यात सापडू नये, हे प्रा. फडक्यांचे म्हणणे हिशेबी आहे. गुलाबाचे चित्र पाहिल्यावर त्यापासून काही बोध मिळत नाही अशी कोणी तक्रार करतो काय? बरे, एखाद्या सापाचे, वाघाचे किंवा गाढवाचे हुबेहूब चित्र काढले तर त्यावरही कोणी आक्षेप घेत नाही. एखाद्या नग्न स्त्रीचे चित्र काढले तर मात्र वादाचे वादळ उठते. साहित्यामध्येदेखील असेच आहे. एखाद्या गद्यलेखकाने किंवा कवीने वनश्रीचे किंवा राजवाड्याचे किंवा एखाद्या गरिबाच्या झोपडीचे चांगले चटकदार वर्णन केले तर त्या वेळी कोणी असा प्रश्न काढीत नाही की, या वर्णनापासून काय बोध घ्यायचा? पण

रूढ कल्पनांना, नीतिनियमांना, चालीरीतींना धक्का देणारे वर्णन कितीही चांगले असले की, –किंबहुना चांगले असते म्हणूनच –वाद निघतो की असले लिखाण योग्य की अयोग्य?

या विषयासंबंधी माझे मत दहापंधरा मिनिटांत सांगायचे आहे म्हणून मी असे म्हणेन की, 'कलेकरिता कला' हे प्रमेय मला सामान्यत: मान्य आहे. 'सामान्यत:' या शब्दावर मी जोर देत आहे. कारण मी या प्रमेयाला काही अपवादात्मक परिस्थितीत थोडीशी मर्यादा आणि मुरड घालू इच्छितो. मघाशी आपण खेळण्याचे एक उदाहरण घेतले. खेळताना प्रतिपक्षाला हूल देऊन फसविण्यात काही पाप नाही हे खरे आहे. त्याचप्रमाणे त्याचा पराभव झाला असता त्याला जे दु:ख होईल तिकडे पाहावयाचे नसते हेही खरे आहे, पण त्याचा जीव जाईल किंवा त्याला मोठी दुखापत होईल अशा रीतीने खेळ खेळणेही उचित नाही असे आपण मानतोच ना? क्रिकेट खेळताना अंगाला दुखापत होईल अशा प्रकारचे आततायीपणाचे 'अंग-झोडपे' म्हणजे [Bodyline] बोलिंग बरेच लोक अशिष्टपणाचे समजतात ते उगाच नाही. कलेचा खेळ खेळताना "तुमचा खेळ होतो पण आमचा जीव जातो" असे गोष्टीतल्या बेडकाप्रमाणे म्हणण्याची पाळी जनतेवर येऊ नये इतकी काळजी कलाक्रीडा करणाऱ्यांनी घ्यावी असे मला वाटते.

साहित्यकलेला स्वातंत्र्य असावे, तिला पायबंद कोणी घालू नये, आनंद देणे हेच तिचे अवतारकृत्य आणि तेच तिचे सौभाग्य, आपल्या मंदिराततरी तिला राणीचा मान पाहिजे, जराजर्जर रूढीचा, निर्दय नीतीचा किंवा कल्पनाशून्य सत्यप्रीतीचा तिला सासुरवास नसावा, या आणि अशा सर्व गोष्टी मला मान्य आहेत. पण कलेचा आणि साहित्यकलेचा मी भक्त असलो, तरी मी अनन्य भक्त नाही. मला केव्हाही हे विसरता येत नाही की मनुष्याचा जन्म केवळ कलेचा आनंद लुटण्याकरिता नाही. कला नसेल तर मनुष्याच्या जीवनात ते मोठेच वैगुण्य होईल, पण जीवन हे केवळ कलामय नाही. जीवनात ज्या अत्यंत रम्य आणि वंद्य गोष्टी आहेत त्यांत कलेबरोबर नीतीचा आणि सत्याचाही समावेश होतो आणि यांचे जर एकमेकांत पटले नाही तर जीवनातली ती मोठीच आपत्ती म्हटली पाहिजे. जीवनात कला नसेल तर ते बेचव, नीरस, कळाहीन होईल हे खरे, पण सत्य नसेल तर ते लुळे, आंधळे, पांगळे होईल, आणि नीती नसेल तर ते रोगट, कुजके, नासके होईल. अर्थात या तिहींपैकी कोणाचेही अनिर्बंध असे स्तोम माजविण्यात आणि कोणालाही शेफारू देण्यात अर्थ नाही. कलेला काय, नीतीला काय किंवा सत्याला काय, आपापल्या क्षेत्रात सामान्यत: स्वातंत्र्य असावे. हे एक ध्यानात धरावे की कलेचा कलह पुष्कळ वेळा होतो तो खऱ्या नीतीशी किंवा उच्चतम सत्याशी नसतोच मुळी. पुष्कळ वेळा मी असे पाहिले आहे की नीतीचा आणि सत्याचा मक्ता जणू काही आपल्याकडेच आहे असे

समजणाऱ्या आकुंचित बुद्धीच्या भक्तगणांनी नसता कलह उत्पन्न करून उगाच वावटळ उत्पन्न केलेली असते. काही प्रामाणिक नीतिभक्तांना विनोदबुद्धीच नसते आणि आपल्या उणिवेची त्यांना जाणीव नसल्यामुळे ते नाकाने कांदे सोलून डोळ्यांतून उगाच आसवे गाळतात आणि पावित्र्यविडंबनाची वगैरे कोल्हेकुई उठवून देतात. असल्या विनोदबुद्धिहीन नीतिभक्तांना ताळ्यावर आणण्याकरिता काही एकान्तिक कलात्मक व कलैकपुरस्कारक लोक असणे समाजाच्या दृष्टीने फार उपयुक्त आहे. खरी गोष्ट अशी आहे की, कलेच्या दृष्टीने पाहता येणे ही गोष्ट सोपी नाही.

हे प्रांजलपणे कबूल केल्यानंतर 'कलेकरिता कला' या प्रमेयाला मुरड कशी घातली पाहिजे हे थोडक्यात सांगण्यास हरकत नाही. 'कलेकरिता कला' हे जितके खरे आहे त्याहून कला हे एक जीवनाचे अंग आहे, ते जीवनसर्वस्व नव्हे, हे अधिक खरे आहे. 'आनंद' हे एक कलेचे अवतारकृत्य खरे पण नीतीच्या नरड्याला नख लावून किंवा सत्य पायाखाली तुडवून कला नाच करू लागली तर सात्त्विक आनंद मिळू शकेल काय? अर्थात नाही.

आता मला कोणी असे विचारील की, "वामनराव, सत्याला किंवा नीतीला दुखविणारे किंवा चिरडणारे कलेचे बेबंद तांडवनृत्य तुम्हाला नको हे वादाकरिता क्षणभर आम्ही कबूल करितो. आता यापुढेतरी तुम्हांला 'कलेकरिता कला' या प्रमेयाला दुसरी काही मर्यादा किंवा मुरड घालायची नाही ना?" असा मला जर कोणी प्रश्न केला तर मी म्हणेन की 'नाही'; आणखी काही मुरडबिरड घालायची नाही. पण एक मुद्दा मात्र मला स्पष्ट करायचा आहे. तो असा की, ज्या कलावन्ताला काही एक सांगावयाचे नाही, ज्याच्याजवळ सांगण्यासारखे काही नाही, त्याची कला लहान मुलांच्या रबरी फुग्यासारखी दिसण्यात सुंदर, पण अगदी पोकळ असेल. अशा कलेला विशेष काही किंमत नाही. प्रो. फडक्यांच्या कलात्मक कादंबऱ्या घेतल्या तरी त्यामध्ये प्रो. फडक्यांना संसारात जी चमत्कृतिजनक दृश्ये दिसली आणि जी त्यांना इतरांना सांगावीशी वाटली तीच त्यांनी कलात्मक रीतीने वर्णिलेली आहेत ना? संसारातील ही चमत्कृतिजनक दृश्ये हुडकून काढण्यात त्यांचा मार्मिकपणा दिसून येतो. हा मार्मिकपणा त्यांच्यामध्ये नसता तर त्यांची वर्णने विशेष आनंददायक झाली असती काय? वाङ्मयीन कलावन्त जे सांगेल त्यात जितका खोलपणा, जितका मार्मिकपणा, जितके अर्थवैभव असेल त्या मानाने त्याची योग्यता कमीअधिक. कर्णमधुर शब्दावडंबर, शुष्क कोट्या, क्षणभर चकित करणारे शब्दश्लेश, इत्यादिकांमध्ये जी थोडीबहुत चमत्कृती आहे तिच्यामुळे मनाची क्षणभर करमणूक होते एवढेच तिचे महत्त्व. डोंबाऱ्याचे खेळ किंवा माकडाच्या उलट्या सुलट्या उड्या पाहून क्षणभर आपण हसतो, त्यातलाच तो प्रकार. अशा लोकांची किंमत बेताचीच. शेक्सपियर, टॉमस हार्डी, आपले फडके इत्यादिकांनी आपल्या कलाकृतीमध्ये मानवी स्वभावविशेष,

मानवी संसारातील पेचप्रसंग, मानवी मनामध्ये आतल्याआत चाललेले कलह किंवा उलटसुलट प्रवाह, मानवी मनातील बऱ्यावाईट विचारांची, भावनांची आणि प्रवृत्तींची विलक्षण गुंतागुंत, इत्यादिकांची जी शब्दचित्रे काढिली आहेत त्यावरून 'अशा रीतीने वागा किंवा वागू नका' असे सांगितले नसेल, पण ती शब्दचित्रे पाहिल्याबरोबर जे पूर्वी आपणास दिसले नव्हते, किंवा निदान स्पष्टपणे दिसले नव्हते, ते आपण आज पाहिले असे आपणांस वाटते आणि आपल्या अनुभवात चांगली भर पडली असा प्रत्यय येऊन आनंद होतो, ही गोष्ट निर्विवाद आहे. कित्येक वेळा अनुभवामध्ये भर पडत नाही, तर स्वानुभवाचा पुनःप्रत्यय येतो. भर घालून म्हणा किंवा पुनःप्रत्यय आणून देऊन म्हणा, साहित्यिक कलावंत आपणास ऋणी करतात. हे कलावन्त केवळ शाब्दिक वेलबुट्टीने आणि रंगीबेरंगी चकाकीने मन रमवू म्हणतील, तर क्षणभर मन रमेल कदाचित; पण लगेच आपण म्हणू की, "या कलावंताची बुद्धी काही विशेष खोल किंवा मार्मिक नाही." थोडक्यात सांगावयाचे म्हणजे कला ही उपदेशगर्भ असलीच पाहिजे असे नाही, हे त्रिवार सत्य आहे. कलाकृतीमध्ये कलेचे नियम सांभाळले पाहिजेतच आणि हे नियम संभाळून कलात्मक आनंद देणे हेच त्याचे खरे कार्य. पण कलाकृतीत कलावन्ताच्या मनाची खोली, प्रगल्भता, विवेकशीलता, मार्मिकता, ज्या मानाने दिसेल त्या मानाने त्या कलाकृतीची किंमत कमीअधिक ठरेल. या गुणांच्या अभावी ती कलाकृती सुंदरही दिसू शकेल; पण ते सौंदर्य दिखाऊ, पोकळ असण्याचा संभव आहे. क्वचित्प्रसंगी हे सौंदर्य सापाच्या किंवा वाघाच्या किंवा कलावंतिणीच्या सौंदर्याप्रमाणे घातुकही होऊ शकेल. असे होऊ न देण्याचा प्रयत्न करणे आवश्यक आहे. कलाकृती मोहक असावी, पण भलता मोह तिने घालू नये हे सर्वांगीण जीवनाच्या दृष्टीने उचित आहे.

◆

ही समाजव्यवस्था नव्हे, सामाजिक अनवस्था

"तुमची ही विश्वकुटुंबी संस्था ठीक आहे; पण अजून काही खात्री पटत नाही." विनायकराव एकदा वाचकांच्या परिचयाच्या सोनगावकर मित्र-त्रयाला म्हणाले, "आपल्या इकडे 'वसुधैव कुटुंबकम्, सगळ्या जगालाच आपले कुटुंब मानावे हे तत्त्व जुने आहे, व ते सर्वसामान्य आहे; पण तुमचा अलीकडचा विश्वकुटुंबवाद दिसण्यात सारखा पण अगदी भिन्न आहे. तुम्ही खासगी मालमत्ता मुळी मानीतच नाही, आमची सर्व समाजरचना खासगी मालमत्तेवर उभारलेली आहे. आम्ही एवढेच म्हणतो की, आपल्या मालकीचे जे असेल त्याचा आपण सद्व्ययच करावा म्हणजे अडचणीत असलेल्या आपल्या बंधुभगिनींना मदत करण्याचे कामी त्याचा उपयोग करावा. आमच्या समाजाचा पाया कुटुंब, तुम्ही कुटुंबव्यवस्थेवरच घाला घालता."

"कबूल," त्यांची मुलगी सुशीला म्हणाली, "तुम्ही म्हणता हे सगळं कबूल; पण आमच्या मतात वाईट काय आहे? तुम्ही भेद दाखविलात तो खरा आहे; पण जुन्या विश्वकुटुंबवादापेक्षा नवा विश्वकुटुंबवाद अधिक चांगला आहे असे आमचे म्हणणे आहे यात चुकीचे काय आहे ते सांगा."

"सांगतो आता काय काय चुका आहेत त्या." विनायकराव बोलू लागले, "तुमची इथली संस्था अत्याचारी नसेल, अत्याचाराचा पुरस्कारही करीत नसेल; पण तुमचे युरोपमधले थोरले भाऊ आणि तिथल्या थोरल्या भगिनी अत्याचारानेदेखील समाजव्यवस्थेत क्रांती घडवून आणावी असे म्हणतात, ही झाली पहिली चूक; ही क्रांती एकदम घडवून आणावी असे ते म्हणतात ही दुसरी चूक; ही क्रांती आपल्या मताप्रमाणे असावी, सर्व लोकांना विचारण्याची जरूर नाही आणि त्यांना पसंत पडेतोपर्यंत वाट पाहण्याची मुळीच जरूर नाही असे ते मानतात, ही त्यांची तिसरी चूक; आणि तुमचे सिद्धान्त इतिहासाच्या शिकवणुकीलाच सोडून आहेत असं नाही तर एकदम मनुष्य-स्वभावाला – मानसशास्त्राला – सोडून आहेत, ही सर्वांत मोठी चूक."

''फिर्यादीतर्फेच्या वकिलाप्रमाणे चार मुद्दे काढलेत, त्यांना मी आरोपीतर्फेचा वकील म्हणून उत्तर देतो की, सोनगावची आमची संस्था म्हणजे युरोपमधली संस्था नव्हे. अर्थात युरोपमधल्या एखाद्या संस्थेला लागू असलेले आरोप आम्हाला लागू नाहीत.''

''कबूल करतो हे मी.'' विनायकराव म्हणाले, ''पण तिकडच्या संस्थेमध्ये आणि तुमच्या संस्थेमध्ये फरक काय आहे तो तुम्ही सांगितला पाहिजे.''

''फरक सांगतो.'' बळवंतराव म्हणाले, ''फरक असा की, आमचा अत्याचारावर विश्वास नाही. आम्ही गांधींचे भक्त नसलो तरी त्यांचा अनत्याचाराचा पुरस्कार आम्हाला बराच पसंत आहे.''

''तात्या, 'बराच' शब्द ध्यानात धरा बरं का.'' सुशीला म्हणाली. '' 'बराच' शब्दामध्ये बराच अर्थ आहे.''

''आला, ध्यानात आला अर्थ.'' तिच्या वडिलांनी मंद स्मित करून उत्तर दिले.

''तुम्ही हसा.'' सुनंदराव म्हणाले, ''पण आमचं खरं मत असंच आहे की, होता होईतो जबरदस्ती करूच नये. प्रबळ मनुष्य अल्पबलाला एखादी गोष्ट जबरदस्तीने करायला लावतो; पण तो अल्पबल मनुष्य आपण प्रबल केव्हा होऊ याची वाट पाहात असतो, व प्रबल झाल्याबरोबर पूर्वीच्या जबरदस्तीचा सूड उगवतो! एका मनुष्याची जी गोष्ट तीच मनुष्य-संघाची किंवा राष्ट्राची. जबरदस्तीने दुसऱ्याकडून एखादी गोष्ट करून घेता येते; परंतु हे यश टिकाऊ नसते. खरे टिकाऊ यश मनुष्याला एखादी गोष्ट मनापासून तो जेव्हा ती करतो तेव्हा येते.''

''आणि म्हणूनच आम्ही सुधारणा घाईने करू इच्छीत नाही.'' सुनंदराव मध्येच म्हणाला, ''आम्हांला 'झटपट रंगारी' सुधारणा नको आहेत. आम्ही आपल्या संस्थेच्याद्वारे लोकमत तयार करणार आणि मग शंभर—दोनशे—पाचशे वर्षांनी जेव्हा सुधारणा व्हायच्या असतील तेंव्हा त्या आपोआप घडून येतील. ''

''बरं, तिसऱ्या आक्षेपाबद्दल काय?'' विनायकरावांनी विचारले.

''तिसऱ्या आक्षेपाचं उत्तर असं,'' सुशीलेने उत्तर दिले, '' —की आमची सोनगावची विश्वकुटुंबी चळवळ केवळ कामगारांचेच वर्चस्व स्थापण्याकरिता नाही, त्याप्रमाणेच केवळ शेतकऱ्यांचे, मध्यमवर्गाचे, केवळ सरदाराचे किंवा केवळ सरकारी नोकरांचे वर्चस्व स्थापण्याकरिता नाही. आम्हाला सर्व जनता -जनार्दनाचे वर्चस्व पाहिजे आहे. पाचामुखी परमेश्वर असे आमचे मत आहे. ''

''काय बोलतेस तू हे— '' विनायकराव म्हणाले, ''परमेश्वराचे नाव तुझ्या तोंडून आता निघालं हे मोठंच पाप केलंस तू!''

''पाप झालं खरं.'' सुशीलेने स्मितपूर्वक गुन्हा कबूल केला, ''माझ्या ध्येयात्मक समाजव्यवस्थेत परमेश्वराला आणि इतर देवांना आणि देवींना पुराणकालीन वस्तुसंग्रहातील

'मृत देवता'च्या कपाटात स्थान मिळेल, इतरत्र मिळणार नाही.''

"ध्येयनिष्ठ लोकांच्या हृदयात देवाला स्थान मिळेल असे तू परवा म्हणालीस ते विसरलीस वाटतं?'' बळवंतराव म्हणाले.

"विसरल्ये खरी.'' सुशीलेने उत्तर दिले, "पण एका अर्थी विसरल्ये नाही असेही म्हणण्याला हरकत नाही. कारण सात्त्विक लोकांच्या वगैरे हृदयात जो देव वास करतो त्याचं नाव 'ध्येय' असेल, - 'देव' हे नाव तो पुढे सोडून देणार आहे!''

"का, 'देव' या शब्दाचा विटाळ का वाटतो?'' विनायकरावांनी विचारले, "एखाद्याची खरोखरच जर उच्चतमगुणविशिष्ट विभूतीवर श्रद्धा असली तर त्याने ही श्रद्धा त्याज्य का मानावी?''

"खरोखरीच श्रद्धा असली तर उच्चतमगुणविशिष्ट विभूतीवर श्रद्धा ठेवण्यास हरकत नाही.'' सुशीलेने उत्तर दिले.

"पण आपण मूळ मुद्दा सोडून देत आहोत. आमची विश्वकुटुंबाची संस्था ईश्वरवादी नाही, आणि निरीश्वरवादी नाही; आम्ही सत्यवादी आहोत. सर्व लोकांना आमच्या राज्यव्यवस्थेत विचार-स्वातंत्र्य व मतस्वातंत्र्य असेल. पण वशिष्ट वर्गाचा इतर वर्गावर जुलूम असावा हे मतच मुळी आमच्या राज्यातील आम्हाला पसंत नाही. म्हणून लोकांनी ईश्वर मानावाच किंवा मानू नयेच असा आम्ही निर्बंध घालू इच्छीत नाही.!''

"तुम्हाला राज्य जणू काही मिळालंच आहे अशी तुझी भाषा दिसते. तुमच्या राज्यातली पहिली राणी तू आहेस असं दिसतं!''

"आमच्या राज्यात राजा नाही, आणि राणी नाही, सगळेच आम्ही कामकरी!'' सुशीलेने उत्तर दिले.

"असं कसं होईल "विनायकराव थट्टेच्या स्वरात म्हणाले, "मुंग्या सगळ्या कामकरी असतात; पण त्यांच्यामध्येदेखील एक 'राणी मुंगी' असतेच; ती तू होणार अशी मला लक्षणं दिसू लागली आहेत! पण ही थट्टा सोडून देऊन माझ्या चवथ्या आक्षेपाकडे वळू या. तुमच्या समाजव्यवस्थेचा हा सगळा डोलारा मनुष्यस्वभावाच्या, आणि सहजप्रवृत्तीच्याविरुद्ध आहे आणि इतिहासाचीही साक्ष अशीच आहे यावर तुमचं उत्तर काय आहे? तुमच्या विश्वकुटुंबी संस्थेवर खरा आक्षेप म्हटला म्हणजे हाच आहे. यावर तुमचं काय म्हणणं आहे?''

"यावर आमचं म्हणणं असं आहे,'' बळवंतराव म्हणाले, "की मनुष्य-स्वभाव कसा आहे हे निश्चित ठरविण्याला आज पुरेसे साधन नाही. आजपर्यंतच्या इतिहासावरून भविष्यकाळाबद्दलची अनुमाने करणे चुकीचे आहे. पूर्वीचा काळ आजच्या काळाहून फार भिन्न होता आणि भविष्यकाळ आजच्याहून फार भिन्न होणार.''

"या तुमच्या कल्पनेच्या उड्या आहेत.'' विनायकराव मध्येच म्हणाले.

"असतील, कल्पनेच्या उड्या असतील; पण त्याला इतिहासाचा आधार

तुमच्या सिद्धान्तापेक्षा अधिक आहे. मनुष्यसमाज दहा हजार वर्षांपूर्वी होता तसा चारपाच हजार वर्षांपूर्वी म्हणजे वेदकाली नव्हता. वेदकाली जसा होता तसा पुराणकाली नव्हता. पुराणकाली जसा होता तसा आज नाही. मनुष्याला वासना व महत्त्वाकांक्षा पूर्वीसारख्या राहिल्या नाहीत. पूर्वी मनुष्य मनुष्याला खात होता, जे दिसेल ते आपले म्हणत होता, जी स्त्री दिसेल ती आपली असं मानीत होता व तिला हे मानण्याला लावण्याचा गोडीगुलाबीचा किंवा जबरदस्तीचा प्रयत्न करीत होता. पूर्वी 'कुटुंब' असलेच तर अशा रीतीने खुशीने –जबरदस्तीने आलेल्या स्त्री-पुरुषांचे व त्यांच्या अपत्यांचे होते. राज्य किंवा राष्ट्र असे काही नव्हतेच; घरेदारे नव्हती, कायदे नव्हते, हक्क नव्हते. अर्थात कोणाचे कोणते हक्क ही ठरविणारी कोर्टेही नव्हती. या स्थितीशी आजच्या स्थितीची तुलना करा आणि 'काल' ही अजब चीज किती फरक घडवून आणीत असते, याचे मनाशी आश्चर्य करीत राहा.''

''तू तर वक्तृत्वच करू लागलास, बाळू!'' विनायकराव उद्गारले आणि डोळे मिस्किलपणे मिचकावून म्हणाले की, ''असला बाह्य फरक पुष्कळ झाला आहे कबूल. 'पुष्कळ' म्हणजे फारच पुष्कळ – तुला वाटेल तेवढा! पण मनुष्याच्या मूलभूत प्रवृत्तीमध्ये फरक झाला आहे का? मनुष्याची स्वार्थबुद्धी नष्ट झाली आहे का? कामवासना गेली आहे का? क्रोध थंडावला आहे का? असूया मरून गेली आहे का? खरी गोष्ट अशी आहे की मनोविकार सगळे तत्त्वत: पूर्वीसारखेच आहेत – ते व्यक्त करण्याची पद्धती मात्र बदलली आहे. मनोविकार तेच, फक्त पोषाख बदलला आहे. पोषाखातला फरक सोडला तर पाच हजार वर्षांपूर्वीचा मनुष्य आणि आजचा मनुष्य यांत काय फरक आहे? अवयव तेच; प्रवृत्ती त्याच ज्ञान – म्हणजे माहिती – अधिक आहे, पण 'स्वभाव' बदलला आहे असं म्हणता येणार नाही.''

''स्वभाव हा सहजप्रवृत्ती, शिक्षण, सवयी, संगत, सभोवतालची परिस्थिती यावर अवलंबून असतो असं म्हणतात. आणि हे जर खरं असेल,'' बळवंतराव म्हणाले, ''तर पाच हजार वर्षांपूर्वीच्या मनुष्याच्या आणि आताच्या मनुष्याच्या स्वभावात फार फरक आहे असेच अनुमान निघेल. कारण अवयव आणि त्यांच्या सहजप्रवृत्ती याशिवाय इतर बाबतीत या उभयतांमध्ये साम्य काहीच नाही. अवयवांमध्येही थोडा फरक झालेला आहे. कारण हजारो वर्षांपूर्वीच्या माणसाचे व हल्लीच्या माणसांचे सापळे जर तुलनेच्या दृष्टीने पाहिले तर उंची, पायाची ठेवण, हातांची लांबी, वगैरेंमध्ये फरक दिसतो. पूर्वीचे लोक कमी उंच होते. ते पायांनी चालत; पण किंचित अस्वलासारखी त्यांची चाल होती. हात सापेक्षत: हल्लीपेक्षा लांब होते. ते लोक आजानुबाहू असावेत असे दिसते. त्यांचे घ्राणेंद्रिय अधिक तीक्ष्ण होते असे अनुमान आहे. पण शरीराच्या अवयवांमध्येही किंवा त्यांच्या शक्तीमध्ये काही एक फरक झाला नाही असे गृहीत धरले तरी शिक्षण, सवयी, संगत, सभोवतालची

स्थिती या बाबतीत इतकी भिन्नता आहे की, पूर्वीच्या रानटी माणसाचा आणि विसाव्या शतकातल्या माणसाचा स्वभाव एक आहे म्हणणे हे अत्यंत अतिशयोक्तीचे आहे आणि ही अतिशयोक्तिच घातुक आहे.''

''स्वभावात भेद असेल; पण मूलत: भेद आहे का? असा माझा प्रश्न आहे.''

''त्यावर माझे उत्तर असे आहे,'' बळवंतराव म्हणाले '' —की, फूल आणि फळ किंवा लहान मुलगी आणि तरुणी 'मूलत:' जरी एक असली तरी त्यामध्ये जसा जमीनअस्मानाचा फरक असतो तसाच प्रकार इथे आहे.''

''आणि शिवाय,'' सुनंदराव म्हणाला, '' —दुसरं असं की, मनुष्यस्वभाव पूर्वीसारखाच आहे असं गृहीत धरलं तरी हा स्वभाव व्यक्त होण्याच्या बाबतीत तुम्ही फरक मानताच. तेव्हा जरी पूर्वीसारखेच मनोविकार असले तरी त्यांची अभिव्यक्ती भिन्न असू शकेल आणि एवढं कबूल केलंत म्हणजे आमचं काम झाल.''

''मनुष्यस्वभाव ही एक स्थिर नित्य वस्तू आहे, असं मानण्यात जशी एक चूक होते आहे— '' सुशीला म्हणाली, '' —तशी दुसरी चूक अशी होते आहे की, मनुष्यस्वभाव हा केवळ स्वार्थी, आपमतलबी, कामैकप्रेरित, अधिकारलोलुप असं सामान्यत: मानण्यात येतं. मोठमोठे लोकदेखील पुष्कळदा असेच म्हणतात. पण मनुष्यात उच्च प्रवृत्ती आणि मनोवृत्तीही आहेत. त्याला स्वार्थ प्रिय असेल; पण 'स्व' मध्ये तो कुटुंबाचा-देशाचा-मनुष्यजातीचाही समावेश करताना आढळतो. स्वार्थाबरोबर त्याला परार्थही प्रिय आहे. स्वार्थ बहुधा प्रबळतर होतो; पण परार्थही कित्येक वेळा प्रबळतर होऊ शकतो. शिवाय, ज्ञानाने व अनुभवाने खरा स्वार्थ आणि परार्थ यांचा अविरोध जसजसा दिसून येऊ लागतो, तसतसा स्वार्थप्रवृत्ती व परार्थप्रवृत्ती यांमध्येही साहजिकच अविरोध उत्पन्न होऊ लागतो. उदाहरणार्थ, शेजारच्या घरी प्लेग झाला म्हणजे आपल्या घरीही प्लेग होण्याचा संभव आहे ही जाणीव एकदा तीव्रतेने उत्पन्न झाली म्हणजे शेजारीदेखील होऊ नये, अशाबद्दल लोक दक्ष होऊ लागतात, असा आजकाल आपण अनुभव पाहतोच आहोत.''

''कबूल आहे, कबूल आहे तुमचं सगळं म्हणणं.'' विनायकराव म्हणाले, ''पण अद्यापि ते चांगलंसं गळी उतरत नाही. कारण सांगता येत नाही; पण पटत नाही एवढी गोष्ट खरी. माझ्या बोलण्याचा हा प्रकार बायकी आहे हे मला कबूल आहे; पण वस्तुस्थिती ही अशी आहे.''

''बोलण्याचा बायकी प्रकार म्हणता, पण या भाषेवर सुशीला आक्षेप घेईल हो.'' सुनंदराव म्हणाला.

''आक्षेप घेणारच.'' सुशीला म्हणाली, ''पण सध्या घेत नाही. आमच्या तात्यांचं चुकतं आहे कोठे, तर जगात विचारामध्ये आणि आचारामध्ये केवढ्या मोठ्या मोठ्या आणि किती झपाट्यानं क्रांत्या होत आहेत याकडे ते लक्ष देत नाहीत!

खासगी मालमत्तेच्या पद्धतीपासून लोकांचे किती नुकसान होत आहे हे लोकांच्या एकदा नजरेस आले म्हणजे हळूहळू कालांतराने हल्लीच्या समाजव्यवस्थेत फरक होत जाऊन विश्वकुटुंबी व्यवस्थेकडे समाजाच्या प्रवृत्तीची दिशा झुकणार यात शंका नाही. आताच पाहा ना; गाड्यांचे रस्ते, रेल्वे, पोस्ट-ऑफीस, पोलिस, सैन्य ही सर्व खासगी मालकीची राहिली नाहीत, तर ती बहुतेक सार्वजनिक स्वरूपाची झाली आहेत आणि त्यांची व्यवस्था बरीच चांगली आहे. विशेषेकरून पोस्टाची व्यवस्था सार्वजनिक स्वरूपाची आहे तरी ती किती उत्तम चालली आहे! जी.आय.पी. सारख्या काही रेल्वे आता जशा राष्ट्राच्या झाल्या आहेत, तशाच सगळ्या झाल्या तर त्या काय चालणार नाहीत असे वाटते? आणि पोस्टाप्रमाणे आणि रेल्वेप्रमाणे खाणी आणि जमिनी सार्वजनिक मालकीच्या झाल्या तर अव्यवस्था माजेलच असे निश्चयाने म्हणण्याला पुरावा काय? आज उद्या किंवा एकदोन पिढ्यांत ही क्रान्ती होणार नाही व होणे इष्टही नाही; पण पुढेमागे केव्हाही होणार नाही आणि झाली तर वाईट परिणाम घडून येतील असं खात्रीने म्हणण्याला पुरावा काय आहे? असले प्रयत्न पूर्वी फसले हा इतिहासाचा पुरावा एवढेच सिद्ध करतो की, या बाबतीत यश येण्याला अडचणी पुष्कळ होत्या. पण कालमानाप्रमाणे हरतऱ्हेच्या यांत्रिक व इतर सुधारणा होत आहेत; लोकांमध्ये ज्ञानवृद्धी होत आहे; लोक इतके दिवस निजले होते ते आता जागे झाले आहेत; व्यक्ति-व्यक्तीचे व राष्ट्रा-राष्ट्राचे हितसंबंध एकमेकांस निगडित झाले आहेत याची जाणीव उत्पन्न होऊन दुसऱ्याचे हित किंवा अनहित ते वस्तुतः आपलेही हित किंवा अनहित हे अनुभवान्ती व्यक्तींना व राष्ट्रांनाही चांगले कळू लागले आहे; संशयी, स्वार्थी, कलहात्मकवृत्ती शेवटी आपल्यालाच घातुक होते हे तत्त्व पटू लागले आहे; विश्वासाने विश्वास वाढतो व मनुष्य विश्वासार्ह होतो, तसेच प्रेमाने प्रेम वाढते आणि मनुष्य प्रेमार्ह होतो या तत्त्वाचाही अनुभव अनेकांना अनेक क्षेत्रांत येत आहे, —अशा स्थितीत भविष्यकाळी विश्वकुटुंबवाद लोकांना पटेल व तो त्यांना चांगले यशही देईल असे का मानू नये?''

''का मानू नये याचं उत्तर असं की, यश येईलच खास, अशी खात्री करून देणारा निश्चयात्मक प्रबळ पुरावा नाही.'' विनायकरावांनी उत्तर दिले.

''नसेल, पुरावा नसेल,'' सुनंदराव म्हणाले, ''पण पूर्वीच्या 'समाजव्यवस्थे'ने आतापर्यंत अव्यवस्थाच माजविली ही तर गोष्ट खोटी नाही? आताच्या समाजव्यवस्थेला काय मोठंसं सुयश मिळालं आहे तर आम्ही अपयशाला भ्यावं? आतापर्यंत इतिहास म्हणजे कलह, मारामाऱ्या, खून यांचाच बराचसा इतिहास. लढायांत आणि युद्धांत शत्रूचा जीव घेणे म्हणजे वास्तविक खून करणं होय; पण हे खून प्रतिष्ठितपणाचे, कायदेशीर आणि मोठ्या प्रमाणावर आणि पुष्कळ वेळा अप्रत्यक्ष असतात म्हणून त्यांना खून म्हणायचं नाही इतकचं. दुसरं असं की, हल्लीच्या समाजव्यवस्थेत कोण

सुखी आहे तर आमच्या विश्वकुटुंबी समाजामुळे दुःख ओढवेल म्हणून आम्ही चिन्तातुर व्हावं आणि सदाशा आणि सदुद्योग सोडून देऊन आहे त्या स्थितीत समाधान मानावं? हल्लीच्या समाजात–हिंदुस्थानातल्याच नव्हे तर कोठल्याही समाजात – मजूर संतुष्ट नाहीत, मालक नाहीत, कारकून नाहीत, शिक्षक नाहीत, मध्यमवर्ग नाही, सरदार नाहीत, व्यापारी नाहीत, कारखानदार नाहीत,—कोणीच संतुष्ट नाही. हल्लीच्या समाजव्यवस्थेत तरुण मुलगे असंतुष्ट, मुली असंतुष्ट, स्त्रिया असंतुष्ट, पुरुष असंतुष्ट, जो तो मनात झुरतो आहे, समाधान कोणालाच नाही. प्रत्येकजण इतरांना दोष देतो आहे आणि आपल्या अपयशाचं किंवा दुःखाचं खापर फोडण्याला शेजाऱ्यापाजाऱ्याची किंवा आप्तसंबंधी लोकांची डोकी मिळाली नाहीत तर समाजाच्या डोक्यावर हे खापर तो फोडतोच—नाहीतर निदान 'दैव' किंवा 'देव' यांची डोकी केव्हाही आणि कोणालाही आणि कोठेही खापर फोडण्याच्या या कामाला उपलब्ध आहेतच!''

''पण सुशीलेच्या विश्वकुटुंबी समाजव्यवस्थेत देवांची हकालपट्टी झाल्यामुळे खापर फोडण्याचं ते एक स्थान कमी होईल! ही एक आपत्तीच ओढवणार आहे म्हणायची!'' विनायकराव थट्टेच्या स्वराने म्हणाले.

''आमच्या राज्यात देवाला स्थान नाही खरं—'' सुशीला थट्टेला थट्टेनेच उत्तर देण्याच्या स्वरात म्हणाली, ''पण काही लोक हृदयात त्याला स्थान देणारे असतीलच! त्यांना तो अगदी जवळच सापडेल, आणि इतरांनी या हृदयस्थ आणि अंतर्यामी वास करणाऱ्या देवाच्या नावाचा उच्चार करून खापर फोडावे! उंच आकाशात किंवा कैलासावर किंवा स्वर्गात किंवा लांबच्या क्षीरसागरात असलेल्या देवाला जर इथली हाक ऐकू जाते आणि इथल्या दगडी मूर्तीच्या माथ्यावर वाहिलेली फुले जर त्याला पोहोचतात तर इथून दिलेले शिव्याशापही त्याला खात्रीने पोचतील.''

''तुझ्या या फटकळपणाने तुझ्या बाजूच्या सत्याची किंमत तू कमी करतेस.'' विनायकराव म्हणाले, ''बाकी तुला दोष देऊन काय उपयोग? मीच या चेष्टेला आरंभ केला तेव्हा तुला कोणत्या तोंडाने दोष देऊ?''

''देवाचं नाव आलं की सुशीलेचं डोकं उठतं आणि ती काही तरी बडबडू लागते तेव्हा तो प्रश्नच सोडून मूळ मुद्द्याचा विचार करू या.'' सुनंदराव म्हणाला, ''सुशीलेचा मुद्दा असा होता, हल्लीची समाजव्यवस्था म्हणजे अव्यवस्था आहे—तिला व्यवस्था हे नाव सौजन्याने द्यायचं एवढचं. I.C.S. मधला साहेब जसा Indian नसतो, Civil नसतो आणि Servant ही नसतो, तथापि त्याला आपण Indian Civil Servant म्हणतोच, तसेच समाजातील हल्लीच्या अव्यवस्थेला 'व्यवस्था' म्हणायचे झाले. खरा प्रकार असा आहे की, समाजाचा पाया डळमळीत आहे अशी लोकांना शंका येऊ लागली आहे; समाजाचा डोलारा ताबुतप्रमाणे हलत

आहे; हा डोलारा एकदा गडगडून पडला तर नवीन इमारत मजबूत पायावर बांधता येईल अशी काही कल्पना लोकांना सुचू लागली आहे – इतकेच नव्हे तर ते त्या दिशेने प्रयत्न करीत आहेत. कोठल्याही देशातल्या जुन्या परंपरागत रूढीचा आणि ढोंगासोंगाचा आधार असलेली इमारत आज ना उद्या, – नाही तर ५००० वर्षांनी, – कोसळणार यात शंका नाही. मग या असल्या अपेशी समाज 'व्यवस्थे'चे अवडंबर माजविण्यात काय अर्थ आहे? हल्लीच्या पद्धतीत जर लोकांना सुख असते, समाधान असते, तर गोष्ट वेगळी; पण वस्तुस्थिती अशी आहे की, सर्वत्र असंतोषाचा बाजार आहे. पुरुष बायकांच्या नावाने खडे फोडतात! बायका पुरुषांच्या नावाने बोटे मोडतात! ब्राह्मणेतर ब्राह्मणांना शिव्या देतात, ब्राह्मण ब्राह्मणेतरांना पोकळ शाप देतात! भांडवलवाले लोक मजूर 'अडाणी, बेवकूफ, निष्काळजी, बेइमानी' असे म्हणतात; तर मजूरवर्ग भांडवलवाल्यांना 'स्वार्थी, मगरूर, निर्दय, लबाड, संभावितपणे दरोडा घालणारे, मजुरांना पिळून काढणारे, नफाबाजी करून मोटारी उडवणारे आणि व्यसनात लोळणारे' अशा प्रकारची शेलकी विशेषणे लावतो! हल्लीच्या समाजव्यवस्थेत पैशाकरिता मुलगे बापाचा खून करताना आढळतात. बायको नवऱ्याचा खून करते असा देखावा दिसतो! लहान मुलांच्या अंगावरचे दागिने मिळावेत म्हणून त्यांचा अमानुषपणे जीव घेणारे काय थोडेथोडके गुन्हेगार आहेत? या द्रव्यलोभाची विलक्षण गोष्ट फ्रान्समधल्या एका गुन्हेगाराची आहे. तो एकेकट्या स्त्री-पुरुषांना काहीतरी निमित्त करून आपल्या खोलीत बोलवीत असे आणि त्यांचा तेथे बेमालूम रीतीने खून करीत असे! हेतू काय तर त्यांची प्रेते एका संशोधक डॉक्टरला विकून तो डॉक्टर त्याबदली जे काय देईल ते घ्यावयाचे! अशा रीतीने त्याने शंभरावर खून केले म्हणतात! असे प्रकार ज्या समाज'व्यवस्थे'ने होतात, ती काय व्यवस्था म्हणायची का व्यवस्थेची ही चेष्टा आहे? आजच्या समाजात गरिबांना अन्न नाही, आणि श्रीमंत अजीर्णाने आजारी पडत आहेत! वयाच्या साठसत्तर वर्षांपर्यंत घाम येईतो रोज काम करून समाजाची सेवा केली तरी म्हातारपणी अन्नाशिवाय व औषधपाण्याशिवाय काहींना मरण्याची पाळी येते, तर काहीजण 'गर्भश्रीमन्त' असून काही एक काम नाही म्हणून जगभर उगीच 'भटक्या' मारीत असतात! असे एक का दोन, लाखो प्रकार. या समाजरचनेला व्यवस्था कोण म्हणणारा असेल तो असो; मला तर हा सावळागोंधळ वाटतो. देवाने केलेली ही रचना नव्हे तर हा एक पोरखेळ आहे.

मन सुसंस्कृत करण्याचे हे मंदिर नाही, तर ढोंगसोंग आणि हलकटपणा शिकविण्याची ही शाळा आहे. हल्लीच्या समाजाच्या कोशात गरिबी म्हणजे 'पाप', श्रीमन्त म्हणजे 'सर्व-गुण-संपन्न', बळी तो कान पिळी हा 'न्याय', सरकारच्या चुका सडेतोडपणे दाखविणे हा 'राजद्रोह', निरपराधी लाखो लोकांचा राजरोस खून पाडणे म्हणजे 'युद्ध चालवणे', लोकांना फसविणे म्हणजे 'मुत्सद्देगिरी', ढोंगे करून बाह्य

शिष्टाचार पाळणे म्हणजे 'सभ्यता', आणि देव, स्वर्ग, श्रुतिस्मृती इत्यादी शब्द उच्चारणे, टिळेमाळा करणे आणि ज्याच्यावर श्रद्धा नाही त्याच्यावर श्रद्धा आहे असे सांगणे किंवा भासविणे म्हणजे 'धार्मिकता'! या कोशातले हे अर्थ आमच्यासारख्यांना अमान्य आहेत. आम्हाला वाटते की, खासगी मालमत्तेची, दिखावू धर्मश्रद्धेची आणि ढोंगी शिष्टाचारांची खुळे एकदा मोडली म्हणजे समाजाला सत्याची भाषा समजू लागेल आणि ती भाषा तो वापरू लागेल, आणि खऱ्या विचारविनिमयाचा, अन्योन्य साहाय्याचा आणि सात्त्विक, आनंदोपभोगाचा मार्ग मोकळा होईल.''

◆

वाङ्मय-चर्चा

"वास्तविक पाहता सर्व निराशावादी पुराणाभिमानी व नेमस्त आणि सर्व आशावादी सुधारक व जहाल असावयास पाहिजेत. निराशावाद्याची दृष्टी नेहमी भूतकाळावर खिळलेली असून आशावाद्याची भविष्यकालावर लागलेली असते. यामुळे पहिला वर्ग उभयविध सुधारणांविषयी सारखाच उदासीन व दुसरा वर्ग त्याविषयी सारखाच जहाल असला पाहिजे; मग त्या सुधारणा राजकीय असोत किंवा सामाजिक असोत.''

सर्व आशावादी उभयविध जहाल असावेत, सर्व निराशावादी उभयविध नेमस्त असले पाहिजेत, याच्या जोडीला हरिहरराव व (बहुधा कोल्हटकर) यांचा आणखी असा एक सिद्धान्त आहे की, "कल्पना व भावना ही अंगे बाल्यावस्थेत प्रौढावस्थेतल्या इतक्याच, किंबहुना अधिक परिणतावस्थेत असल्यामुळे प्रत्येक इसम अपवादात्मक परिस्थितीच्या अभावी आरंभी पुराणाभिमानी असतो व मागाहून आपल्या उपजत मनोधर्माप्रमाणे सुधारक किंवा जहाल होत जातो.'' या दोन्ही सिद्धान्तांसंबंधाने थोडक्यात माझे म्हणणे सांगावयाचे म्हणजे मी असे म्हणेन की, आशावादी लोक मूलत: उभयविध जहाल असतात व निराशावादी लोक नेमस्त असतात, हे म्हणणे काही अंशी बरोबर असले तरी सर्व जहाल आशावादी व सर्व नेमस्त निराशावादी असे कोणी समजू नये. इंग्लंडमध्ये स्थितिप्रिय (Conservative) जो पक्ष आहे त्यातल्या सर्व लोकांची प्रकृती व त्यांची प्रवृत्ती निराशावादाकडे झुकते काय? ग्लॅडस्टन प्रथम स्थितिप्रिय (Conservative) पक्षाचा होता, नंतर प्रगतिप्रिय पक्षाला मिळाला. तेव्हा यावरून प्रथम तो निराशावादी व नंतर आशावादी बनला असे म्हणावयाचे काय? चर्चिल, चेंबर्लेन वगैरेंनी पक्षान्तर केले तेव्हा त्यांच्या आशा-निराशावादात क्रांती झाली होती काय? तसेच प्रत्येक मनुष्य 'आरंभी पुराणाभिमानी असतो' (पा. ५१) यातील 'आरंभी' शब्दाचा अर्थ अनिश्चित आहे. मनुष्य जात्या पुराणप्रिय असतो असे म्हणावयाचे असले तर ते खोटे आहे. कारण स्थितिप्रियता व प्रगतिप्रियता

अथवा बंडखोरी या दोन्ही प्रवृत्ती मनुष्यामध्ये जात्या असतात, असे मानसशास्त्रज्ञ सांगतात. बाल्यामध्येही या दोन्ही प्रवृत्ती दिसून येतात; त्या तत्कालीन परिस्थितिभेदाने किंवा वृत्तिभेदाने किंवा प्रकृतिभेदाने कमीअधिक प्रमाणात दृग्गोचर होतात एवढेच. बाल्यावस्थेत कल्पना व भावना प्रबलतर असतात हे जरी घटकाभर खरे धरले, तरी या कल्पनाभावनप्राधान्यामुळे बाल्यामध्ये वास्तविक जहालपणा किंवा सुधारकपणा दिसून आला पाहिजे. पुराणाभिमानित्व या कारणामुळे कसे उत्पन्न होईल? यौवनामध्ये मनुष्य जहाल किंवा सुधारक असतो व नंतर अनुभवाचा इंगा फिरला म्हणजे नेमस्त बनतो असे म्हणावे तर तेही बरोबर दिसत नाही. कारण कित्येक लोक यौवनामध्येही स्थितिप्रिय व नेमस्त असतात. अस्तू. या मुद्द्याची रजा घेण्यापूर्वी मोर्लेचे एक विधान सांगावेसे वाटते. तो एके ठिकाणी पुढील आशयाचे वाक्य लिहितो —

"A man who is not a radical in his youth and a conservative in his old age is not worth much"

हे वादविवाद कादंबरीला आवश्यक आहेत काय?

वर उद्धृत केलेले व त्यांच्यासारखे इतर वाङ्मयात्मक वगैरे वादविवाद कोल्हटकरांची विद्वत्ता व त्यांची मार्मिकता दर्शवीत असले तरी ते कादंबरीला आवश्यक आहेत की काय, हा प्रश्न उत्पन्न झाल्याशिवाय राहात नाही. ते मार्मिक व विद्वत्ताप्रचुरच नव्हे, तर मनोरंजक आहेत, कादंबरीला अलंकारभूत आहेत असे मला तरी वाटते. पण काही आक्षेपक लगेच मला म्हणतील की, "हे अलंकार आहेत हे कबूल; ते मूल्यवान आहेत, सुंदर आहेत हेही कबूल; पण नाकापेक्षा मोती जड अशा प्रकारचे हे अलंकार आहेत एवढेच." या आक्षेपकांना मी पाहिल्या प्रथम असे विचारतो की, हे अलंकार जड किंवा बोजड तुम्ही कसे ठरविता? सरी नाकात अडकवली तर जड वाटेल, पण गळ्याला वाटणार नाही. पाटल्या किंवा बांगड्या कानात बेढव दिसतील, पण हातात तशा दिसत नाहीत. शिवाय हेही ध्यानात धरले पाहिजे की, एकीच्या शरीराच्या किंवा स्वरूपाच्या किंवा अंगकांतीच्या दृष्टीने जो दागिना शोभादायक होणार नाही तो दुसरीला कदाचित शोभादायक होईल. आणखी असे की, एकीच्या दारिद्र्यामुळे जो अलंकार 'उसना आणिलेला' अशी लोकांची समजूत करील, तोच अलंकार एखाद्या गर्भश्रीमन्तिणीला शोभून जाईल. काळ, वेळ, प्रसंग, कार्य इत्यादिकांचाही अशा बाबतीत विचार करावा लागतो. सणावारी किंवा विवाहादी मंगलप्रसंगी जे अलंकार शोभतील ते इतर प्रसंगी शोभणार नाहीत. या सर्व गोष्टींचा प्रस्तुत प्रसंगी निष्कर्ष असा आहे की, या कादंबरीचे स्वरूप, तिची ठेवण, तिचे कार्य इत्यादी गोष्टींचा विचार करता तिच्यातील बहुविध विदग्धचर्चात्मक भाग तिची शोभा पुष्ट करतात असे सूचित व्हावे. या कादंबरीचा नायक विद्वान आहे; नायिका जिज्ञासू आहे, ती त्याच्याकडे लेखनकला, वादकुशलता वगैरे शिकण्याकरिता आलेली आहे;

त्यांचे अनेक प्रसंगी अनेक विषयांवर जे वादविवाद होत त्यात सहजगत्या एखाद्याच्या मुखातून जो शब्द निघे किंवा जो विचार प्रकट होई त्यामुळे त्यांच्या वाढत्या प्रेमाच्या प्रवाहात हरतऱ्हेचे तरंग उद्भवत व त्यांची गती कित्येक वेळा मंद किंवा तीव्र होई. नायकाचे वर्तन दुटप्पीपणाचे आहे असे अशा चर्चेच्या एका प्रसंगी त्याच्या बोलण्यावरूनच तिला वाटू लागले; नायकाचे मन 'कौन्तेया'बद्दल असूयेने दूषित आहे असा अशा प्रसंगीच्या सहजोद्गारावरूनच तिला संशय येऊ लागला; नायकाने तिचे संशयनिरसन न करण्याचे कारणही त्याची विशिष्ट प्रकारची (बरोबर किंवा चुकीची) विचारसरणी होती. फार काय, नायकाचे जीवित म्हणजे विचार करणे व विचार करावयास लावणे, चर्चा करणे व चर्चा करावयास लावणे हे आहे. त्याच्या जीविताचे धोरणही विशिष्ट विचारपद्धतीने ठरविलेले, नायिकेलाही विचारविनिमयाची आवड, तिला नायक आवडतो तो त्याच्या धनामुळे, अधिकारामुळे किंवा सौंदर्यामुळे नव्हे, तर त्याच्या विचारसंपत्तीमुळे, वादकौशल्यामुळे व आचारविचारसंगतीमुळे; तो तिला अप्रिय होतो तो आचारविचारसंगतीला बाधा आणणारे असे काही चर्चेच्या प्रसंगी तिला कळते म्हणून;—या व अशा इतर गोष्टींचा विचार करता या कादंबरीत हरएक ठिकाणी हरएक प्रकारची चर्चा आली तर ती अप्रस्तुत आहे असे मला वाटत नाही; इतकेच नव्हे तर ती साहजिक, किंबहुना आवश्यक वाटते.

गोळ्यांचे 'हिंदुधर्म आणि सुधारणा', प्रस्तुत परीक्षण-लेखकाची रागिणी, जॉन्सनचे रासेलस, सर आर्थर हेल्पूस यांचे 'Friends in Council' इत्यादी पुस्तकांत हरतऱ्हेच्या विषयांवर संभाषणाद्वारा चर्चा केलेली आहे व या चर्चेच्याद्वारे स्वभावविशेष दाखविण्याचा व थोडाबहुत कथानकाचा परिपोष करण्याचाही प्रयत्न केलेला आहे. परंतु 'दुटप्पी की दुहेरी?' या कादंबरीत कथानक, स्वभावविशेष व वादविवाद जसा व जितका एकजीव झाला आहे तितका इतरत्र दिसत नाही हे कबूल केले पाहिजे. वरील पुस्तकांपैकी रागिणीत काही ठिकाणी व इतरांत त्याहून अधिक ठिकाणी तात्त्विक वादविवाद बुद्ध्याच घुसडून दिले आहेत, निदान हे घालण्याचा मोह त्या लेखकांना आवरला नाही, व कथानकाला अनावश्यक असे भाग त्या पुस्तकात आले आहेत. प्रस्तुत पुस्तकातही काही स्थळे अशी दाखविता येतील. म्हणजे त्या ठिकाणी कोल्हटकरांनी केलेल्या विवेचनाचा थोडासा संकोच केला असता तरी विशेष हानी झाली नसती. पण जहाल-नेमस्त वादविवाद, टोपण नावाबद्दलची चर्चा, चंद्रिकेच्या लघुकथेवरील टीका, ही विवेचने कितीही विस्तृत असली किंवा तात्त्विक स्वरूपाची वाटली तरी ती कथानकाला आवश्यकच नव्हेत तर कथानकाची अभिवृद्धी व पुष्टी करणारी आणि त्याला शोभा व बल देणारी आहेत असे मला तरी वाटते.

कथानकाला incident व movement ही पाहिजेत, म्हणजे त्या त्या पात्राकडून

स्वभावविशेषामुळे विशिष्ट कार्ये घडवून आणण्याचे किंवा बिघडविण्याचे बरेचसे बुद्धिपुर:सर प्रयत्न केले गेले पाहिजेत, तत्कार्यपोषक किंवा कार्यविघातक प्रसंग किंवा घडामोडी त्यात पाहिजेत, कथानकात ओघ असावा, व ते एकाच स्थितीत किंवा परिस्थितीत रेंगाळू किंवा घुटमळू नये या तत्त्वांचा येथे थोडक्यात विचार करणे सोईचे आहे. कारण ती तात्त्विक चर्चेच्या अलंकारचे ओझे किंवा लोढणे गळ्यात बाळगल्यामुळे आधीच कृती व गती incident व movement या बाबतीत वैगुण्य असलेल्या कथानकात कथानक या दृष्टीने अधिक वैगुण्य आले आहे, म्हणजे इतर दृष्टींनी हे अलंकारी कितीही चांगले असले तरी कथानक या दृष्टींनी त्यामुळे मंदत्व, जडत्व व नीरसत्व आलेले आहे असे काही लोकांचे म्हणणे आहे. यासंबंधी मला कृती व गती यांची लक्षणे काय हे पाहिल्या प्रथम आक्षेपकांना विचारवेसे वाटते. गीतेत श्वासोच्छ्वास करणे यालादेखील 'कर्म' म्हटले आहे, आणि ते खरेही आहे; पण वाङ्मयात्मक कलेच्या दृष्टीने कर्माचा इतका व्यापक अर्थ घेता येणार नाही, हे मला कबूल आहे. 'कर्म' म्हटले म्हणजे वाङ्मयकलेच्या क्षेत्रात तरी ते होता होईतोपर्यंत आकस्मिक असू नये, तर एखाद्या व्यक्तीने विशिष्ट हेतू साध्य करण्याकरिता बुद्धिपुर:सर केलेले असावे, त्यामुळे कथानकातील पात्राच्या परिस्थितीत व संबंधात थोडा बहुत फरक झाला पाहिजे, ते कर्म त्या त्या पात्रांच्या पूर्वपरिचित स्वभावाला व वृत्तीला होता होईतोपर्यंत अनुरूप असले पाहिजे, इतकेच नव्हे, तर त्यावरून ते अनुमित करता येण्यासारखे असले पाहिजे, व शिवाय ते चमत्कृतिजनक परिस्थितीत झाले असावे किंवा चमत्कृतिजनक परिस्थिती अथवा परिणाम तिच्यापासून निर्माण झाले पाहिजेत किंवा होण्यासारखे असले पाहिजेत. 'गती'चेदेखील याच धोरणाने लक्षण करता येईल, पण या सर्व लक्षणांत 'चमत्कृतिजनक' अशा आशयाचा जो शब्द येईल त्याच्याभोवती रणे पडतील. हाणाहाणी, मारामाऱ्या, 'सूड सूड सूड' असा जोराचा उच्चार, रक्तपात, खून, इत्यादिकांचेशिवाय कथानकातील कृतिगतीचा संभवच नाही असे अगदीच अडाणी व असंस्कृत माणसे म्हणतील किंवा मानतील. पण बऱ्याच लोकांना असलेच प्रकार पण सौम्य स्वरूपात पाहिजे असतील; म्हणजे त्यांना कथानकामध्ये भांडण, बोलाचाली, गैरसमज, राग, वैर, अपशब्द, प्रेमात बिघाड, विघ्ने, 'विलक्षण स्वार्थत्याग', 'दिव्य आत्मयज्ञ', 'अलौकिक पराक्रम' इत्यादी गोष्टी कमीअधिक प्रमाणात व कमीअधिक सौम्य किंवा तीव्र स्वरूपात असल्याशिवाय कथानकाला रंग चढलेला आहे, असे वाटत नाही, आणि त्यात काही वावगे नाही. पण याच गोष्टी आणखी अधिक सौम्य स्वरूपात एखाद्या कादंबरीत दिसल्या तर तेथेही काहीजणांना चमत्कृती दिसणार नाही काय? झगझगीत व भडक रंगाचे कपडे असले तरच श्रीमंती किंवा सौंदर्य भासमान होते असे नाही; उलट अलीकडील प्रवृत्ती पाहिली तर, जितके स्त्री-पुरुष सुसंस्कृत तितका त्यांच्या

पोषाखाच्या रंगाचा भडकपणा कमी. हृदय विद्ध होण्याला सुसंस्कृत मुनष्याला एक शब्द किंवा दृष्टिपात, —फार काय, इष्टदेवतेच्या दृष्टिपाताचा अभावदेखील कित्येक वेळा पुरेसा होतो! दुःख होण्याला श्रियाळचरित्रातल्यासारखे हृदयविदारी प्रसंग आवश्यकच आहेत असे नाही. राग येण्याला दुर्वासासारखे शीघ्रकोपित्व पाहिजे किंवा इंद्र-अहिल्या प्रसंगासारखे प्रसंग डोळ्यांनी पाहिलेच पाहिजेत, असे सुसंस्कृतांना वाटत नाही. मुंगी मेली काय किंवा राजा मेला काय देवाच्या दृष्टीने सारखेच; पण कलाविलासाच्या दृष्टीने सारखे नाही, हे मला कबूल आहे. पण कलाविलासाच्या दृष्टीने नायकनायिकांच्या मृत्यूशिवाय किंवा अपघाताशिवाय पारणे फिटणार नाही असेही मला वाटत नाही.

प्रस्तुत पुस्तकात नायिकेचे व नायकाचे एकमेकांकडे मन जे ओढले जाते किंवा एकमेकांपासून किंचित परावृत्त होते किंवा संशयग्रस्त होते ते एखाद्या प्रसंगोपात्त वाक्यामुळे होते. हे प्रसंगोपात्त वाक्य त्या त्या व्यक्तींना अत्यंत महत्त्वाचे वाटत होते व त्यामुळे त्यांच्या जीवितप्रवाहाला निरनिराळी वळणेही मिळत गेली व अशी ही वळणे ज्या प्रसंगोपात्त वाक्यामुळे किंवा शब्दामुळे मिळत गेली त्यांचा संदर्भ व त्यांचा अर्थपरिवेष उत्तम कळवण्याकरिता ते ते संवाद देणे आवश्यक होते. हे संवाद दिले नसते तर त्या त्या व्यक्तीचे हेतू व स्वभाव पूर्णपणे कळणे अशक्य झाले असते. ग्रंथकर्त्याने पात्राच्या स्वभावाचे व हेतूचे पृथक्करण करण्यापेक्षा पात्राच्या वर्तनावरून व भाषणावरून या गोष्टी सूचित करणे हे कला या दृष्टीने अधिक श्रेयस्कर मानण्यात येते आणि ते पुष्कळ अंशी बरोबरही आहे, व या पुस्तकातही ग्रंथकर्त्याने नायकनायिकांच्या शीलादिकांचे स्वत: विवेचन किंवा कथन केलेले नाही, तर त्यांच्या संभाषणावरून व त्यांच्या कृतीवरून त्या गोष्टी सूचित होतील, अशी रचना केली आहे. आता त्यांच्या या कृतीत किंवा संवादात वाचकांच्या भावना तीव्रतेने उद्दीपित किंवा कंपित होतील किंवा त्यांना धक्का बसेल असे भाग विशेष नसतील; पण कुतूहल जागृत करणारे किंवा भावनांना कोमलतेने स्पर्श करणारे किंवा गुदगुल्या करणारे प्रसंग नाहीत असे नाही.

त्यातली खरी गोष्ट अशी आहे की, ही कादंबरी novel of incident नसून novel of character आहे. वर जे विवेचन केले त्याचा अर्थ एवढाच की (incident and Character) 'कृती' व 'मती' यांत किंवा कृती व संभाषण यांत निरपेक्ष अत्यंत भिन्नता किंवा विसंगती मानण्यात येऊ नये; तर हे भेद सापेक्षतेने व तारतम्याने आणि प्राधान्याच्या दृष्टीनेच खरे आहेत, हे वाचकांच्या ध्यानात यावे. या कादंबरीत कृती किंवा प्रसंग यापेक्षा संभाषण व शील यांचे प्राधान्य आहे व कथानकापेक्षा मानसपृथक्करण अधिक आहे, हे मला मान्य आहे. पण कृती किंवा प्रसंग याचा अर्थ आकुंचित करण्यात येऊ नये. संभाषण हीदेखील एक कृतीच आहे.

'प्रसंग' हे शब्दमूलकदेखील असू शकतात; कृतीवरून शील जसे दिसते तसे मतावरून किंवा विचार-प्रवृत्तीवरूनही दिसू शकते, इत्यादी गोष्टीही आपण ध्यानात धरल्या पाहिजेत. 'कृतिप्रधान' व 'मतिप्रधान' कादंबऱ्या novels of incident and novels of character हा 'भेद प्राधान्येन व्यपदेशा: भवन्ति' या न्यायाने मला मान्य आहे. पण हा भेद स्थूल दृष्टीनेच खरा आहे. कृती व मती यांमध्ये अन्योन्यसंबंध काहीच नाही, असे नाही. 'मती' ही कृतिजन्य आहे. ती कृतीत परिणत होते व कृतीवरून अनुमित होते आणि कृती हीदेखील मतिनिरपेक्षतेने विचारात घेता येत नाही, इत्यादी गोष्टीदेखील विसरून चालावयाचे नाही. ज्या कादंबऱ्यांमध्ये हेतुविवेचनाला व मानसपृथक्करणाला विशेष महत्त्व दिलेले असते, अशा कादंबऱ्यांना novel of psychological interest म्हणतात. अशा मानसपृथक्करणप्रधान कादंबऱ्यांत कृती किंवा संभाषण किंवा शील या दृष्टीने लेखन मुळीच केलेले नसते असे नाही, तर त्यात मानसपृथक्करणाचे प्राधान्य असते एवढेच. या अर्थाने कोणी टीकाकाराने प्रस्तुत कादंबरीत incident (कथानक) नाही, असे म्हटले तर ते विधान मी मान्य करीन. पण या विधानाच्या स्वीकारामुळे भलताच ग्रह होऊ नये म्हणून मी लगेच असेही सांगेन की, कथानक व कृती या शब्दांच्या अर्थाचा आनुषंगिक परिवेष जरा बाजूला सारून आन्तरतत्त्वाकडे नजर फेकली व सूक्ष्म दृष्टीने विचार केला तर नायकनायिकांच्या वृत्त्यंतरामध्ये व वर्तनामध्ये कथानक आहे व या वृत्त्यंतराची कारणे सुचविणाऱ्या संभाषणातही काही ठिकाणी कृती य प्रसंग दृग्गोचर होतात. आता ही गोष्ट कोणीही मान्य करील की, एकाच घरात राहणाऱ्या व सरळ, शांत, सात्त्विक वृत्तीच्या दोनच व्यक्तींच्या व्यवहारास कृति-मति-वैचित्र्य असू शकेल, तरी अनेकविध परिस्थितीत अनेकविध व अनेक व्यक्तींच्या सदंर्भात जे वैचित्र्य शक्य असते ते तेथे असणे शक्य नाही.

◆

माझ्या अनुभवाचे सार

ऊर्ध्वबाहुर्विरौम्येष न च कश्चिच्छृणोति माम्
धर्माभासप्रसक्तैर्यत्सद्धर्मो नाशितः खलु १
अहो बत महत्पापं कर्तुं व्यवसिता वयम्
यज्जातिधर्ममोहेन हन्तुं स्वजनमुद्यता: २
सत्य-सौंदर्य-सौजन्यासक्तिधर्मो हि तात्त्विक:
वेष-भाषा-जाति-वर्णा गौणाश्चैवानुषंगिका: ३
न श्रोष्यति जनः कश्चिज्जानन्नपि विरौम्यहम्
जनतानामके देव भक्तिर्योजयते हि माम् ४

—उद्वाहु वामन

सिंध हैदराबाद येथील तुरुंगात असताना मला पुढील अनुभव आला. रोज ४० पौंड जोंधळे पिसण्याचे (दळण्याचे) सक्त काम माझ्याकडे आले असता माझ्यावर देखरेख करण्याकरिता जो मुकादम-कैदी (Convict Overseer) नेमलेला होता तो पठाण होता व त्याला हिंदुस्थानातील कोणतीही भाषा मुळीच येत नव्हती. हिन्दीचे त्याचे आणि माझे ज्ञान 'इधर आव, उधर जाव' अशा प्रकारच्या पाच दहा वाक्यांपलीकडे विशेष काही नव्हते. तो त्या वेळी रमजानच्या उपवासामुळे व दीड दोन वर्षे कैद अनुभवल्यामुळे अत्यंत कृश झाला होता. त्याचा वेष निराळा, भाषा निराळी, आवडीनिवडी निराळ्या, जाती निराळी, धर्म निराळा, तथापि तो त्या अशक्त स्थितीत मला आपली पोळी देत असे व चक्की पिसण्यास मदत करीत असे. नको नको म्हटले तरी ऐकत नसे. त्याचे हे करणे जेलच्या नियमांच्या विरुद्ध असे. जर का तो हे करताना पकडला गेला असता तर त्याची पगडी गेली असती, म्हणजे

त्याची मुकादमी गेली असती आणि सामान्य कैद्याप्रमाणे त्याला पुन: सक्त काम करावे लागले असते. हा इतका धोका असताना तो मला इतक्या आग्रहाने का मदत करीत असे? पुष्कळ दिवसांचा उपवास, दिवसा पोटात अन्न नाही, अशा स्थितीत तो चक्की पिसू लागला म्हणजे घामाघूम व्हावयाचा, दीर्घ श्वास घेऊ लागावयाचा आणि जोंधळ्याची ती भली मोठी रास आपल्या मदतीनेही संपणे शक्य नाही असे पाहून व मला पुढील क्रमप्राप्त शिक्षा होणार हे मनात आणून तो हळहळत असे आणि पुन: जोर करून रास कमी करण्याचा प्रयत्न करीत असे. शेवटी दळलेले पीठ नेण्याकरिता जेव्हा दुसरा मुकादम येई तेव्हा तो मला पुरते काम न झाल्याबद्दल माफी व्हावी याबद्दल काहीतरी सबबी सांगून रदबदली करीत असे. असे तो का करीत असे याचा विचार करू लागल्यावर मला पुस्तकाच्याद्वारा नव्हे तर स्वानुभवाने असे दिसून आले की सौजन्य हे वेष, भाषा, जाती किंवा धर्म यावर अवलंबून नसून ते 'माणुसकी'वर अवलंबून आहे, आणि ही माणुसकीच मनुष्याला मनुष्यत्व देते, निदान मनुष्यत्वामध्ये ही माणुसकी हेच प्रधान अंग आहे. तो पठाण अगदी अशिक्षित होता व त्याची सौंदर्याभिरुची विशेष विकसित नव्हती म्हणून मनुष्याचे पूर्णत्व त्याचे अंगी नसेल, पण ज्याचा बौद्धिक विकास पुष्कळ झाला आहे आणि कलाजन्य आनंद ज्याला पुष्कळ उपभोगिता येतो पण वरील माणुसकी ज्यामध्ये नाही, अशा माणसापेक्षा तो पुष्कळ बरा असे मी तरी म्हणेन!

ह्या कैदी मुकादमाने आणि मी तुरुंगाचे नियम मोडले हे गैर केले किंवा काय हा प्रश्न प्रस्तुत प्रसंगी गौण आहे. मुद्दा असा की, माणुसकी ही शिक्षण, वेष, भाषा, धर्म इत्यादिकांवर विशेष अवलंबून नाही. आणि या प्रश्नासंबंधी महत्त्वाचा असा दुसरा एक माझा अनुभव—जेलमधलाच अनुभव—असा की, एका अधिकारारूढ 'सुशिक्षित' डॉक्टराने मी त्याचा समानधर्मी असताना व आमांशाने आजारी असता स्वच्छतेच्या दृष्टीने अत्यंत आवश्यक असलेली लंगोटीदेखील देण्याचे नाकारले आणि आरोग्याला अपायकारक व अत्यंत गलिच्छ झालेल्या अशा लंगोट्यांवर लज्जारक्षणाचे काम मला भागवावयास लावले! वास्तविक डॉक्टरांचे स्वच्छतेकडे अधिक लक्ष असावयाचे आणि अधिकारारूढ डॉक्टराने आरोग्याच्या दृष्टीने अमुक एक गोष्ट आवश्यक म्हटली असता कोणालाही ती नाही म्हणता यावयाची नाही. पण या डॉक्टर बहाद्दराने तर पावसाळ्यात गळत असलेल्या खोलीत ओल्या जागेवर निजावयास लावून व दात दुखत असल्यामुळे चर्वण करणे अशक्य असता भाकऱ्या खावयास देऊन हा आमांश अप्रत्यक्षपणे आपणच उत्पन्न केला असता आणि सर्व गोष्टी समजत असता व पूर्ण अधिकार असता, दीडदोन हात लांब अशी साधी लंगोटी देण्याचे नाकारले! तेव्हा येथे भाषैक्य, धर्मैक्य वगैरे सर्व होते, पण 'माणुसकी' तेवढी नव्हती असे म्हणावयाचे नाही तर काय?

माझ्या पन्नास एक वर्षांच्या आयुष्यात असे अनेक प्रसंग आले आहेत. त्या सर्वांचा निष्कर्ष असा की, 'माणुसकी' ही ब्राह्मण - ब्राह्मणेतर, हिंदु-मुसलमान-ख्रिश्चन, स्त्री-पुरुष, शिक्षित-अशिक्षित—अशा प्रकारच्या भेदांवर अवलंबून नाही तर ती एक निराळी व स्वतंत्रच चीज आहे. मला ब्राह्मणेतरांनी, ख्रिश्चनांनी, मुसलमानांनी, भंग्यांनी (होय भंग्यांनीही) मदत केली आहे व सजातीयांनी, सधर्मीयांनी, सुशिक्षितांनी फसविले आहे आणि एकदा नव्हे अनेकदा.

स्वत:च्या विशिष्ट अनुभवाची भाषा सोडून सामान्य दृष्टीने आता विचार करू या. मनुष्यत्व कशात आहे? वेषविशेष, आहारविशेष, भाषाविशेष यावर ते अवलंबून नाही हे कोणीही कबूल करील. पण शिक्षणविशेष, मतविशेष, धर्मविशेष इत्यादिकांना मी 'वेषा'च्याच योग्यतेचे ठरविले तर ते मात्र प्रथमदर्शनीतरी पुष्कळांना गैर वाटेल. पण विचारांती माझे मत असे होत चाललेले आहे ही गोष्ट खरी. इतिहास, काव्य, गद्य वाङ्मय, तत्त्वज्ञान, धर्म, मानसशास्त्र इत्यादी विषयांसंबंधी मी जे अल्पस्वल्प वाचले आहे त्यावरून माझी अशी खात्री झाली आहे की, पूर्ण सत्य कोणत्याही एका कवीच्या, इतिहासकाराच्या, दर्शनकाराच्या किंवा धर्मसंस्थापकाच्या हाती लागलेले नाही. आपले जुने ऋषी त्रिकालज्ञ व पूर्ण ज्ञानी होते आणि त्यांनी सांगितलेले खरे मानावयाचे तर कपिल ऋषीचेच खरे का मानावयाचे आणि कणादाचे का नाही? (कपिलो यदि सर्वज्ञ: कणादो नेति का प्रभा) अशा प्रकारचे प्रश्न उत्पन्न होतात. धर्मसंस्थापकांना ईश्वरी साक्षात्कार होतो व त्यांचे ज्ञान पूर्ण होते म्हणावे तर मग धर्मसंस्थापकांत एवढा मतभेद का? आणि नवीन नवीन धर्म स्थापण्याची त्यांना जरूर का वाटली? बुद्धिमान व विद्वान तत्त्वज्ञांचे खरे मानावयाचे असे ठरविले तर, शंकराचार्यांचे मत खरे मानावे का रामानुजाचार्यांचे, प्लेटोचे का आरिस्टॉटलचे, 'नवोन्मेषी विकासवाद' (Creative Evolution) लिहिणाऱ्या बर्ग्सनचे का 'वर्तनवादाचा' (Behaviourism) पुरस्कार करणाऱ्या वॉटसनचे—हे प्रश्न मनात विकल्प उत्पन्न करतात.

तत्त्वद्रष्टे किंवा साक्षात्कारी (Mystic) असे ज्यांना म्हणता येईल अशा ज्ञानेश्वर-तुकारामादी लोकांची कास धरावी तर त्यांचे म्हणणे काय आहे ते स्पष्ट कळत नाही, आणि थोडेबहुत कळते त्यात मतभेद दिसतो व कित्येक स्थळी तर ते अनुभवाच्या व विचाराच्या अगदी उलट दिसते. यांचे मतभेद गौण मानले आणि मतैक्यावर भर दिला तरी स्वत:ला द्रष्टे किंवा साक्षात्कारी समजणाऱ्याशिवाय इतरांना ते समजतच नाही असे मानणे बरोबर दिसत नाही. प्रो. रामभाऊ रानडे, "महाराष्ट्रातील साक्षात्कार पंथ" ("Mysticism in Maharashtra") या नावाच्या आपल्या इंग्रजीत लिहिलेल्या उत्तम पुस्तकात म्हणतात की, हे साक्षात्कार सर्व देशांत व सर्व कालखंडांमध्ये अत्यंत सात्त्विक व बुद्धिमान लोकांना झाले आहेत, तेव्हा ते सत्यस्वरूप मानले

पाहिजेत. पण जडवाद किंवा दुसरे वाद यासंबंधीदेखील असाच युक्तिवाद करता येणार नाही का? सार्वत्रिकता, सर्वकालीनत्व किंवा सुजनाभिमतत्व यावरून एवढे फार तर म्हणता येईल की, त्या त्या वादामध्ये सत्याचा अंश आहे. बाकी हेदेखील म्हणणे युक्तीला पूर्णपणे धरून नाही. कारण वरील गुण असलेले 'दर्शन' सर्वस्वी चूक असण्याचा संभव नाहीच, व हे तत्त्वज्ञानाचा किंवा कोणत्याही शास्त्राचा इतिहास जाणणाऱ्याला छातीठोकपणे सांगणे कठीण पडेल. तत्त्वज्ञानाचा इतिहास सोडूनच द्या. ज्योति:शास्त्र किंवा पदार्थविज्ञानशास्त्र यांसारख्या शास्त्रांतीलदेखील सार्वत्रिक व विद्वदभिमत मते चूक ठरलेली नाहीत काय? गणितशास्त्रातल्या सिद्धान्ताबद्दल वास्तविक मतभेद नसावा, कारण त्यात भावनांचा संबंध येत नाही व तर्क्य विषयात जास्तीत जास्त स्पष्टता व निश्चितता असते आणि कमीत कमी संमिश्रता असते. पण आईनस्टाईनपूर्वीच्या सार्वत्रिक, सर्वकालीन व सर्वतज्ज्ञाभिमत कल्पना आज एका विशिष्ट अर्थाने तरी चूक ठरल्याच ना?

गणित, रसायनशास्त्र, ज्योति:शास्त्र इत्यादिकांतील भेद किंवा सामाजिक व राजकीय प्रश्नाबाबतचे मतभेद विशेष महत्त्वाचे नाहीत असे कबूल करण्यास काही लोक तयार होतील. पण आध्यात्मिक किंवा धार्मिक प्रश्न हे अत्यंत जिव्हाळ्याचे आहेत, कारण त्यात मनुष्याचे अंतरात्म्याचाच संबंध येतो असे काही लोक म्हणतील आणि या बाबतीतील प्रामाणिक मतभेदांना वेषभेदाइतके गौणत्व देण्यास ते तयार होणार नाहीत. पण खोल विचार केल्यास या विषयांतीलही प्रामाणिक मतभेदांचे विशेष स्तोम माजविण्याचे कारण काय? हे समजत नाही. हे विषयच मुळी असे आहेत की, त्याविषयी मतभेद असणे साहजिकच नव्हे तर अपरिहार्य आहे. कारण अज्ञात व अज्ञेय अशा विषयांबद्दल, कोणता समंजस मनुष्य अमुकच सत्य असे निश्चयाने सांगेल? फार झाले तर तो एकंदर उपलब्ध पुरावा पाहता मला आपले असे वाटते, असे सांगेल. पण तो प्रांजल असेल तर लगेच असेही म्हणेल की, या बाबतीत दुसरेही मत असणे व ते बरोबर असणे संभवनीय आहे, कारण निश्चयाने बोलता येईल इतका भरभक्कम पुरावा उपलब्ध नाही, व निकटवर्ती भविष्यकालात उपलब्ध होण्यासारखाही नाही. आत्म्याचे अमरत्व, त्याचे प्रवृत्तिस्वातंत्र्य, ईश्वराचे अस्तित्व इत्यादी धार्मिक किंवा आध्यात्मिक प्रश्नांना अनेक तत्त्वज्ञांनी व धर्मज्ञांनी उत्तरे दिलेली आहेत. त्यांना आधारभूत असलेले युक्तिवाद व पुरावे पाहता शेवटी असेच म्हणावे लागते. या बाबतीत निश्चित व दुसऱ्याला पटलाच पाहिजे असा युक्तिवाद किंवा पुरावा उपलब्ध नाही.

ईश्वरास्तित्वच उदाहरणाकरिता घेऊ या. काही सांख्य व बौद्ध निरीश्वरवादी आहेत व अद्वैत वेदान्ती शंकराचार्यही प्रच्छन्न बौद्ध व प्रच्छन्न निरीश्वरवादी आहेत. या गोष्टी जुन्यापुराण्या म्हणून सोडून दिल्या व जुन्यांच्या खांद्यावर बसणाऱ्या आणि

अधिक पुरावा असलेल्या आधुनिक तत्त्वज्ञांकडे पाहिले तर त्यात निरीश्वरवादी नाहीत का? युरोपीय आधुनिक प्रमुख मानसशास्त्रज्ञांपैकी शेकडा ७५ हून अधिक लोक निरीश्वरवादी आहेत, असे कोठेसे वाचले ते जरी संशयित म्हणून सोडले तरी ही गोष्ट धादान्त स्पष्ट नाही का की आधुनिक तत्त्वज्ञांमध्ये अज्ञेयवादाचा अधिकाधिक प्रसार होत आहे? मी असे म्हणत नाही की, निरीश्वरवादात किंवा अज्ञेयवादात अंतिम सत्य आहे. जीवशास्त्रातील व पदार्थविज्ञानशास्त्रातीलही नवे नवे प्रयोग व नवी नवी मते (Vitalism) वगैरे पाहता जगात काहीतरी योजना दिसते असे मला स्वत:ला म्हणावेसे वाटते. पण जडवादाचेही बल वर्धिष्णू आहे व वृत्ती जयिष्णू आहे. तो जीवान्तर्गत एक एक कार्य दिवसेंदिवस आपल्या क्षेत्रात आणीत आहे आणि त्याची प्रगती अशीच कायम राहिली तर मनुष्याचे शारीरिक व्यापारच नव्हेत तर मनाचे म्हणून ज्यांना आपण म्हणतो ते व्यापारही कार्यकारणभावाच्या कक्षेत पूर्णपणे कधीच येणार नाहीत असे म्हणणे धाडसाचे वाटते. तात्पर्य असे की, परमाणू व प्रेरणा (Force) याबद्दलची काही पदार्थविज्ञानशास्त्रज्ञांची मते 'अजडवादा' कडे झुकत आहेत, आणि जीवशास्त्रज्ञांची मते तर त्याहूनही अधिकच योजनावादाकडे झुकत आहेत. असे जरी मला दिसत असले तरी जडवादाला मूठमाती देण्याची वेळ आली आहे असे मात्र मला म्हणता येत नाही. अशा स्थितीत अमुकच सिद्धान्त खरा असा आग्रह धरण्यात फायदा काय? शिवाय, आपली मते ही खरोखर पुष्कळ वेळा आपल्या पूर्वशिक्षणावर, आपल्या सहजप्रवृत्तीवर, आपल्या गूढ व सुप्त वासनांवर अवलंबून असतात [-आपण निर्विकार चित्ताने विचार करावयाचे ठरविले तरी आपल्या भावना, आपले हितसंबंध, आपल्या अंत:कोशातील गूढ, सुप्त व बोधरहित (Unconscious) वासना यांचा परिणाम नकळत होत असतोच असतो-] हे सर्व ध्यानात घेतले म्हणजे विशिष्ट मताबद्दलचा आग्रह किती दुराग्रहस्वरूप आहे हे ध्यानात येते आणि अशी वृत्ती होऊ लागते की, ईश्वरास्तित्वादी गूढ गहन प्रश्नांबद्दल ज्याने त्याने आपली प्रामाणिक मते स्वत:पुरती अवश्य स्वीकरणीय मानावीत, लोकांनाही स्वीकारण्यास सांगावीत, पण त्याबद्दल आग्रह धरू नये, आणि दुसऱ्यांचा मतभेद दिसल्यास माणुसकीच्या दृष्टीने ते त्याज्य किंवा निंद्य आहेत असे तर मुळीच मानू नये.

लौकिकदृष्ट्या ज्यांना आपण हिंदू, ख्रिश्चन, बौद्ध, महंमदी वगैरे धर्म म्हणतो त्यांचा लौकिक तारतम्याच्या दृष्टीने विचार केला तरीदेखील हाच निष्कर्ष निघतो. ख्रिश्चन लोक मुसलमानी किंवा हिंदू धर्माला कमी लेखतात, आपण मुसलमानांना कमी लेखतो, मुसलमान हिंदूंना तुच्छ मानतात. वास्तविक पाहता प्रत्येक धर्मात अंधश्रद्धेचा भाग आहे. प्रत्येक धर्माच्या काही आचारांत खुळचट प्रकार आहेत, आणि प्रत्येक धर्माच्या लोकांचे मूर्खपणाचेच नव्हे तर नीचतेचेही पुष्कळ वेळा

अनुकरण झालेले आहे. उलटपक्षी प्रत्येक धर्मात स्वीकरणीय भाग असतो, धर्माच्या काही काही विधींत व आचारांत पावित्र्यादी सद्भावना जागृत करण्याची शक्ती असते आणि प्रत्येक धर्माच्या अनुयायांनी सौजन्य उत्कटत्वाने दाखविल्याची उदाहरणे आहेत. प्रत्येक धर्माचे संस्थापक सद्धेतुप्रेरित होते, प्रत्येक धर्माच्या अधिकारी उपाध्यायवर्गात साधुपुरुष होऊन गेले—आणि खलपुरुषही होऊन गेले. ख्रिश्चन लोक क्राइस्टच्या मातेला –मेरीला – 'अदूषित कुमारी' मानतात, बाप्तिस्मा देताना अर्भकाला थंड पाण्याच्या कुंडात बुडवून काढतात, ख्रिश्चनेतर व अबाप्तिस्मित लोक कायमचे नरकात जाणार असे मानतात, पण हेच लोक हिंदूंच्या वगैरे धर्मातील खुळचट आचार-विचारांची कुचेष्टा कित्येक वेळा करताना आढळतात. हिंदू, मुसलमान, पारशी, शीख वगैरे सर्व लोक स्वेतर धर्माविषयी बोलताना असेच धोरण कित्येक वेळा स्वीकारतात. एखाद्या चांगल्या कुटुंबातील सदाचारी हिंदू मुलीने एखाद्या चांगल्या युरोपिअनाशी, पारशाशी किंवा मुसलमानाशी लग्न केले आणि हा विवाह केवळ धर्मभेदाशिवाय इतर सर्व दृष्टींनी अभिनंदनीय मानण्यासारखा असला तरीदेखील काही हिंदू लोक अशी ओरड करू लागतात की, ती मुलगी अगदी पतित झाली, तिने आपल्या कुटुंबाला काळिमा आणिला आणि तिच्या धर्माची अवनती होऊन तो लयास जाण्याचा मार्गाला लागला! एखाद्या पारशी स्त्रीने असेच केले तरी त्या समाजातदेखील अशीच ओरड चालते. असे का? ती स्त्री इतर दृष्ट्या सर्वतोपरी सद्वर्तनी असता केवळ तिच्या धर्मान्तरामुळे तिचा व तिच्या समाजाचा अध:पात होऊन जिकडे तिकडे हाहाकार व्हावा असे त्यात काय आहे? मिश्र विवाहाची गोष्ट सोडून देऊन स्वेतर धर्मातील समाजात अनीती फार असते असे मानण्याची जी काही लोकांत प्रवृत्ती आहे तिचा विचार क्षणभर करू या. मिस मेयोसारख्या स्त्रियांना हिंदू समाजात अनीतीचा आणि खुळचटपणाचा बाजार भरलेला दिसतो, आणि काही हिंदू लोकांना अमेरिकेत घटस्फोटादी प्रकार सर्रास चालून तेथील स्त्री-पुरुष पशुतुल्य स्वैर आचार करीत असतात असे वाटते, हा मोठा दोष तर खराच, पण यापेक्षा अधिक मोठा दोष असा की परकी समाजात अनीतिमत्ता आहे हे पाहून पुष्कळांना आनंद होतो! वास्तविक हिंदू समाजात जर खरोखरीच मिस मेयोने सांगितल्याप्रमाणे अनीतिमत्ता असेल तर त्याबद्दल सर्व विचारी ख्रिश्चन लोकांना हळहळ वाटली पाहिजे, पण तसे न होता मिस मेयोचे पुस्तक काही ख्रिश्चन लोक मिटक्या मारीत वाचतात! आमचेही असेच. (Uncle Sham) हे अमेरिकेतील सामाजिक गटारे उपसणारे पुस्तक आपणही मोठ्या हौसेने वाचतो व त्यातील गोष्टी इतरांना तिखटमीठ लावून सांगतो! खरे म्हटले म्हणजे कोठेही वाईट प्रकार असेल तर त्याबद्दल नीतिप्रिय मनुष्याला खेद व्हावा, पण स्वेतर समाजाविषयी व धर्माविषयी मनुष्याचे मन इतके पूर्वग्रहदूषित असते आणि सापेक्षत: आपला समाज व धर्म हे श्रेष्ठ आहेत असे

सांगण्यात व ऐकण्यात असा काही आनंद असतो की, परधर्मीयांची निंदा ही मेवामिठाईप्रमाणे आपणास वाटते आणि ती ऐकण्यास किंवा वाचण्यास मिळाली असता त्यातील अंश आपण इतरांना प्रसाद म्हणून वाटतो! ब्राह्मण-ब्राह्मणेतरांतील भांडणे व हिंदु-मुसलमानांतील मारामाऱ्या अशाच प्रकारच्या दुरभिमानामुळे व दुःप्रवृत्तीमुळे उत्पन्न होतात. समाजकारणात व राजकारणात जातिभेदामुळे व धर्मभेदामुळे जे बिकट प्रश्न उत्पन्न झालेले आहेत त्यांच्या बुडाशी असलाच दुरभिमान व असलीच दुःप्रवृत्ती बव्हंशी आहे, व हे प्रश्न कधी सुटावयाचे असतील तरी धर्मभेदांना व सामाजिक भेदांना जे फाजील महत्त्व आले आहे ते नाहीसे होईल तेव्हाच ते सुटतील. खरा सदाचार व खरे सौजन्य हे विशिष्ट जातीत जन्म घेतल्याने प्राप्त होत नाही किंवा विशिष्ट धर्माचे आपण आहोत असे म्हणवून घेतल्यानेही ते अंगी येत नाही. सामाजिक जाती व लौकिक धर्म इत्यादिकांतील भेद खरोखर व वेष-भाषादिकाप्रमाणे बाह्य आहेत. अंतरात्म्यातील चांगुलपणा त्यावर विशेष अवलंबून नाही. त्यांना आजकाल जे भलते महत्त्व प्राप्त झालेले आहे ते नाहीसे होईल तो सुदिन!

लौकिक धर्मभेदच नव्हे, तर नीतिविषयक कल्पनांतील व आचारांतील भेदांनाही मी विशेष महत्त्व देत नाही. स्त्री-पुरुष आपआपल्या प्रामाणिक समजुतीप्रमाणे नीतीने वागत आहेत किंवा नाही या प्रश्नालाच मी महत्त्व देतो. उदाहरणे घेऊन बोलावयाचे म्हणजे मांस खाणे निषिद्ध व अविहित असे वाटत असून जो मांस खाईल तो पापी, मासंभक्षणामध्ये पापपुण्याचा काही संबंध नाही असे ज्याला प्रामाणिकपणे वाटत असेल त्याने मांस खाल्ले असता त्याला मुळीच पाप लागत नाही असे मी मानतो. अशनपानादी क्षुल्लक गोष्टींबद्दलच नव्हे तर संततिनियमन, घटस्फोट, पुनर्विवाह इत्यादिकांसंबंधी माझ्या विचारांचे असेच धोरण आहे. एतद्विषयक कल्पना व आचार यांमध्ये देशभेद, कालभेद, परिस्थितिभेद, ज्ञानभेद इत्यादिकांमुळे फरक होत असतो हे धादांत स्पष्ट आहे. यांतील नीतिमत्त्व अनीतिमत्त्व कालस्थलपरिस्थिति-सापेक्ष आहे; व अमुक एक कल्पना किंवा आचार नित्यत्वाने व कालस्थलादि-निरपेक्षतेने सत् किंवा असत् चुकीचे ठरविणे आहे हे नीतिशास्त्रज्ञांना व समाजशास्त्रज्ञांना माहीत आहे. इतिहास असे सांगतो की बाल-हत्या करणे, अनेक स्त्रिया करणे, अनेक पती करणे इत्यादी गोष्टी नीतीच्या म्हणून काही ठिकाणी गणल्या जात होत्या! लोकांच्या बायका पळवून नेऊन 'राक्षसी विवाह' वीरांनी किंवा विभूतींनी लावलेले आहेत व त्यांपैकी काही देवकोटीप्रतही गेलेले आहेत! तात्पर्य काय तर नीतिविषयक आचारविचार हे परिस्थितिसापेक्ष आहेत, त्यातील नित्य व निरपेक्ष भाग एवढाच की स्वतःला जे खरोखर अशिष्ट व अनीतीचे वाटते ते करणे पाप होय व स्वतःच्या मनाला जे खरोखर योग्य व नीतीचे वाटते ते करण्यात पाप नाही. याचा अर्थ असा नव्हे की पाहिजे त्याने पाहिजे तसे वागावे. स्वतःच्या मनाला 'पूत' वाटेल ते करावे म्हणजे

''मन:पूतं समाचरेत्'' याचा जो लौकिक अर्थ आहे त्याप्रमाणे वागावे असा अर्थ नाही. आपल्या समजातील शिष्ट लोकांची चालरीत, सत्पुरुषांची शिकवणूक, स्वत:च्या मनाशी शांतपणे केलेला सर्वांगीण विचार, इत्यादी गमकावरून ज्याने त्याने आपले कर्तव्य-अकर्तव्य ठरवावे व त्याप्रमाणे वागावे एवढाच याचा अर्थ. कर्तव्याकर्तव्य ठरविताना आपल्या मनोविकारांना आपण बळी तर पडत नाही ना, आत्मवंचना तर आपण करून घेत नाही, प्रचलित शिष्टाचार, धर्मवचने वगैरेंचा त्याग करणे आपणास प्रशस्त वाटत असल्यास असा त्याग करण्यापूर्वी आपण पूर्ण व सर्वांगीण विचार निर्विकार चित्ताने केलेला आहे ना, अशा प्रकारचे प्रश्न मनाला अर्थात विचारले पाहिजेत, पण हे विचारून झाल्यावर आणि मन व मत निश्चित झाल्यावर आपला 'सदसद्विवेक' म्हणा किंवा 'आत्मदृष्टी' म्हणा किंवा 'स्वस्य च प्रियमात्मन:' म्हणा, हीच शेवटी नीति-अनीतीची कसोटी आहे हे ओळखावे आणि त्याप्रमाणे वागावे. नीतिअनीती-अचारविचारांच्या बुडाशी गेल्यावर मनुष्य आपल्या प्रामाणिक बुद्धीला अनुसरून स्वत:चे व दुसऱ्याचे हित साधण्याचा प्रयत्न करीत आहे किंवा नाही एवढेच महत्त्वाचे तत्त्व हाती लागते. हे स्वहित व परहित [स्वसुख किंवा परसुख नव्हे हे ध्यानात धरावे] साधण्याची जी इच्छा आहे ती किती दृढ, प्रबल, विचारयुक्त व निर्विकार आहे एवढ्यावर मनुष्याची नीतिमत्ता अवलंबून असते—तो कोणती वस्त्रे परिधान करतो, तो काय खातो-पितो, तो मक्केकडे तोंड करून अल्लाची प्रार्थना करतो का पूर्वेकडे तोंड करून सूर्याला अर्घ्य देतो, तो जातीने ब्राह्मण आहे का अब्राह्मण आहे, तो स्वजातीय स्त्रीशी विवाह करतो का परजातीय स्त्रीशी, इत्यादी गोष्टींवर त्याची नीतिमत्ता अवलंबून नाही. या गोष्टी बाह्य, गौण व आनुषंगिक आहेत. खरे सौजन्य, खरी नीतिमत्ता, खरे धार्मिकत्व याहून महत्त्वाच्या, जिव्हाळ्याच्या व आंतर लक्षणांवर अवलंबून आहे.

लौकिक धर्माचे आचार-विचार, नीतिविषयक बाह्य आचार-विचार यांनाच असे हे गौण स्थान दिल्यावर पदार्थविज्ञानादी भौतिक शास्त्रे, कला, वाङ्मय, सामाजिक सुधारणा, राजकीय चळवळ, इत्यादिकांतील मतभेदांना व वर्तनप्रकारांना सौजन्याचा विचार करताना विशेष प्राधान्य देण्याचे माझ्या मते कारण नाही हे ओघालाच येते. पण माझा अनुभव तर असा आहे की, या मतभेदांना व वर्तनभेदांना आजकाल अवास्तव महत्त्व देण्यात येते आणि त्यामुळे पक्षभेद व पंथभेदच नव्हे तर पक्षद्वेष आणि पंथद्वेष उत्पन्न होऊन असली ही हरतऱ्हेची भांडणे करण्यात गुंतलेल्या व या भांडणांत आनंद मानणाऱ्या समाजात राहणे नको असे कित्येक वेळा वाटू लागते. मतभिन्नता, जातिभिन्नता किंवा धर्मभिन्नता असताना सलोख्याने, गुण्यागोविंदाने व दुसऱ्याच्या प्रामाणिक आचारविचाराबद्दल मनात आदर बाळगून महाराष्ट्रीयांना काय, हिंदवासियांना काय, वागणे शक्यच नाही काय? ४०-५० वर्षांपूर्वी रानडे, आगरकर,

गोखले यांनी आपआपल्या प्रामाणिक समजुतीप्रमाणे समाजसुधारणा करण्याचे प्रयत्न केले. त्याबद्दल त्यांचा जो छळवाद झाला तो काय महाराष्ट्राला शोभला? हल्लीदेखील एखाद्याचे प्रथम माहात्म्य कबूल करून त्याने अस्पृश्योद्धाराची चळवळ हाती घेतल्याबरोबर त्याचे 'माहात्म्य' नाकबूल करून त्याची वाटेल तशी निर्भर्त्सना करावी आणि वारंवार भाल्याने भोसकल्यासारखे करून त्याला छळावे हे काय महाराष्ट्राला उचित आहे? बरे एखाद्याने कौन्सिल प्रवेशाची तरफदारी केली आणि असहकरिता अशक्य म्हणून सांगितले, म्हणून त्याला शाळेतल्या पोराकडून खादीच्या टोपीचा जाहीर अहेर करण्यात यावा, हे तरी काय योग्य झाले? असे प्रकार पाहिले म्हणजे असे वाटू लागते की, महाराष्ट्राला अद्यापि सौजन्याचा अंतरात्माच कळलेला नाही आणि म्हणून त्याला लहान मुलांप्रमाणे पोषाखावरूनच मनुष्याची ओळख पटते, रानटी लोकांप्रमाणे काचेच्या मण्यांनाच तो अलंकार समजतो व एखाद्या अडाणी स्त्रीप्रमाणे पोषाखाच्या व अलंकाराच्या फाजील आवडीमुळे अंतरात्म्याच्या शुद्धाशुद्धतेकडे तो दुर्लक्ष करतो?

मला कोणी येथे असे विचारील की, प्रामाणिक मते जर तुम्हाला मान्य आहेत तर प्रामाणिक मतविरोध तुम्हाला अमान्य का असावा? खरी गोष्ट अशी आहे की, मला मतविरोध नको आहे असे मुळीच नाही. प्रत्येकाने आपल्या मताचा पुरस्कार केलाच पाहिजे. अर्थात विरोध हा अपरिहार्यच आहे. पण हलकटपणाचा विरोध आणि सौजन्ययुक्त विरोध यांत फरक आहे. पौराणिक दाखला द्यावयाचा म्हणजे अर्जुनाने भीष्माशी व द्रोणाशी युद्ध केले तसे युद्धदेखील मला चालेल, मग केवळ विरोधाची गोष्टच बोलावयास नको. या जगात पूर्ण सत्य कोणाच्याच हाती न लागल्यामुळे (तसेच गैरसमज, भिन्न भावना, भिन्न हितसंबंध, कर्तव्ये इत्यादी गोष्टींमुळे) प्रामाणिक विरोधाची शक्यताच नव्हे तर अपरिहार्यता कोणाच्याही ध्यानात येईल. पण विरोधामध्ये बालिशता, कुत्सितपणा, कुचेष्टा करून प्रतिष्ठा मिळविण्याची बुद्धी, एखाद्याला एकदा शत्रू म्हटल्यानंतर त्याच्या पाठीस लागून व जे हाती येईल ते फेकून किंवा मारून त्याची जणू काय शिकार करावयाची अशा प्रकारची रानटी प्रवृत्ती इत्यादी गोष्टींचा अभाव असला पाहिजे.

भीष्म-द्रोण व अर्जुन यांच्या विरोधाचा वर उल्लेख केला तो पौराणिक म्हणून सोडून दिला तरी आधुनिक कालातही उपरिनिर्दिष्ट भारतीय योद्ध्यांच्यासारखी आदरयुक्त युद्धे आयर्लंडच्या इतिहासात अलीकडे दिसून आली आहेत. इंग्लंडचा आयर्लंडशी तह झाल्यानंतर डी व्हॅलेरा याचे काही अनुयायी यांना तो तह मान्य नव्हता आणि निर्भेळ स्वातंत्र्याकरिता पूर्वी जे इंग्लिशांशी लढले त्यांना आता तह मान्य करणाऱ्या स्वकीयांशी लढणे प्राप्त झाले. म्हणजे तह होण्यापूर्वी इंग्लंडशी लढताना ज्यांनी खांद्याला खांदा लावून साहसाची अनेक कामे केली आणि एकमेकांच्या प्राणरक्षणार्थ आपले प्राणही

धोक्यात घातले त्यांनाच तह झाल्यावर एकमेकांना तुरुंगात टाकण्याचे, गोळ्या घालून ठार मारण्याचे काम करण्याची पाळी आली. अशा प्रसंगी कित्येक बापांना मुलांशी, भावांना भावांशी, मित्रांना मित्रांशी लढावे लागले, पण या कालखंडाच्या इतिहासात भारतीय युद्धांतल्याप्रमाणे काही उज्ज्वल देखावे दिसून आले. त्यातले एक उदाहरण आठवते. ते असे की डी व्हॅलेराच्या एका अनुयायाला त्याच्या मित्रानेच पकडून तुरुंगात टाकल्यावर त्याची रीतसर चौकशी होऊन गोळी घालून त्याला दुसरे दिवशी बारा वाजता ठार करण्याचे ठरले. आपणाला अत्यंत प्रिय असलेल्या मित्राला तुरुंगात ठार करविण्याचे कटू कर्तव्य त्याच्या नशिबी आले, व त्याने बजावलेही. तुरुंगातून त्याला सोडविण्याचे हरतऱ्हेचे बरेवाईट प्रयत्न होत होते, ते विफल करण्याकरिता त्याचा मित्र रात्री डोळ्यांत तेल घालून पहारेकऱ्यांवर वगैरे देखरेख करीत होता. दुसऱ्या दिवशी बारा वाजेपर्यंत त्याने सख्त पहारा केला. बरोबर बाराच्या ठोक्याला आपल्या मित्रावर गोळी झाडली जाऊन तो मृत झाला हे ऐकेतोपर्यंतच कर्तव्यनिष्ठुरता त्याला स्वीकारता आली, कारण तो लगेच स्वत: रडू लागला व थोडक्याच अवधीत निश्चेष्ट पडला. कालांतराने लोकांनी त्याला सावध केल्यावर त्याच्या मृत मित्राने लिहिलेल्या मृत्युपत्राचा कागद त्याच्या हातात देण्यात आला. या मृत्युपत्रात असे लिहिले होते की, कर्तव्यनिष्ठेमुळे माझ्यासारख्या मित्राला देखील मारण्यास तू कमी केले नाहीस हे पाहून तुझ्याबद्दल माझा आदर पूर्वीपेक्षाही अधिक झाला आहे आणि म्हणून माझी सर्व इस्टेट मी तुझ्या स्वाधीन करतो. तिचा विनियोग तू पाहिजे तसा कर.

युद्धे व्हावयाचीच असली तर अशा प्रकारची 'धर्म्य युद्धे' मला पाहिजे आहेत, 'धार्मिक युद्धे' नको आहेत. धार्मिक युद्धेही चालतील - जर तेवढी खरीखुरी धर्मश्रद्धा असेल तर. पण मी मुंबईस होणारे जे दंगे पाहिले व त्यांची वर्णने जी ऐकली त्यावरून या दंग्याच्या बुडाशी खुळचट व अचरट समजुती, गैरसमज, दुरभिमान, स्वार्थसाधुत्व, इत्यादी गोष्टीच असतात असे दिसून आले आहे. अशा दंग्यांपासून तसेच सामाजिक, राजकीय वगैरे पक्षापक्षांमधील क्षुद्र भांडणांपासून लोकांना शक्य तर निवृत्त करावे अशा हेतूने वरील लेख लिहिला आहे आणि त्यात खरे सौजन्य हे विशिष्ट वेष, भाषा, जाती, धर्म, पक्षोपपक्ष, पंथ, मते इत्यादिकावर अवलंबून नसून ते सद्बुद्धीवर अवलंबून आहे आणि ज्याने त्याने आपल्या प्रामाणिक समजुतीला अनुसरून वागावे आणि इतरांच्या प्रामाणिक समजुतीबद्दल आदर बाळगावा इ. इत्यादी गोष्टी यथाप्रसंग सांगितल्या आहेत, व त्यातील ग्राह्यांश घेऊन इतर अंशाची उपेक्षा करावी, [किंवा विरोध करावयाचा असल्यास तोही करावा, पण कुचेष्टेच्या दृष्टीने किंवा वैरभावाने करू नये.] एवढीच विनंती आहे.

◆

विचार-विलास

१

विजापूरकरांचे स्मरण

इतका वेळ अण्णांचा स्तुतिपाठ आपण गाइला, पण ते म्हणजे अगदी निर्दोष होते, त्यांच्या हातून काही चुका झाल्या नाहीत, असे समजण्याचे कारण नाही. दोष कोणांत नाहीत? चंद्रावरच नव्हे तर सूर्यावरदेखील डाग आहेत. अण्णांचा दोष म्हणजे गुणातिरेक ! माझ्या म्हणण्याचा भावार्थ असा की काही गुणांचा अतिरेक झाला म्हणजे ते दोष-स्वरूप होऊ लागतात. उदाहरणार्थ, समर्थविद्यालयात केस ठेवणे वगैरे सुधारकी प्रकार चालू न देणे चांगले असेल व होता होईतो आपल्या चालीरीतींना धरून शिक्षण द्यावयाचे हा एक हेतू धरून काढलेल्या संस्थेत अशा प्रकारचे धोरण असले तर त्यात काही वाईट नाही. परंतु एखाद्या केस ठेवलेल्या मुलाला बळजबरीने केस काढावयास लावणे हे कसेसेच वाटते. विदेशी माल तुम्ही घेऊ नका, पण एखाद्या पालकाला आपल्या आजारी मुलाला कॉडलिव्हर ऑईल द्यावेसे वाटले तर त्याबद्दल विशेष आग्रहाची हरकत घेणे हा तरी दुराग्रहच. आपल्या बंधूंवर प्रेम असणे चांगले, त्यांच्यावर विशेष विश्वास असणे चांगले, पण या बंधु-प्रेमात इतरांनी भागीदार व्हावे, झालेच पाहिजे अशा आग्रहपूर्वक इच्छेला 'दुराग्रह' असे सुटसुटीत नाव दिले तर काय चूक? वरील दोष सत्यकथनाच्या दृष्टीने सांगितले खरे; पण सत्यकथनाची दृष्टीच लेखणीला पुढे जाऊ न देता लेखकाला सांगते की, "आपल्या प्रामाणिक मताप्रमाणे वागणे याला दोष म्हणणारे तुम्ही कोण? ज्याने त्याने आपल्या मताप्रमाणे वागावे, आपल्या शक्तीप्रमाणे कार्य करावे, असाच जर धर्माचा सिद्धान्त आहे, तर स्वमतानुसार वागणाऱ्याला व स्वशक्तीची पराकाष्ठा करून ध्येयसिद्ध्यर्थ सोत्साह व साग्रह परिश्रम करणाऱ्याला तुम्ही दोष का देता?"

अगदी खरे आहे. अण्णांसारख्यांचे गुण हे कित्येक वेळा दोषस्वरूप होत हे म्हणणे व्यर्थ आहे. जगात ज्याने त्याने आपले ध्येय निश्चित करून तन्निष्ठ राहावे व यथामति यथाशक्ति तत्सिध्द्य कार्य करीत राहावे, हाच धर्मशास्त्राचा अंतिम सिद्धान्त अण्णांसारख्यांचे स्मरण आपणास पुनीत करते, त्यांची चरित्रे आपणास "दुःखांना भिता काय? दुःखे येतील आणि जातील; प्राणदेखील जावयाचे आहेत, मग सुखदुःखाचे काय? जगात कोठे चिरंतनत्व असेल तर ते सद्बुद्धीत व सत्कार्यात आहे." असे सांगतात व आपले अंगीकृत कार्य उत्साहाने, नेटाने, चिकाटीने, संकटांना धैर्याने तोंड देऊन, नैराश्याला कधी बळी न पडता शांतपणे, धिम्मेपणाने, निरभिमानपूर्वक चंद्रसूर्याप्रमाणे (without haste, without rest) करीत राहावे असे बजावतात, तेव्हा हे उपदेश वंद्य समजून स्वीकृत उचित कार्याला लागावे हे खरे.

❖ ❖ ❖

२

स्वधर्माचे पालन

दुपारी–चहा घेताना विनायकरावांनी काळोबा बोरवणकरांशी बोलताना जे काही विचार सांगितले ते मला चांगले सांगता येणार नाहीत, पण ते फार उच्च होते, आणि ऐकताना फार मौज वाटली. आपला समाज बिघडला आहे, जगाची सामाजिक घटनाच चुकीची झालेली आहे म्हणून मनुष्याला आपली सर्वांगीण उन्नती करून घेता येत नाही असा त्यांच्या म्हणण्याचा रोख होता. मनुष्यामध्ये हरतऱ्हेच्या वासना, सहज-प्रेरणा, आवडी-निवडी, आकांक्षा वगैरे आहेत पण समाजरचनेमुळे सगळ्यांची यथायोग्य एकवाक्यता होत नाही, एखाददुसऱ्या अंगालाच भलतेच महत्त्व येऊन स्वभाव "एकारतो आणि बेढव होतो"असेते म्हणाले. मनुष्याला सगळं काही पाहिजे आहे. त्याला नीती पाहिजे, कलाही पाहिजे, द्रव्य पाहिजे, मानसन्मानही पाहिजे. स्वार्थीपणा त्याच्यात आहे, परोपकारबुद्धीही आहे. भोग पाहिजे, त्यागही पाहिजे; तात्पर्य, मनुष्याचे कोणत्याही एक गोष्टीने पूर्ण समाधान व्हावयाचे नाही. त्याला द्रव्य पाहिजे, अधिकार पाहिजे, बायकोचे सुख पाहिजे, मुले-बाळे पाहिजेत; आणि ज्ञान, देशभक्ती, कलोपासना वगैरेही पाहिजेत. या सगळ्या वासनांची तृप्ती होणे सध्याच्या समाजात शक्य नाही म्हणून त्याला काही वासनांची लपवा-छपवी करावी लागते, काहींची मुस्कटदाबी करावी लागते, काही दाबून दडपून ठेवाव्या लागतात आणि काही वासना माराव्या लागतात. पण वासना कधीच पुरत्या मरत नाहीत.

त्यांची फार तर मुस्कटदाबी आपण करू शकू, आणि त्यांना कोंडून ठेवू पण वेताच्या पेटाऱ्यात ठेवलेल्या सापाप्रमाणे संधी सांडताच या वासना फणा बाहेर काढतात! जगातली दु:खे, काही वासना (—वाईट तशा चांगल्या वासना–) दाबाव्या किंवा बाह्यत:तरी माराव्या लागल्यामुळे उत्पन्न झाल्या आहेत. समाज-घटना सुधारल्याशिवाय वासनांची घातुक मुस्कटदाबी, चेपाचेपी, लपवाछपवी, चेंगराचेंगरी थांबावयाची नाही आणि पूर्ण सुख कधी मिळावयाचे नाही. तोपर्यंत कोणी केवळ नीतीचे उपासक, कोणी केवळ कलेचे उपासक, कोणी त्याग करणारे, कोणी भोग उपभोगणारे; कोणी ज्ञानाच्या पाठीमागे, कोणी द्रव्याच्या पाठीमागे; कोणी राजकारणी, कोणी समाजसुधारक; कोणी सीतासावित्रीची स्तुति-स्तोत्रं जपणारे तर कोणी घटस्फोट आणि कंत्राटी लग्न मागणारे - असे एकांगी एकारलेले, बेढब, विद्रूप, असमाधानी, दु:खीकष्टी लोक दिसावयाचे! अशा स्थितीत ज्याने त्याने आपल्या शरीरप्रकृतीला मानवेल, मन:प्रकृतीला आवडेल, आर्थिक परिस्थितीला जुळेल, भावनांना रुचेल, मताला पटेल, असा एखादा मार्ग स्वीकारावा आणि तोच आपला 'स्वधर्म' मानून त्यात रममाण व्हावे. आपला हा 'स्वधर्म' इतरांनाही 'स्वधर्म' वाटलाच पाहिजे, असा आग्रह आणि इतरांच्या स्वधर्मात ढवळाढवळ करण्याचे किंवा त्याची निंदा-नालस्ती करण्याचे टाळू लागला तर जगातली निम्म्याहून अधिक भांडणे कमी होतील, असे त्यांनी शेवटी सांगितले.

३

वाङ्मनिर्मितीची मीमांसा

विशिष्ट परिस्थितीत विशिष्ट समाजात जे वाङ्मय असते त्याला एक कारण नसून अनेक कारणे असतात. त्या समाजाचा पूर्वेतिहास, तत्कालीन धर्म, चालीरीती, सांस्कृतिक दर्जा, इतर लोकांशी असलेला संबंध, नैतिक आचारविचार, धार्मिक भावना, आर्थिक आकांक्षांना मिळत असलेला वाव किंवा त्याचा अभाव, तत्कालीन समाजात युगप्रवर्तक व अलौकिक व्यक्तीचे अस्तित्व किंवा त्याचा अभाव, त्याचप्रमाणे त्या त्या वाङ्मयसेवकाची मनाची ठेवण, त्याचे शिक्षण, त्याचा सामाजिक दर्जा, त्याच्या इच्छा-आकांक्षा, त्याची तृप्ती-अतृप्ती त्याच्या सुप्त किंवा नेणिवेत दडलेल्या किंवा दाबलेल्या इच्छा-आकांक्षा, त्याच्या सहजप्रेरणांचे सापेक्ष बलाबल त्याच्या जाणीवयुक्त भाव-भावना, त्याच्या नेणिवेतील मनोगंड (complexe) इत्यादी अनेक व अनेकविध कारणांवर त्या त्या वाङ्मयसेवकाचे वाङ्मय अवलंबून असते. त्यातील

एखाद दुसरे कामवासनात्मक किंवा आर्थिक अंग घेऊन त्याच्या आधारेच सर्व कारणमीमांसा करावयाची यात यथार्थ प्रतीतीपेक्षा अपूर्ण विचारोत्पन्न अभिनिवेश अधिक दिसतो. आधी मन ही चीज काय आहे हे अद्यापि कळलेले नाही. त्याचे व्यापार काही कळले आहेत. पण अज्ञात, प्रच्छन्न, सुप्त, नेणिवेत दडलेले व दडपलेले असे व्यापारही त्याचे असतात हेही आता थोडेबहुत कळले आहे. मनात क्रोधलोभादी अनेक मनोविकार आहेत, कामप्रेरणादी अनेक बऱ्या वाईट प्रेरणा आहेत, त्यांची गुंतागुंत विलक्षण आहे, इत्यादी गोष्टी ज्याला कळल्या आहेत, तो सामान्य व्यक्तीच्या मनोव्यापाराचीही निश्चित व परिपूर्ण मीमांसा आपणास झालेली आहे असे म्हणणार नाही; मग प्रतिभावान लोकांच्या मनोव्यापारांची मीमांसा छातीठोकपणे करणे तर दूरच राहिले, आणि सामाजिक मनोरचनेचे निरपवाद व निःशंक शास्त्र बनवू पाहणे हे त्याहूनही दूर! तोतरे बोलणारा मनुष्य वक्ता होईल असे आपणास वाटते काय? पण ग्रीस देशातील प्रसिद्ध वक्ता डेमॉस्थेनिस हा तोतरा होता तरीदेखील नव्हे, तर तोतरा होता म्हणून, प्रसिद्ध वक्ता झाला हे अएटलर या मानसशास्त्रज्ञाचे मत आहे आणि ते खरे दिसते. पुरुषविषयक प्रेम असते म्हणूनच काही स्त्रिया पुरुषद्वेष करितात, त्या भीरू असतात म्हणूनच कित्येक वेळा उद्धटपणे वागतात, धाडसी गुन्हेगार हेही खरोखर भित्रे असतात, धर्ममठांत जाणाऱ्या सच्छील जोगिणीच्या मनात सुप्त कामवासना असते, अशा प्रकारचे दाखले आहेत. एखाद्या मोठ्या किल्ल्यात दिवाणखाने, हिरे-माणके, झुंबरे, गाद्यागिरद्या, सुवासिक तेले व अत्तरे असतात आणि त्याचबरोबर घाणेरडे पाणी वाहून नेणारे नळ, गटारे, पायखाने वगैरेही असतात. उत्तम कलावंत आणि सच्छील ब्राह्मणही तेथे दिसतात; त्याचप्रमाणे कलावंतीण व बदमाष लोक यांचीही तेथे कमतरता नसते; त्याचप्रमाणे मनाची स्थिती आहे. किल्ल्यात गुप्त भुयारे असतात, गुप्त दारूखाने असतात, गुप्त पोलिस असतात, त्याप्रमाणे मनातही अनेक बरीवाईट गुप्ते असतात. अशा या मनाची पूर्ण मीमांसा कोण करणार? प्रतिभावान मनुष्याबद्दल तर फारच मौजेचे गहन-गूढत्व. काही त्यांना 'दैवी' म्हणणार, तर ड्रायडन हा कवी 'Genius to madness is near allied' असे म्हणणार! शेक्सपिअर तर कामीजन, कवी आणि वेडे यांना एका पंक्तीत बसवून श्वा युवा व मघवा यांना एका सूत्रात ओवणाऱ्या पाणिनीवर ताण करतो! पॅव्लाव्ह (Pavlov) व इतर वर्तनवादी (Behaviourists) मनाला नियमाच्या कक्षेत आणू पाहताहेत, पण अद्यापि हे अणूहून अणू असलेले मन त्यांना झुकांड्या देत आहे. अशा या लोकविलक्षण मनाची मीमांसा करताना अनेक सहज-प्रेरणा, अनेक सुप्त-गुप्त व प्रकट वासना, अनेक इच्छा-आकांक्षा, त्यांचे अस्तित्व, त्यांच्या गुंतागुंती आणि अंत:कलह इत्यादी सर्व गोष्टी ध्यानात घेतल्या पाहिजेत. केवळ प्रकट किंवा सुप्त काम किंवा लोभ, अशा प्रकारच्या एकाच

तत्त्वाच्या आधारे विवेचन करणे धाडसाचे व धोक्याचे आहे.

'कारणानामनेकता' (Plurality of causes) हे तत्त्व मान्य केल्यास ललितवाङ्मय हे खऱ्या जगाला विसरण्याकरिता आहे. (It is an escape from life.) खऱ्या जगात जे सुख मिळत नाही ते कल्पनासृष्टीतल्या मनोराज्यात्तरी उपभोगूया; अशा भावनेने सेविले जाते. ते केवळ आनंदाकरिता असते, ती एक प्रकारची क्रीडा आहे, ती अफू आहे, इत्यादी प्रा. फडके प्रभृतींच्या मतांचाही एकांगीपणा दिसून येईल. विशिष्ट व्यक्तींच्या विशिष्ट मनोवस्थेला ही उपपत्ती बरोबर लागू पडेल; ती सर्वत्र सर्वदा आणि सर्व व्यक्तींच्या बाबतीत लागू पडेल असे नाही. इतर उपपत्तीचे असेच आहे. मौज अशी आहे की, वाङ्मयाला क्रीडा ठरविणाऱ्या प्रा. फडक्यांनी 'प्रतिभासाधन' नामक आपल्या सुंदर ग्रंथात भाषाशैलीविषयी लिहिताना लेखकाला अंतःकरण पाहिजे, तरच त्याला उत्तम भाषाशैली साध्य करता येईल असे म्हटले आहे आणि वाङ्मय म्हणजे केवळ क्रीडा नव्हे असे सूचित केले आहे. मला वाटते त्याच प्रकरणात त्यांनी 'विचार-सौंदर्या'चा उल्लेख केला आहे. हे सौंदर्य विचारांच्या मांडणीचे असून ते त्यांच्या गहनत्वावर अवलंबून नाही असे ते म्हणतील. अपक्व किंवा अयथार्थ विचारांची मांडणी कितीही सुंदर केली, तरी तिने ललित-वाङ्मयाचे 'आनंद' हे जे ध्येय ते परिपूर्णतेने साध्य होईल काय? आणि दोन ललितकृतींत मांडणी सारखीच सुंदर आहे आणि विचारांच्या गहनतेतमात्र मूल्यभेद आहे, तर या ललित कृतीच्या मूल्यमीमांसेत अधिक गुण गहनविचारात्मक कृतीला प्रा. फडके देणार नाहीत काय? तसेच कलेचे ध्येय 'आनंद' हे ठरल्यावर या आनंदामध्ये माती किंवा विष कालविणारा भाग ललितवाङ्मयात येणे अप्रशस्त; अर्थात नैतिक दृष्ट्या आनंदाला कलुषित किंवा शबलित करणारा भाग ललितकृतीला गौणत्व आणणारा आहे हेदेखील प्रो. फडके यांना मान्य करण्यास हरकत नसावी. ज्ञानप्रिय, नीतिप्रिय व कलाप्रिय असे मनाचे तीन भाग आपण मानतो, पण हे विभाग आपण सोईसाठी कल्पिलेले आहेत एवढेच. वास्तविक हे 'विभाग' विभिन्न नाहीत, तर अन्योन्यसापेक्ष, अन्योन्याश्रयी व अन्योन्यसंस्कारक आहेत. अर्थात एका विभागाचा किंवा अंगाचा विचार करताना इतर अंगांकडे सोईसाठी दुर्लक्ष करणे वेगळे, आणि दुसऱ्या अंगांना दुखापत झाली व हायहाय असे उद्गार तोंडातून बाहेर पडू लागले तरी त्या अंगावर बेफिकीर वृत्तीने आणि जाणून उमजून प्रहार करीत राहणे निराळे. आता एवढी मात्र गोष्ट खरी की मनाच्या संसारात कलेला, नीतीला आणि सत्याला एकत्र नांदावयाचे आहे, आणि त्यांची पूर्णावस्थेतील ध्येये सुसंवादी असली तरी अपूर्णावस्थेतील ध्येये विशिष्ट मर्यादेनंतर विसंवादी होऊ लागतात, तेव्हा होता होईतो त्यांनी आपापल्या क्षेत्राबाहेर फारसे पाहू नये आणि आपण बरे आणि आपला मार्ग बरा अशी वृत्ती स्वीकारावी. तसेच शेजारधर्म म्हणून होता होईतो दुसऱ्याशी जुळवून घ्यावयाचे;

निदान जाणून उमजून त्याला दुखवावयाचे नाही, यदाकदाचित दुखवावे लागलेच तर अगतिक स्थितीतच, कष्टाने, दुःखी अंतःकरणाने, क्षमायाचनापूर्वक आणि शक्य तेवढ्या अल्प प्रमाणात दुखवावयाचे अशी वृत्ती स्वीकारल्यास कलालालसेला, नीतिप्रियतेला आणि सत्यजिज्ञासेला-सर्वांनाच हे धोरण हितावह आणि भूषणावह होईल.

४

ही आपली समाजव्यवस्था

लोणावळे

प्रिय तात्या यांस सा. न. वि. वि. –

आपण व आई मला भेटून गेल्यापासून शारीरिक दृष्ट्या माझी खुशाली आहे; पण मनात फार गोंधळ माजून राहिला आहे. मी मनाने बाटत आहे - म्हणजे क्रिस्ती धर्माकडे माझा ओढा अधिक होत आहे असे नव्हे तर हल्लीच्या सर्व धर्मांचा व प्रचलित समाजव्यवस्थेचा (म्हणजे, 'अव्यवस्थे'चा) मला तिटकारा येत चालला आहे. प्रत्येक धर्मातील तत्त्वे चांगली असतात पण त्या तत्त्वांचा व्यवहारात काहीच उपयोग होत नाही, उलट हे धर्म काही वाईट चालीरीतींना व नामधारी समाज'व्यवस्थे'ला पाठिंबा देऊन गरिबांच्या नाशाला कारणीभूत होत आहेत असे माझे मत होत चालले आहे. एकच गोष्ट पाहून माझे मत बदलत चालले आहे असे नाही. जगातील अनेक व्यवहार पाहून मला असे वाटू लागले आहे की, एक अजिबात विचार करण्याचेतरी टाळावे किंवा धार्मिकदृष्ट्या क्रांतिकारकतरी बनावे. ही वृत्ती नुकतीच फार बळावली आहे आणि त्याला कारण पुढील अनुभव.

आमच्या वसतिगृहाच्या शेजारी रेल्वेवर मातीखडी वगैरे गाढवावर वाहून नेणाऱ्या वडारी लोकांची पाले आहेत. इतके दिवस आम्ही येथे आहोत पण त्या पालात कधी आम्ही गेलो नव्हतो! त्या लोकांशी कधी बोललोही नाही. जणू काही त्यांची गाढवं आणि ते यांमध्ये फरक नाही असे आम्ही त्यांना लेखीत होतो! आणि खरोखर म्हणावयाचे म्हणजे तेही गाढवासारखेच वागत होते! दहा-बारा दिवसांपूर्वी एकाला काही रोग झाला, तेव्हा त्याच्या बायका-मुलांनी रडण्यास आरंभ केला आणि पुरुष मंडळी काहीतरी अघोरी उपाय करू लागली! एकजण अगदी जवळच असलेल्या डॉक्टरकडे गेला. पण त्या साहेबाच्या क्रिस्ती धर्माने त्याला काही बुद्धी दिली नाही की फी मिळण्याची आशा नाही तरी आपण

गरिबांना औषध द्यावे! मागाहून हिंदू वैद्य, मुसलमानी हकीम, पारशी डॉक्टर, सगळ्यांकडे तो गेला, पण कोणी काही आले नाही. शेवटी तो आमच्या मिसेस स्वीटबाईकडे भीतभीत आला आणि हातापाया पडून काहीतरी औषधपाणी द्या म्हणून म्हणू लागला. मी मास्टर काफ नावाचा माझा एक शाळेतला मित्र, आणि दोन चार मुली व मुलगे त्या दिवशी बॅडमिंटनच्या मॅचिस खेळून झाल्यावर मिसेस स्वीटबाईनं प्रेमपूर्वक बोलावले होते म्हणून चहा पिण्यास तेथे गेलो होतो. आम्ही ती सगळी हकीगत ऐकली व गरिबाला मदत करण्याला जाऊ या असे म्हटले. स्वीटबाईही तयार होत्याच. त्यांनी सामान्य घरगुती औषधाच्या दोनतीन बाटल्या घेतल्या व आम्ही सगळीजणं वडाऱ्याच्या पालाकडे निघालो तो तेथे काय, जिकडे तिकडे आकांत चालला होता. रोगी ज्या पालात होता त्यात स्वीटबाई आणि मी वाकून कशा तरी शिरलो. उभं राहण्यास जागा नव्हती. आतदेखील एवढीशी जागा, पण त्यात तो रोगी आणि त्याच्या भोवती दोन पुरुष आणि दोन म्हाताऱ्या बाया, आणि आसपास घाणेरड्या गोधड्यांवर बसलेली तीन मुले आणि निजलेले अंगावरचे मूल! रोग्याच्या उशाशीच एक चूल! तीत गोवऱ्या घातल्या होत्या आणि त्यामुळे त्या पालात धूर भरून राहिला होता. मिसेस स्वीटबाईनं ओरडणाऱ्या त्या सगळ्यांना आधी गप्प बसविले आणि मग त्या चौकशी करू लागल्या. त्या वडाऱ्याची दहा-बारा वर्षांची मुलगी होती तिने आपल्या धाकट्या भावांना जवळ घेतले होते. तिची आई नुकतीच वारली होती आणि एवढ्या वयात त्या पोरांचा सांभाळ करण्याचा भार तिच्यावर पडला होता! तिने प्रथम माझे आणि मग स्वीटबाईंचे पाय धरले आणि ओकसाबोकशी ती रडू लागली. रोग्याजवळ बसलेल्या बाबांनी तिची हकिगत सगळी सांगितली. आम्ही तिला उगी केले आणि विचारपूस करून काही औषध देण्याच्या उद्योगाला लागलो. पिण्याच्या पाण्यात परमँगॅनेट (Permanganate) घालून द्यावे म्हणून स्वीटबाईंनी मोठे भांडे भरून पाणी मागितले. पण घरात भांडेच रिकामे नव्हते! अखेर एक कटोरे मिळाले; पण पाणीच मिळेना! एका मातीना गाडग्यात बुडाशी थोडे राहिलेले गढूळ पाणी शेवटी मिळाले. त्यात ते परमँगॅनेट किंचित घालून लाल करून रोग्याला पिण्याकरिता दिले व मग औषधाची एक बाटली देऊन आम्ही बाहेर पडलो. मिसेस स्वीट अगदी घाबरलेल्या दिसल्या. त्या म्हणाल्या, "ही कॉलऱ्याची केस आहे. तुम्ही माझ्याबरोबर उगाच आलात. आता घरी गेल्याबरोबर डिसइन्फेक्ट घालून आंघोळ करा आणि कपडे वाफारून परटाकडे द्या." मास्टर 'काफ'ने शेजारच्या पालात राहणाऱ्या वडाऱ्यांकडून माहिती काढिली होती त्यावरून त्याला ही कॉलऱ्याची केस आहे असे कळून चुकले होते; पण तो स्वत:विषयी न घाबरता ज्या समाजव्यवस्थेने या लोकांना अशा अज्ञानात

आणि दारिद्र्यात ठेविले त्या समाजव्यवस्थेला रागारागाने शिव्याशाप देऊ लागला. "ही पाहा आमची भांडवलशाही; हा पाहा तुमचा हिंदुधर्म; यांना तुम्ही अस्पृश्य समजता ना?'' तो मला म्हणाला.

''यांना नाही आम्ही अस्पृश्य समजत,-महार मांग वगैरेंना अस्पृश्य समजतो'' मी उत्तर दिले.

पण अस्पृश्याप्रमाणे वागवता तर खरे ना? मी तुम्हा हिंदूंनाच दोष नाही देत, - भांडवलशाहीतले सगळे धर्म आणि सगळे लोक सारखेच. युरोपियन, पारशी, मुसलमान कोणी तरी डॉक्टर येथे आला का? माणसाची किंमत नाही, पैशाची किंमत आहे या जगात. "This must be done away with. I am going to be a social revolutionary." अशा रीतीने तो चेवाचेवाने बोलू लागला, तेव्हा मिसेस स्वीटने त्याला दाबले व तोही मग बराच गप्प राहिला (पूर्णपणे गप्प राहणे काफच्या स्वभावातच नाही!). या काफबद्दल मी घरी आले होते तेव्हा पुष्कळ गोष्टी मी तुम्हाला सांगितल्या आहेत. त्याचा उतावळेपणा, घायकुतेपणा, प्रेमळपणा व रागीटपणा हे सर्व गुण अतिरेकामुळे हास्यास्पद होतात, पण मलातरी तो आवडतो, आणि म्हणूनच त्याच्याशी मी स्नेह करत्ये. त्याला सुट्टीमध्ये आपल्या घरी बोलवू काय? त्याची इच्छा आहे, पण मिसेस स्वीट पाठवितील किंवा नाही याबद्दल शंका आहे. पण या पुढच्या गोष्टी आहेत. वडाऱ्यांबद्दल लिहीत होते ती हकिगत राहिलीच! औषधपाणी देऊन व पाणी तापवून पिण्यास सांगून आम्ही तेथून निघालो.

घरी आल्यावर आम्ही आंघोळी करून कपडे बदलले. पण त्या वडाऱ्यांना आणि त्यांच्या मुलाबाळांना कोण आंघोळ घालतो आणि त्यांचे कपडे कोण बदलतो? अखेर जे व्हावयाचे तेच झाले. ७० - ८० वडारी एका आठवड्यात पटकीला बळी पडले! 'पटकीला बळी पडले' म्हटले, पण हे पटकीला बळी पडले का आपल्या 'समाजव्यवस्थेला' हा मला व काफला प्रश्न पडला आहे. याचे उत्तर, तात्या, तुम्ही द्याल काय? ही समाजस्थिती बदलता येणार नाही काय? काफ आणि मी दोघांनीतरी बदलण्याची प्रतिज्ञा केली आहे. पोरपणची प्रतिज्ञा म्हणून हसाल तुम्ही, पण हसण्यावारी दवडण्याचा हा प्रश्न नाही. सध्या अधिक लिहीत नाही.

बळवंतरावांना व सुनंदरावांना नमस्कार कळविणे. बळवंतरावांच्या पत्नीला थोडा ताप येत असतो असे मागील पत्रात लिहिले होतेत. ताप कसा आहे तो कळवावा.

सुशीला

ता. क. –
वडऱ्याची मुलगी व तिचे धाकटे तीन भाऊ यांना भाड्याचे पैसे देऊन मी

पुण्यास एका मिशनमध्ये पाठविले आहे. ही मुले बाटतील व हिंदुधर्माला मुकतील हे खरे; पण हिंदुधर्माने त्यांच्याकरिता काय केले आहे? मुलीच्या शिक्षणाचा खर्च मी सोसणार आहे. लहान मुलांचा मिशनमार्फत होईल असे मिसेस स्वीटबाई म्हणाल्या. असल्या मुलांची सोय कशी लावावयाची याबद्दल समाज विचारच करीत नाही.

कादंबऱ्या-नाटकांना प्रेमाशिवाय विषयच नाहीत! राजकारणी पुरुषांना 'स्वराज्या'शिवाय सुचत नाही. समाजसुधारकांना विधवाविवाह, स्त्रीशिक्षण, ब्राह्मणब्राह्मणेतर असेलच विषय सुचतात! गरीब महार-मांग, वडारी-डोंबारी यांची स्थिती कशी असेल, ही स्थिती अशी का, ती कशी सुधारावयाची, याचा कोणीच विचार करीत नाही! मला तर काफप्रमाणेच वाटू लागले आहे की, सर्व समाज किडलेला-सडलेला 'rotten' झालेला आहे. तो सुधारण्याला उपाय म्हणजे पूर्वीची मूर्खपणाची 'धर्म-व्यवस्था' व 'समाज-व्यवस्था' मोडून टाकली पाहिजे. माझी ही मते चुकीची असतील – 'आहेतच' अशी मी आपली सध्या समजूत करून घेत्ये. पण तुमच्याशी याविषयी बोलू नये तर कोणाशी बोलू? सुट्टीमध्ये तुम्ही, बळवंतराव, सुनंदराव, काफ वगैरे मंडळी एकत्र जमून आपण जर चर्चा केली तर किती चांगले होईल! पण या पुढच्या गोष्टी! असो. ताजा कलम फारच वाढला, पण इलाज नव्हता.

सुशीला

❖ ❖ ❖

५

साक्रेटीस

साक्रेटीस हा केवळ परोपदेश करण्यात पंडित होता असे नाही तर 'आधी केले, मग सांगितले' अशा कोटीतला होता. त्याचा इंद्रियनिग्रह फारच वाखाणण्यासारख्या होता. अमुक एक गोष्ट पापाची किंवा अहितकारक असे कळल्यावर ती गोष्ट करण्याची त्याला प्रवृत्तीच होत नसे, इतकी त्याच्या अंगी नीतिमत्ता बाणलेली होती. त्याच्या शत्रूंनी त्याची मते पाखंडीपणाची आहेत व उपदेश घातुक आहे असा त्याच्यावर आरोप ठेवला, पण त्याचे अमुक एक आचरण पापाचे आहे असा त्याच्यावर त्यांनाही आरोप ठेवता आला नाही, हे ध्यानात ठेवण्यासारखे आहे. त्याची वृत्ती सात्त्विक होती व त्याची राहणी साधी होती. द्रव्याची किंवा मानमान्यतेचीही अपेक्षा त्याला नव्हती; मग छानछोकी लोकांच्या पोषाखाची किंवा स्वादिष्ट अन्नाची त्याला आवड नव्हती, यात काहीच

नाही. त्याची राहणी साधी होती असे वर म्हटले; पण तसे न म्हणता ती 'कंगालपणाची' होती असे म्हटले असते तर ते अधिक यथार्थ झाले असते. पायात तो कधी काही एक घालीत नसे. देशातील पोषाखाच्या रिवाजाप्रमाणे-अंगात कोटाखाली सदरावजा काही तरी घालणे आवश्यक होते; पण साक्रेटीसच्या अंगात उन्हाळ्यात किंवा हिवाळ्यात फक्त एकच कोट असावयाचा! तो अन्नही अगदी जाडेभरडे खात असे. साक्रेटीस ज्या काटकसरीने राहात असे त्या काटकसरीने जर एखाद्या गुलामाला कोणी वागविले असते, तर तो गुलामही वैतागाने निघून गेला असता. अशा अर्थाचे एक वाक्य झेनोफोनने लिहिलेले आहे.

शरीराचे हाल करून घेण्यात काही मोठा पुरुषार्थ आहे, असे मात्र साक्रेटीस समजत नसे. गरिबीने राहावे, पण परावलंबित्व टाळावे, हा एक त्याचा हेतू होता; व दुसरा असा की, खाण्यापिण्यासंबंधानेही एखाद्या गोष्टीविषयी अडून राहण्याची सवयच वाईट, असे त्याला वाटत असे. अन्नपाण्याची शरीराला जरूर आहे तेव्हा त्याचे सेवन केलेच पाहिजे. पण या गोष्टीचेही प्रमाण जितके कमी होईल तितके चांगले, असे त्याला वाटे. 'कशाचीही जरूर नसणे हे देवपदाप्रत जाण्यासारखे आहे; शक्य तेवढ्या कमी गोष्टींची आवश्यकता असणे म्हणजे जवळ जवळ देवतुल्य होण्यासारखे आहे' असे त्याने एके ठिकाणी म्हटले आहे. याचा अर्थ मुद्दाम शरीराचे हाल करून घ्यावेत असा मात्र तो करीत नसे; इतकेच नव्हे, तर उचित प्रसंगी तो इतरांप्रमाणे किंबहुना इतरांहून अधिक-सुखोपभोग घेत असे. ज्या सुखोपभोगांत काही पाप नाही किंवा कोणताही दोष नाही, त्याचा त्याग करण्यात विशेष भूषण नाही. तर उलट तसे करणे म्हणजे एक प्रकारच्या आढ्यतेचे व अभिमानाचे लक्षण आहे, व तसे नसले तर ते इंद्रियदमन कमी असल्याचेतरी चिन्ह आहे, असे त्याला वाटत असे. आपल्या तऱ्हेवाईकपणाचाच अभिमान बाळगणाऱ्या डाओजेनेझचा अभिमान त्याच्या फाटक्या कोटाच्या छिद्रांतून जसा डोकावत होता, किंवा आपल्या इकडील एखाद्या दांभिक ब्राह्मणाच्या कांदे लसूण वगैरेंच्या त्यागात भोंदूपणाचा जसा वास येतो, तशी साक्रेटीसची स्थिती नव्हती.

साक्रेटीसच्या पूर्वी जनरूढी, कविवचने, देशोत्साह, मनोविकार इत्यादी अतात्त्विक गोष्टींवरच अथेनिअन अथवा ग्रीक लोकांचाही विचार अवलंबून होता. पण साक्रेटीसने त्यांना प्रत्येक गोष्टीचे 'तत्त्व काय' हे शोधण्यास शिकविले. अमुक गोष्ट चांगली व अमुक वाईट, अमुक न्यायाची व अमुक अन्यायाची अशा प्रकारचा भेद आपण कोणत्या तत्त्वावर करतो, व आपण कोणत्या अर्थाने हे शब्द उच्चारतो, याचा विचार केल्याशिवाय वरील प्रकारची वाक्ये उच्चारणाऱ्याची चूक व त्याचा मूर्खपणा

लोकांच्या निदर्शनास आणून देण्याचा त्याचा प्रयत्न होता. प्रत्येकाने आपली विवेकबुद्धी चालवावी व विवेकबुद्धीप्रमाणे चालावे, अशी त्याची इच्छा होती. जी गोष्ट विवेकास योग्य दिसत नाही, जी सयुक्तिक आहे असे दाखविता येत नाही, ती गोष्ट अनुचित व अग्राह्य होय, असे त्याचे मत होते. मनुष्य हाच प्रत्येक गोष्टीस प्रमाणभूत आहे. (Man is the measure of all things) हे त्याचे मूलतत्त्व असल्यामुळे स्वत:च्या बुद्धीला जे पटणार नाही, ते अग्राह्य समजणे, हे साहजिकच आहे. आता वरील मूलतत्त्वावरून ज्याला जे वाटेल ते खरे, असेही एक अनुमान निघेलच हे साक्रेटीसला एकाअर्थी मान्य होते. संपूर्ण परमसत्य कोणासही कळले नसल्यामुळे अमक्याचे मत खरे व अमक्याचे खोटे म्हणता येणार नाही; पण काही मते सत्य धरून चालल्यास ती इतर मतांहून अधिक उपयुक्त आहेत, या अर्थाने मतांची निवडानिवड करता येईल असे तो म्हणत असे, व या दृष्टीने विचार करण्यास तो लोकांना आग्रह करीत असे. 'आत्मज्ञान करून घ्या' असे त्याचे एक आवडते, उपदेशात्मक सूत्र होते. 'आपण बोलतो काय व चालतो कसे याची तात्त्विक दृष्टीने अंतःपरीक्षा करीत नाही त्याचे जीवित निरर्थक होय,' असे तो म्हणत असे. अनिश्चितार्थ शब्द वापरणे किंवा अपरीक्षितहेतू कर्मे अंतरात्म्याला दूषित करतात, असे त्याला वाटत असे. अनिश्चितार्थ शब्द वापरण्याने विचार व अनुमाने चुकीची होतात, हे तर उघड आहे; पण त्यापासून परिच्छेदही व विवेकशून्य विचार करण्याची आलस्यात्मक दुष्ट सवय लागते व जिज्ञासा जडत्व पावते, हेही ध्यानात ठेवले पाहिजे. अपरीक्षितहेतू कर्म केल्याने आपल्या वृत्तीत अविवेकित्व येऊन न्यायबुद्धी व कर्तव्यनिष्ठा यांच्यात वैगुण्य आल्याशिवाय राहात नाही.

ही तत्त्वे नुसत्या शाब्दिक संभाषणांनीच नव्हे, तर आपल्या आचरणाने त्याने शिकविण्याचा यत्न केला. असे करणे हे आपले पवित्र व ईश्वरनिर्दिष्ट कर्तव्यकर्म आहे, असे तो समजत असे, व या शुद्ध परंतु लोकविरुद्ध, किंबहुना लोकविद्विष्ट कार्याच्या पायी प्राणहानी होण्याचा बिकट प्रसंग आला, तरी त्याने आपले अंगीकृत कर्तव्यकर्म सोडले नाही. तो तत्त्वज्ञानी नसला, तरी 'ज्ञान' म्हणजे काय हे तो जाणत होता, ते कोणत्या मार्गाने व पद्धतीने मिळेल याचा त्याने पूर्णनिश्चय केला होता, आणि ते ज्ञान मिळविण्याकरिता व लोकांत ज्ञानलालसा पसरण्याकरिता प्राणांची आहुती देण्यासही तयार होता या गोष्टी ध्यानात ठेवल्या पाहिजेत. तो तत्त्ववेत्ता व तत्त्वशास्ता दर्शनकार जरी नसला, तरी त्याची तीव्र तत्त्वजिज्ञासा, त्याचे उत्साहपूर्ण तत्त्वप्रेम, त्याची अचल सत्यभक्ती व त्याची दृढ कर्तव्यनिष्ठा, या गुणांनी तो सत्यान्वेषणी व सत्यप्रिय लोकांना नेहमीच आदरणीय वाटणार!

साक्रेटीसच्या तत्त्वाचे एक पद्धतशीर 'दर्शन' नसले, 'मी अज्ञ आहे' असे त्याने अगदी मनापासून अनेकदा जरी म्हटलेले असले तरी त्याने कोणत्याच तत्त्वाचा

आपल्या मनाशी निश्चय केला नव्हता, किंवा कोणत्याच मतावर त्याची श्रद्धा नव्हती असे मात्र नव्हे. 'ज्ञाना' चे त्याला इतके महत्त्व वाटत असे की, 'सदाचार म्हणजे ज्ञान' व 'दुराचार म्हणजे अज्ञान' असे तो म्हणत असे. 'धर्मनिष्ठा म्हणजे ईश्वरविषयक ऋणांचे ज्ञान'; न्याय म्हणजे मनुष्यामनुष्यांमधील कर्तव्यांचे ज्ञान; धैर्य म्हणजे भयास्पद गोष्टी कोणत्या व कोणत्या नाहीत याचे ज्ञान; संयम म्हणजे ग्राह्य गोष्टी कोणत्या व अग्राह्य कोणत्या याचे ज्ञान अशा प्रकारच्या साक्रेटीस व्याख्या करीत असे, असे झेनोफोनने म्हटले आहे.

साक्रेटीसच्या तत्त्वांपासून आपणांस आता काय घेण्यासारखे आहे? लक्षणाची किंवा व्याख्येची माहिती साक्रेटीसपासूनच आपण शिकली पाहिजे असे नाही; पण आपले ज्ञान आपण विसरलो आहोत. हल्ली आपण धर्मजागृतीविषयी, देशाभिमानाविषयी, भक्तीविषयी, प्रेमाविषयी वगैरे पुष्कळ बोलतो, पुष्कळ भाषणे ऐकतो व पुष्कळ लेख वाचतो. पण या शब्दांचे साक्रेटीसच्या पद्धतीने बरोबर लक्षण करण्याचा फारसा प्रयत्न दृष्टोत्पत्तीस येत नाही. 'शिक्षण' पाहिजे, धर्माभिमान पाहिजे, नीती सुधारली पाहिजे, देशाची सेवा केली पाहिजे इत्यादी वाक्ये वाक्चापल्याने बोलणाऱ्यांपैकी किती लोकांना, खरे शिक्षण म्हणजे काय, धर्म कशास म्हणतात, धर्म व नीती यांमध्ये फरक काय, देशाची सेवा करावयाची म्हणजे काय इ. प्रश्नांची उत्तरे देता येतील? साक्रेटीस जर आपल्या देशात जन्मास आला तर त्याला ग्रीससारखीच स्थिती दृष्टीस पडणार नाही काय? साक्रेटीससारखा एखादा अंजन देणारा व विशद विचार करावयास लावणारा तत्त्ववेत्ता सध्या जन्माला आल्यास त्याची फार आवश्यकता आहे, यात शंका नाही. प्राण गेला तरी मी आपली प्रामाणिक मते बोलून दाखवीन, अशा निर्धाराचा हिंदी साक्रेटीस आपणास पाहिजे आहे. प्रक्षुब्ध व अज्ञ जनमताला तसेच अहंमन्य व जबरदस्त सत्तेला न जुमानता आपली न्यायबुद्धी जे सांगेल ते बोलणारा व करणारा एखादा हिंदी साक्रेटीस या काळी आल्यास, तो नको आहे असे कोण म्हणेल?

❖ ❖ ❖

६

खरी देशसेवा घरीच सुरू झाली पाहिजे

वसंतराव म्हणाले, "हल्लीच्या सुशिक्षित बायकांना या घरगुती गोष्टीतला रस कळत नाही, यावर तर माझा मुख्य कटाक्ष आहे. अलीकडच्या बायकांना पोषाखातील, केशरचनेतील आणि खोलीतील सामानाच्या मांडणीतील सौंदर्य अधिक कळतं, पण

लहान मुलांच्या खस्ता खाण्यातलं; सासूसासऱ्यांची सेवा करण्यातलं, त्यांचा जाच सोसण्यातलं सौंदर्य कळत नाही. माझ्या मते या साध्या घरगुती गोष्टींत सौंदर्य, नव्हे काव्य, भरलेले आहे. ते जाणण्याची मार्मिकता मात्र पाहिजे आहे. अलीकडच्या बायकांना गाण्यातलं मर्म कळतं, गाणी म्हणावीशी वाटतात; पण पाळणा हलविताना म्हटलेल्या ओव्यांतलं मर्म चांगलंसं समजत नाही, आणि म्हणूनच मुलांचा पाळणा हालवीत बसण्याचा त्यांना कंटाळा येतो. त्यांना पेटीतले सूर समजतात; पण मुलांना खेळविण्याकरिता खुळखुळे, नाहीतर पळी-पंचपात्री वाजविण्यात जे माधुर्य आहे, त्याची त्यांना फारशी आवड नाही. त्या गाताना तालसूर संभाळतील पण दिराचं किंवा सासू-सासऱ्याचं मन त्यांना संभाळता येत नाही. याचं कारण अर्थात त्याची त्यांना आवड नाही, त्यात किती काव्य आहे, हे त्यांना कळत नाही. त्या आपल्या अधिकाऱ्यांना आणि हक्कांना फार जपतात; पण मुलांकरिता किंवा सासू-सासऱ्याकरिता किंवा दिराकरता कष्ट करणे, त्यांचं दुःख हलकं करणे, त्यांना बरं वाटेल असं वागणे हे आपले कर्तव्यच नव्हे तर हा आपला हक्क आहे ही त्यांना कल्पना नसते. व्याख्यान ऐकण्याला जाण्याची त्यांना फार हौस; व्याख्यानातल्या वक्तृत्वापेक्षा मुलांच्या बोबड्या बोलात अधिक रस आहे हे त्या विसरतात!"

"मुलांच्या बोबड्या बोलांत अधिक रस असतो, कबूल आहे; कारण या वयात ती मुख-रस फार पाघळत असतात." नलिनी हसत हसत म्हणाली.

"ही कोटी चांगली आहे, पण शाब्दिक कोट्यांचा हा प्रश्न नाही.'' वसंतरावांनी उत्तर दिले. ''बायकांनी व्याख्यानाला मुळीच जाऊ नये असे म्हणत नाही मी -पण मुलांना मोलकरणीच्या ताब्यात देऊन, केवळ शोभेकरिता व्याख्यानाला जाणाऱ्या आणि चित्रासारख्या खुर्चीवर बसणाऱ्या 'सुशिक्षित' बायकांना पाहून माझ्या पायाची आग मस्तकाला जाते. त्यांना व्याख्यानातलं काही समजतं नसतं. व्याख्यानाच्या विषयाची गोडी नसते, विषय कोणता आहे हेदेखील कित्येकींना ठाऊक नसतं. पण चांगलं लुगडं नेसून आणि जोडे घालून त्या खुर्ची अडवायला यायच्याच. मुलांचं घरी काय होत असेल याची त्यांना पर्वा नाही. मोठ्या मोठ्या लोकांसमोर खुर्चीवर बसण्यात त्यांना मोठं भूषण वाटतं. त्यांच्याकडे टक लावून पाहात राहणाऱ्या पुरुषांना बायका दोष देतात. पण ज्या बायकांना व्याख्यानातलं काही कळत नाही, आणि ज्या केवळ शोभेकरिताच लोकांनी आपणाला पाहावं म्हणूनच आलेल्या असतात त्यांच्याकडे पुरुष टक लावून पाहू लागले तर त्यांनी वास्तविक धन्यताच मानावी!''

"न्याय चांगला आहे" गोविंदराव हसत म्हणाले, "जहाल पक्षाला अगदी शोभण्यासारखा आहे!"

"माझ्या म्हणण्याचा अर्थ एवढाच" वसंतराव म्हणाले, "की, मुलाबाळांचे काम

किंवा घरातली अशीच दुसरी कामे करण्यात जे सौंदर्य, जे माधुर्य, जे काव्य आहे त्यांचे अलीकडच्या बायकांना विशेष माहात्म्य वाटत नाही, आणि म्हणून त्या खुळ्यासारख्या व्याख्यानाला जातात आणि चित्रासारख्या तेथे खुर्ची अडवून बसतात. ज्या बायकांना मुलेबाळे नसतील किंवा ज्यांना व्याख्यानातले बरेच गम्य असेल, त्यांनी पाहिजे तर व्याख्यानांना जावे."

"पुरुषांनी मात्र सगळ्यांनी जावं खरं ना?" कमळाताईंनी विचारले. "सगळ्या पुरुषांना तरी समजत असतो का व्याख्यानातला विषय?"

मी कुठे म्हणतोय की, सगळ्या पुरुषांनी सभांना जावं म्हणून? माझं तर उलट असं म्हणणे आहे की, पुरुषांनीसुद्धा सभांमध्ये जाऊन उगाच गर्दी करू नये. सभांमध्ये हे लोक राष्ट्रकार्य करू पाहात असतात, सर्व देशबांधवांवर प्रेम करण्याच्या गोष्टी एकत असतात आणि स्वार्थत्यागाच्या बाता करीत असतात, पण ज्या पुरुषांचे किंवा बायकांचे आपल्या मुलांवर पुरे प्रेम नाही, त्यांना, कधी न पाहिलेल्या देशबांधवांवर प्रेम करण्यास सांगण्यात मतलब कोणता? ज्या बायका मुलांना घरी रडत ठेवून सभेत फक्त मिरवायला येतात त्यांना देशप्रेमाच्या आणि स्वार्थत्यागाच्या गोष्टी कशाला सांगाव्यात? मी तर म्हणतो की, या असल्या पुरुषांनी आणि बायकांनी घरातल्या माणसांशी प्रेमाने वागण्याला आधी शिकावं, आणि मग देशावर प्रेम करण्याच्या गोष्टी ऐकाव्यात; घरातल्या माणसांना मर्मभेदक वाक्यं बोलण्याचं सोडावं आणि मग 'देशाकरिता सर्वांशी भेदभाव विसरून एकजुटीनं वागावं' असा उपदेश करावा किंवा ऐकावा; आपल्या मुलाबाळांकरिता आपल्या चैनीचा स्वार्थत्याग करण्यास आधी शिकावं आणि देशाकरिता स्वार्थत्याग किंवा प्राणत्याग करण्याच्या गोष्टी सांगाव्यात. मला स्वत:लासुद्धा हे राजकारण आणि या सभा विशेष आवडत नाहीत. सभांना हजर राहण्यापेक्षा कुटुंबातलं काम केल्याने मी देशाचं हित अधिक करीन असं मला वाटतं. हल्लीच्या बऱ्याच लोकांना असं वाटतं की जो सभांना जातो, व्याख्याने देतो किंवा लेख लिहितो, तोच देशाचे हित करतो. पण मला तर वाटतं की, जो मनुष्य निरोगी, मजबूत, मनाने सरळ, प्रामाणिक, प्रेमळ, दुसऱ्याचे दु:ख पाहून कळवळणारे, मर्मभेदक वाक्ये कधी न उच्चारणारे असे दोन चार मुलगे किंवा मुली देशाला अर्पण करतो, तो व्याख्याने देणाऱ्या बऱ्याच वाक्पंडितांपेक्षा देशाची पुष्कळच अधिक सेवा करतो. देशात सच्छील माणसांची कुटुंबे वाढवा; नामधारी समाजसेवेच्या किंवा राजकीय चळवळीच्या संस्था किंवा संघ, किंवा त्यांच्यातर्फे झालेली व्याख्याने यांनी काय होणार आहे?''

७

खरे ज्ञान

'जानामि धर्मं न च मे प्रवृत्तिः
जानाम्यधर्मं न च मे निवृत्तिः'

बायबलमध्ये म्हटल्याप्रमाणे 'The soul is willing but the flesh is weak' असे म्हणण्याची काही लोकांना वारंवार पाळी असल्यामुळे असमाधानाच्या नरकात त्यांना दिवस कंठावे लागतात. ज्ञानगंगा हीच त्यांना या नरकातून मुक्त करू शकेल, पण हे ज्ञान म्हणजे केवळ बौद्धिक नव्हे तर हाडांमासात, रक्तात शिरलेले, मिसळलेले ज्ञान. जग म्हणजे काय, आपले ध्येय काय, इत्यादी गोष्टींचे केवळ बौद्धिक ज्ञान हे खरोखर ज्ञानच नव्हे. जे बुद्धीला समजले इतकेच नव्हे तर पटले, जे बुद्धीलाच पटले इतकेच नव्हे तर जे आत्म्याच्या भावनादी इतर अंगांनाही पटले व प्रिय झाले इतकेच नव्हे तर जे चांगल्या सवयीमुळे म्हणा, तपामुळे म्हणा किंवा योगाभ्यासाने म्हणा, अगदी हाडामासात उतरून रोमरोमी भरून गेले व जे कर्मेंद्रियांच्याद्वारे आपले रम्य, प्रसन्न व उज्ज्वल स्वरूप सदैव व्यक्त करू लागले तेच खरे ज्ञान. आपल्याकडील तत्त्वविवेचकांनी शाब्दिक अथवा बौद्धिक ज्ञानाला ज्ञानच म्हटले नाही आणि खऱ्या ज्ञानामध्ये अमानित्व, अदंभित्व, स्थैर्य, वैराग्य, अहंकार इत्यादी गुणांचा अंतर्भाव केलेला आहे तो फारच मार्मिक आहे. अध्यात्मामध्ये केवळ तार्किक तत्त्वनिश्चय होऊन उपयोगाचा नाही; हा तत्त्वनिश्चय अंगी बाणला पाहिजे, तो स्थिर झाला पाहिजे, तो नित्य असला पाहिजे, तरच त्याला 'ज्ञान' हे उच्च नामाभिधान मिळेल. तत्त्वदर्शन झाले आहे, पण ते नित्य नाही अशा स्थितीतल्या माणसाला धर्मशून्य असेही म्हणता येणार नाही व धर्मनिष्ठ असेही म्हणता येणार नाही. त्याची धर्मावर अनन्य अथवा अव्यभिचारी भक्ती तर नसते, पण अधर्मही त्याली प्रिय नसतो. तेव्हा काय नाव द्यावे हे ठरविणे कठीण आहे.

धर्मचर्चेचा प्रदेश अंधकाराने आणि खाचाखळग्यांनी भरलेला आहे. तथापि या अरण्यात ठेचा खात खात फिरता फिरता सत्यस्वरूपी सूर्याची काही किरणे झाडांमधल्या किंवा पालवीमधल्या फटीतून कशीतरी ओझरती येऊन आपला मार्ग थोडाबहुत प्रकाशित करू लागली आहेत. मनुष्य अगदी रानटी असो, नाहीतर तो मोठा सुसंस्कृत असो, तो जगाकडे प्रथम आश्चर्ययुक्त अथवा गीतेत म्हटल्याप्रमाणे 'आश्चर्यवत्' दृष्टीने पाहतो. पण ही दृष्टी कायम ठेवून त्याचे भागत नाही व तो काहीतरी- त्या क्षणापुरतातरी निदान -निश्चय करतो. या बौद्धिक निश्चयाला त्याचे

'तत्त्वज्ञान' म्हणतात. या बौद्धिक तत्त्वज्ञानाला भावनांची ऊब मिळाली आणि त्याला काही रंग चढून ते हालचाल करू लागले म्हणजे याच तत्वज्ञानाला 'धर्म' अशी संज्ञा प्राप्त होते. अर्थात धर्म हा 'व्यक्ती तितक्या प्रकृती' या न्यायाने प्रत्येकाचा भिन्न असू शकेल, व असतोही. तसेच कित्येकांचा धर्म स्थिर व नित्य असतो, कित्येकांचा नसतो. बहुतेक लोक दुसऱ्या वर्गात मोडतील असे म्हणण्यास हरकत नाही. या वर्गातील लोकांमध्ये दोन प्रकार आहेत - एक संशयात्म्यांना किंवा विसंगतात्म्यांचा, व दुसरा इन्द्रियनिग्रह-शून्याचा. संशयात्म्यांना व्यवहाराकरिता त्या त्या क्षणापुरता का होईना काहीतरी निश्चय करावा लागतोच; व या अर्थाने त्यांना त्या त्या क्षणापुरता काहीतरी धर्म स्वीकारावा लगाला तरी क्षणोक्षणी धर्मांतर करणाऱ्या या बाटग्यांना धर्मशून्य म्हटले तरी त्यात काही वावगे होणार नाही. या लोकांना 'बाटगे' म्हटले, परंतु ते अनीतिमान असतात किंवा निंद्य असतात असे मला भासवावयाचे नाही. ते असमाधानाच्या नरकात असतात व त्यांची स्थिती शोचनीय असते हे उघड आहे. पूर्ण इन्द्रियनिग्रह नसलेल्या, परंतु धर्मश्रद्धा असलेल्या लोकांचीही स्थिती कमी शोचनीय असते असे नाही. दोघांच्याही नशिबी नरकच; अर्थात ज्ञानगंगेत स्नान झाले नाही तोपर्यंतच केवळ बौद्धिक अथवा तार्किक ज्ञानाला अशी पावनशक्ती नाही, तर भावनांना पटलेल्या, त्यांना प्रिय झालेल्या व म्हणून त्यांनी वरलेल्या व आपलेसे करून घेतलेल्या, ज्ञानामध्येच हे तेज आहे.

८

साहित्यिकाचे अवतारकृत्य

वाङ्मय हे केवळ छायात्मक नाही. ते जिवंत, नवनिर्मितिशील व सामर्थ्यवान आहे आणि उच्चतम जीवनाचे ते एक अंग आहे हे सर्व मला मान्य आहे; वाङ्मयाचे महत्त्व मी कमी करू इच्छीत नाही. वाङ्मयाचे हे जीविताचे आवश्यक अंग आहे. त्याच्या योगाने जीविताला पोषण मिळते, योग्य मार्ग दिसतो, इष्ट वळण लागते, सामर्थ्य वाढते व शोभा आणि तेज यांचा लाभ होतो, हे सर्व मला कबूल आहे पण हे सर्व केव्हा, तर वाङ्मय आपले खरे अवतारकृत्य विसरणार नाही तेव्हा सत्य, सौजन्य व सौंदर्य यांची उपासना हे जीविताचे ध्येय आहे, पण याकडे दुर्लक्ष करून केवळ दुसऱ्यांच्या पुस्तकांचे किंवा शब्दांचे चर्वितचर्वण किंवा पृथक्करण किंवा संशोधन करणारे परोपजीवी पोपट-पंची वाङ्मय विशेष महत्त्वाचे नाही. सृष्टी हा एक काव्यग्रंथ आहे, असे कल्पिले तर हा काव्यग्रंथ निर्माण करणारा कवी आपणास ध्येयभूत असावा. भीष्माच्यासारखे सच्छील व पराक्रमी जीवन असल्यावर मग

शांतिपर्वात वगैरे जे तत्त्वज्ञान सांगितले आहे, तसे तत्त्वज्ञान वाङ्मयाला भूषणावह होते. रामाचे किंवा सीतेचे चरित्र काव्यमय होते तसे आपले चरित्र व्हावे अशी इच्छा धरावी; वाल्मीकीप्रमाणे रामायण लिहिण्याची आकांक्षा धरणे हे त्याहून कमी दर्जाचे ध्येय होय; व अशा ग्रंथावर टीका, भाष्ये, वगैरे लिहिणे हे तर त्याहून कमी दर्जाचे ध्येय होय. केवळ पुस्तकांचीच कढी व पुस्तकांचाच भात या योगेकरून वाङ्मयात्मक जीवनाचे खरे पोषण होणार नाही; त्याला सात्त्विकता, तेजस्विता, धैर्यशीलता इत्यादी गुण आवश्यक आहेत.

तात्पर्य, सरस्वतीची भक्ती करू पाहणाऱ्याने स्वतःस केवळ सारस्वतात गुरफटून घेऊ नये. प्रत्यक्ष सरस्वतीमातेला आपले भक्त रांगत्या अर्भकाप्रमाणे आपल्या भोवती घिरट्या घालीत आहेत हे पाहून बरे वाटेल की काय ह्याबद्दल मला शंका वाटते. माझ्या भक्तांनी जन्मभर माझ्या भोवतालीच न फिरता बाह्य विश्वात जाऊन तेथील हरतऱ्हेची शोभा पाहावी, आपल्या सवंगड्यांचेबरोबर हरतऱ्हेचा आनंदोपभोग घ्यावा, हरतऱ्हेचा पराक्रम करावा, तेज दाखवावे, सत्य-सौजन्य-सौंदर्यादिक ध्येयानुसार नवनिर्मिती करावी, किंबहुना विश्वमित्राप्रमाणे अपर-सृष्टीच निर्माण करावी, साहस करून श्री मिळवावी, व मग कलाविलासाकरिता, काव्यशास्त्रविनोदाकरिता, सुखदुःखाच्या गोष्टी बोलण्याकरिता, माझ्या भोवती सर्वांनी जमावे असे ती म्हणेल. मातेला काय, किंवा पत्नीला काय, बाह्य विश्वात पराक्रम करणारा पुत्र किंवा पती प्रिय असतो. या न्यायाने पाहता आपण वाङ्मयभक्तांनी वारुळातल्या मुंग्यांप्रमाणे शब्द-क्षेत्रातच डोके खुपसून शाब्दिक वारूळ निर्माण करण्यापेक्षा सत्यान्वेषणाच्या, सौजन्यपोषणाच्या व सौंदर्योपासनेच्या बाबतीत पौरुष, तेज, स्वतंत्रता, नवनिर्मितिकुशलता इत्यादी गुण दाखविले तर आपण सरस्वतीमातेला प्रिय होऊ, व विविध प्रकारची सात्त्विक श्री ही 'साहसे श्रीः प्रतिवसति' या न्यायाने आपणास वरील. आपण वाङ्मयभक्तांनी आता शब्दक्रीडा किंवा शब्दशौर्य हे आपले ध्येयच नाही हे स्पष्टपणे, निर्भीडपणे व निर्भयपणे ओळखले पाहिजे. वाङ्मयसेवक म्हणजे पुष्कळांना असे वाटते की, तो शब्दाशी खेळणारा किंवा शब्दांचा कीस काढणारा गरीब बिचारा प्राणी आहे. ही लोकांची कल्पना दूर केली पाहिजे. 'शब्द-पांडित्य' हे आपले ध्येय राहिले नाही हे जगाच्या निदर्शनास आणून दिले पाहिजे. आपण शब्द वापरावेत पण त्या शब्दांच्या पाठीमागे आचारविचारांचे तेज व पावित्र्य पाहिजे. वाङ्मयसेवक हे गरीब बिचारे, भोळे-भाबडे, व्यवहार न समजणारे समाजाशी संबंध न ठेवणारे, व श्रीमंतांच्या आश्रयावर कसे तरी पोसले जाणारे, निरुपद्रवी व निरुपयोगी लोक आहेत अशी काही लोकांची जी कल्पना झालेली आहे ती दूर केली पाहिजे. त्यांना आपल्याबद्दल आदर वाटू लागला पाहिजे. दुर्जन असतील त्यांना आपली भीती वाटली पाहिजे!

असत्य, दुर्जनता व हरतऱ्हेची कुरूपता यांचा विनाश करणे व सत्य, सौजन्य

आणि सौंदर्य यांचे संस्थापन करणे हे आपले अवतार-कृत्य आहे. अर्थात कंसादिकांना ज्याप्रमाणे कृष्णाची भीती वाटत होती त्याप्रमाणेच दर्जनादिकांना आपली भीती वाटली पाहिजे. दौर्जन्य कोठेही व कोणत्याही क्षेत्रात असो, ते आपणास असह्य झाले पाहिजे. अन्याय हा सरकारचा असो किंवा संस्थानाधिपतीचा असो, हिंदूंचा असो किंवा मुसलमानांचा असो ब्राह्मणांचा असो किंवा ब्राह्मणेतरांचा असो तो नाहीसा करण्याकडे वाङ्मयाची प्रवृत्ती झाली पाहिजे. हे काम निर्भयपणे झाले पाहिजे. परतंत्रता कोठल्याही क्षेत्रातली असो, ती सामाजिक असो धार्मिक असो, वाङ्मयात्मक असो, आपणास ती अवंद्य असली पाहिजे व सर्वांना ती अवंद्य होईल अशी आपली वाङ्मयप्रवृत्ती पाहिजे. दास्य राजाचे असो, संस्थानिकांचे असो, रूढीचे असो, किंवा पुरातन शास्त्राचे असो, त्याचे निर्मूलन करण्यास आपण प्रवृत्त झाले पाहिजे. थोडक्यात सांगावयाचे म्हणजे सत्य, सौजन्य आणि सौंदर्य आणि या त्रिमूर्तीचेच ध्यान-भजन व पूजन आपण केले पाहिजे व कृत्रिम रूढी, परंपरा, संकेत, इत्यादिकांचे दास्य, वर्चस्व किंवा बंधकत्व पार झुगारून दिले पाहिजे व झुगारून देण्यास लोकांना शिकविले पाहिजे. हे व्रत आपण स्वीकारले व आपली वाङ्मयात्मक तपश्चर्या या ध्येयाला अनुसरून झाली तर तुष्टी, पुष्टी व शांती यांचा लाभ आपणास व जगास मिळून जगात दैवी संपत्तीचे साम्राज्य होईल व उच्चतम कलाविलासात रममाण होऊन अलौकिक अशा सात्त्विक आनंदाचे आपण वाटेकरी होऊ.

◆

केशवसुतांच्या काव्यातले विविध पैलू अधोरेखित करणारे लेखन

केशवसुत :
काव्य आणि कला

संपादक
वि. स. खांडेकर

'...तुमच्या-आमच्या क्षणभंगुर अनुभूतीतले सौंदर्य टिपून घेण्याचे आणि त्याला चिरंजीव रूप देण्याचे सामर्थ्य केशवसुतांच्या प्रतिभेत आहे. हा संसार सर्व बाजूंनी काव्याने वेढला गेला आहे, एवढेच नव्हे, तर बाह्यत: खडकाळ भासणाऱ्या त्याच्या अंतरंगातूनही काव्याचे अमृतझरे वाहत आहेत, याची जाणीव त्यांनी पदोपदी प्रकट केली आहे. केशवसुतांच्या कवितेने तुमच्या-आमच्या— जगातल्या प्रत्येक माणसाच्या— किती तरी मुक्या सुख-दु:खांना बोलायला लावले आहे. माळरानावर उपेक्षित स्थितीत पडलेल्या शिलेवरला अदृश्य, पण अद्भुत लेख ती वाचते, पायांखाली तुडवल्या जाणाऱ्या अंगणातल्या रांगोळीतले उदात्तत्व ती जाणते आणि अज्ञाताच्या पडद्यामागे लपलेल्या जीवनरहस्याचे अंधूक तरी दर्शन घडावे, म्हणून ती तडफडते. ती जितकी आत्मनिष्ठ तितकीच विश्वप्रेमी, जितकी हळवी तितकीच बंडखोर, जितकी उदास तितकीच उदात्त, जितकी करुण तितकीच कठोर आहे. ती मनुष्याच्या आत्म्याची किंचित ओबडधोबड, पण अतिशय सजीव अशी प्रतिमा आहे...'

www.ingramcontent.com/pod-product-compliance
Lightning Source LLC
LaVergne TN
LVHW032011070526
838202LV00059B/6400